முக்காலம் தொடும்

முத்தரையர் வரலாறு

அ. சவரிமுத்து, எம்.ஏ.,பி.எட்.,

சங்கர் பதிப்பகம்

15 / 21, டீச்சர்ஸ் கில்டு காலனி, 2-வது தெரு,
இராஜாஜி நகர் விரிவு,
வில்லிவாக்கம், சென்னை - 600 049.
தொலைபேசி: 044-26502086, 9444191256
email: shankar_pathippagam@yahoo.com
wef: www shankarpathippagam.in & www bookthagam.com

நூல் விவரப் பட்டியல்

நூலின் பெயர்	:	முக்காலம் தொடும் முத்தரையர் வரலாறு
ஆசிரியர்	:	அ. சவரிமுத்து, எம்.ஏ.,பி.எட்.,
நூல் வகை	:	வரலாறு
பதிப்பு ஆண்டு	:	2018
நூல் அளவு	:	டெம்மி
பக்கங்கள்	:	240
பைண்டிங்	:	சாதாரண அட்டை
வெளியீடு	:	சங்கர் பதிப்பகம் 15/21, டீச்சர்ஸ் கில்டு காலனி, 2-வது தெரு, இராஜாஜி நகர் விரிவு, வில்லிவாக்கம், சென்னை - 600 049. தொலைபேசி: 044 - 2650 2086
அச்சாக்கம் & மேலட்டை	:	பழனி
அச்சிட்டோர்	:	எம்.கே.கிராபிக்ஸ், சென்னை - 600 021. தொலைபேசி : 98408 28213

விலை: ரூ.225.00

முன்னுரை

இந்த நூல் ஒரு சமூகத்தின் வரலாற்று நூல். இந்த நூல் முத்தரையர் என்ற பழம்பெரும் சமூகத்தின் தொடக்கக் காலம் முதல் இன்று வரை ஆய்வு செய்து எழுதப்பட்ட நூலாகும். இந்த நூல் வேறு எந்த சமூகத்திற்கும் எதிரானது அல்ல. முத்தரையர் என்பவர்கள் வன்னிய குல சத்திரியர்களாவார்கள். இதையே பழனி செப்பேடும், கோவை செப்பேடும் வலியுறுத்திக் கூறுகின்றன. பெரிய வன்னி முத்தரையர் சிறிய வன்னி முத்தரையர் என்று கூறுகின்றன.

முத்தரையர்கள் பிறப்பிலேயே போர்க் குணம் உடையவர்கள். அதனால் அக்காலத்தில் நடந்த போர்களில் எல்லாம், போர்க்களங்களில் எல்லாம் முத்தரையர் என்பவர்களின் பங்கு அளப்பரிது. வடநாட்டில் ஆரியர்களின் வருகைக்குப் பின் மனு பார்ப்பனர், சத்திரியர், வைசியர், சூத்திரர் என்று பிரித்து வைத்து, மனுதர்ம சாத்திரத்தை எழுதியதாகக் கூறுவர். தென்னாட்டில் தொல்காப்பியம் சிறிது மாற்றமாகப் பேசும். இடைச்செருகல் என்று பேசப்படும் நூற்பாக்கள் மரபியலில் 71 முதல் 85 முடிய இதையே சொல்லும். அந்தணர், அரசர், வைசியர், வேளாளர் என்று நால்வராகப் பிரித்துக் காட்டுகிறது.

வடநாட்டு சத்திரியரும் தென்னாட்டு அரசர், அரையர்களும் ஒரே வகைப்பட்ட மக்களாவர்கள். இருவரும் போர் புரியும் மக்களாவர்கள். மறவர் குல மக்கள் ஆவார். அந்த வகையில் தென்னாட்டு முத்தரையர்கள் சத்திரியர்களே ஆவார்கள். கண்ண பரமாத்மா அருச்சுனனுக்கு குருசேத்திரப் போரில் கீதை உபதேசம் செய்து எதிரே இருப்போர் உற்றார் உறவினர், உடன் பிறந்த கர்ணன் அண்ணன் ஆயினும் அடி என்றால் அடிக்க வேண்டும் என்பான். இந்தக் குணம் முத்தரையர் சத்திரியருக்கு உண்டு.

வீரத்தை அள்ளித் தெளிக்கும் மறவர் கூட்டம் முத்தரையர். அவர்களது இலச்சினை கூட பெரும்பிடுகு முத்தரையர் வாளை

உருவி போருக்கு எழும் காட்சியே அமைந்து உள்ளது.

தொடக்கம் முதல் கரிகால்சோழன், கோப்பெருஞ்சோழன், கோச்செங்கண்ணன், நல்லடி, புகழ்ச்சோழர் ஒரு புறம். இன்னொரு வகையினர் கரிகால் சோழனுக்குக் கால்வழி உறவினர்கள் களப்பிரர்கள்; கோக்கலி கொங்கணவர்மன், மாதவ வர்மன் துர்விநீதன், ஸ்ரீ விக்ரமன் என்று இப்படி ஒரு வரிசையையே சொல்லலாம்.

சாத்தன் முதல் பூதிகளரி அமரூன்றி முத்தரையன் வரை உள்ள வரலாறு முத்தரையர் அரசர் வரலாறு. அதில் குறிப்பிடத்தக்கவர் சுவரன் மாறன் ஆயினான பெரும்பிடுகு முத்தரையன்.

இந்த அரசர்கள் நல்ல தமிழில் ஆட்சி செய்தார்கள். பிராமணர்கள் பக்கம் தலை வைத்துக் கூடப் படுக்கவே இல்லை. வடமொழி ஆட்சி இல்லை. பல்லவப் பேரரசுக்கு மிகவும் உறுதுணையாக இருந்தனர். பல்லவப் பேரரசு வீழ்ந்தபோது இவர்களும் அரையர் நிலையில் இருந்து வீழ்ந்து போனார்கள் என்பதை விளக்கும்.

இந்நூலுக்கு அணிந்துரை வழங்கிய உயர்திரு. பேராசிரியர் ம.இராச சேகர தங்கமணி, (வரலாற்றுப் பேராசிரியர், அரசு கலைக்கல்லூரி, கரூர் (ஓய்வு) அவர்களுக்கும்,

உயர்திரு. இராமமூர்த்தி (எ) திருமலைநம்பி அவர்கள் (மாநில வரலாற்று அணிச் செயலாளர், மாநில முத்தரையர் சங்கம்) அவர்களுக்கும்,

உயர்திரு. முனைவர் பெ.லோகநாதன், எம்.காம்.,எம்.பில்., பி.எச்.டி., முதல்வர் (ஓய்வு) அரசு கலைக் கல்லூரி, திண்டிவனம், தலைவர் மக்கள் மறுமலர்ச்சி மன்றம் கல்வி அறக்கட்டளை அவர்களுக்கும்,

உயர்திரு. முனைவர் அ.செல்வகுமார், எம்.ஏ., எம்.ஃபில்.,பி. எச்.டி., கவுரவப் பேராசிரியர், பாரதிதாசன் பல்கலைக்கழக உறுப்புக் கல்லூரி திருவரங்கம், திருச்சி அவர்களுக்கும்,

உயர்திரு. இ.சூசை, இணைப் பேராசிரியர், தமிழ்த்துறை, தூயவளனார் கல்லூரி, திருச்சிராப்பள்ளி அவர்களுக்கும்,

இந்நூலினை வெளியிடும சங்கர் பதிப்பகத்தாருக்கும் எனது நன்றியைத் தெரிவித்துக் கொள்கிறேன்.

அ. சவரிமுத்து

இடையாற்றுமங்கலம் அணிந்துரை

சிற்றரசுகளின் வரலாறுகள் முழுமையாக எழுதப் பெற்றால்தான், பேரரசுகளின் வரலாறுகளைச் செம்மையாக துள்ளியமாக உருவாக்க முடியும். தமிழகச் சிற்றரசர்களுள் பாணர்களும் முத்தரையர்களும் முக்கிய இடம் பெறுகின்றனர். பல்லவர்களின் சிற்றரசர்களாக விளங்கிய முத்தரையர்கள் தமிழகத்தின் சில பகுதிகளை ஏறத்தாழ முன்னூறு ஆண்டுகள் ஆட்சி புரிந்துள்ளனர். அறுநூறு ஆண்டுகள் ஆட்சி, புரிந்த பல்லவர்களைப் போன்று, நானூறு ஆண்டுகள் ஆண்ட பிற்காலச் சோழர்களைப் போன்று, குறுநில மன்னர்களான முத்தரையர்களும் தமிழ் வளர்ச்சிக்கும் கலைவளர்ச்சிக்கும் அளப்பரிய தொண்டு புரிந்துள்ளனர். பல்லவரும் சோழர்களும் பெருநிலப் பரப்பை ஆண்ட பேரரசர்கள். குறுநிலப் பகுதியை ஆண்டவர் முத்தரையர். இருப்பினும் முத்தமிழைப் பேணி வளர்த்த முத்தரையர்கள், தமிழுக்குப் பெருந்தொண்டு புரிந்துள்ளனர் என்பதனை வரலாறு பதிவு செய்துள்ளது. களம் பல கண்டு, வெற்றிகள் பல கொண்டு, கோயில் கட்டிய கோமானாகவும், கோட்டைகள் கட்டிய கொற்றவனாகவும், நல்லாட்சி வழங்கிய நாடு போற்றும் நல்லாட்சியாளனாகவும் விளங்கிய இரண்டாம் பெரும்பிடுகு முத்தரையனாகிய சுவரன் மாறன் தன் அவையில் நான்கு பெரும் புலவர்களை ஆதரித்து தன் வெற்றிகளைப் பாவடிவில் வடிக்கச்செய்து, இலக்கிய வளர்ச்சிக்குப் பாடுபட்டான். இவன் மெய்க் கீர்த்தியைத் தமிழுலகிற்கு ஈந்த உரவோன். நீர்ப்பாசனத்தைப் பெருக்கிய பண்பாளன் இவன். இம்முத்தரைய வேந்தனுக்குப் பின் முத்தரையர் நாட்டை சுதந்திர வேந்தனாக ஆட்சி புரிந்த கோ. இளங்கோ முத்தரைன் தமிழக வரலாற்றில் தனக்கெனத் தனித்ததோர் இடத்தைப் பெற்றுள்ளான். ஆதித்த

சோழனின் ஆட்சியின் இறுதிக் காலத்தில் சோணாட்டின் மையப் பகுதியில், முத்தரையரின் பேராதிக்கக் கொடியைப் பட்டொளி வீசிப் பறக்கவிட்ட இளஞ்சிங்க முத்தரையனாக, கோயில் கட்டிய கோமானாக, புரட்சித் தலைவனாக விளங்கியவன் இக்கோ இளங்கோ முத்தரையன். இவை மட்டுமே முத்தரைய வேந்தரின் சிறப்புக்கள் எனக் கருத வேண்டாம்.

முத்தரையரின் பன்முகச் சிறப்புகளைக் காலந்தோறும் முத்தரையர் வரலாற்றில் பதித்த முத்துக்களை உலகறியச் செய்வதே உங்கள் கரங்களில் தவழ்ந்து கொண்டிருக்கும் ''முக்காலம் தொடும் முத்தரையர் வரலாறு'' எனும் ஆய்வு நூல். விடியலை நோக்கி களப்பிரர் வரலாறு, பழங்காலச் சோழர்களின் வரலாறு, தம்பிரான் வணக்கம்-ஓர் விளக்கம், தமிழின் வேர்ச்சொற்கள், (முதல்பாகம்) முதலான 12க்கும் மேற்பட்ட ஆய்வு நூல்களைத் தமிழுலகிற்கு வழங்கியுள்ள ஆசிரியர் இடையாற்றுமங்கலம் அ.சவரிமுத்து அவர்களின் தூய பணி பாராட்டத் தக்கது.

நூலாசிரியர் முத்தரையர் நாடு, முத்தரையர்கள் என்பவர்கள் யார்? கல்வெட்டுகள், முத்தரையர்கள், முக்காலம் தொட்டு நிற்கும் முத்தரையர், முத்தரையரின் தமிழுணர்வும், தமிழ்ப் பற்றும், முத்தரையர்ப் பட்டங்கள், விருதுகள், முத்தரையர் நாட்டில் பாசன வசதி, முத்தரையர் நகரங்கள், காடக முத்தரையன் முதலான 34 சிறுதலைப்புகளில் முத்தரையரின் வரலாற்றுப் பெருமையைப் பறை சாற்றியுள்ளார்.

முத்தரையர் யார்? அவர்களின் பூர்விகம் யாது? முத்தரையரின் பெயர்க் காரணம் யாது? முத்தரைய நாட்டின் எல்லைகள் யாவை? முத்தரையர்க்கும் களப்பிரர்க்கும் என்ன தொடர்பு? முத்தரையர் எந்த சமயத்தை ஆதரித்தார்கள்? முத்தரையர் மரபு யாது? இவர்களின் கல்வெட்டுகள், செப்பேடுகள் எங்கெங்கே காணப்படுகின்றன? இவை குறிப்பிடும் முத்தரைய மன்னர்களின் பட்டியல் யாது? செந்தலைக் கல்வெட்டின் சிறப்பு யாது? இரண்டாம் பெரும்பிடுகு முத்தரையன் பெற்ற வெற்றிகள் யாவை? அவனது தோரணையான பட்டங்கள் யாவை? அப்போர்க்களங்கள் எங்கிருக்கின்றன? இவர்களின் நீர்ப்பாசனப் பணிகள் யாவை? இவர்களால் குடையப்பட்ட, கட்டப்பட்ட திருக்கோயில்கள் யாவை? இவற்றின் கலைச்சிறப்பு யாது? இவர்களது ஆட்சிப் பகுதி தமிழகத்தில் மட்டும்தான் இருந்ததா? அல்லது தமிழகத்தின்

அண்டை நாடுகளிலும் பரவியிருந்ததா? முதலான பல்வகை வினாக்களுக்கு இந்நூலில் இந்நூலாசிரியர் ஆதாரங்களுடன் விடை பகன்றுள்ளார்.

செங்கண்ணான், நல்லடி, புகழ்ச்சோழர் ஆகியோர் முத்தரைய வேந்தர்களே என்பது இவரது யூகம். இது யூகம் மட்டுமல்ல, உண்மையும் ஆகும். இதனால் சங்கம் மருவிய காலத்திலும் முத்தரையர் ஆண்டு வந்தனர் என்பது புலனாகும்.

களப்பிரரின் கால்வழியினரே முத்தரையர். களப்பிரர் வேறு, முத்தரையர் வேறு, களப்பிரரை வென்றவர் முத்தரையர் என்ற இருவேறு கருத்துகள் வரலாற்று ஆய்வாளர்களிடையே நிலவி வருகின்றன. திரு.அ.சவரிமுத்து களப்பிரரும் முத்தரையரும் ஒருவரே எனும் கருத்தைத் தன் நூலில் வலியுறுத்துகிறார். இந்நூலாசிரியர் முத்தரையர், மேலைக்கங்கர் உறவு பற்றி பல சான்றுகளைத் தேடித் தந்துள்ளார் என்பது பாராட்டுக்குரியது.

இவர் ஏராளமான சான்றாதாரங்களைத் தனது கருதுகோளுக்கு அரண் செய்யும் வகையில் வழங்கியிருப்பதுடன், சில இடங்களுக்கு நேரில் சென்றும் களஆய்வு மேற்கொண்டுள்ளார். எடுத்துக்காட்டாக,

''திருச்சி மாவட்டம் இலால்குடி வட்டம், வடக்கு அய்யன் வாய்க்கால் கரையில் ஒரு சாத்தமங்கலம் உண்டு. அங்கு 'அரண்மனைக் கோட்டை மேடு' என்ற பகுதி ஒன்று அழிந்து கிடக்கக் காணலாம். அங்கு மறுகுடியிருப்புகள் ஏற்பட்டுவிட்டன. அது முத்தரையர் அரசர் சாத்தனின் தலைநகராக இருக்கலாம். இங்கே புதைபொருள் ஆய்வு செய்தால் பல உண்மைகள் கிடைக்கலாம். இவ்வாறு இவர் கூறியிருப்பதன் மூலம் பிற்கால ஆய்வுகளுக்கும் இவர் வழிகாட்டுகிறார் என்பது பாராட்டுக்குரிய செய்தியாகும்.

கி.பி. 866-ஆம் ஆண்டினதான நிருபதிங்கப் பல்லவனின் உத்தரமல்லூர்க் கல்வெட்டு குறிப்பிடும் கூகூர் விசயநல்லூழான் காடவாதியரையன் என்ற பூதி தீரனின் ஊருக்கு அருகில்தான், இந்நூலாசிரியரின் இடையாற்றுமங்கலம் அமைந்துள்ளது என்பது பெருமைக்குரிய செய்தியாகும். சாத்தமங்கலமும் இதனருகில் உள்ள ஊர்தான்.

வரலாற்றுப் புகழ்மிக்க இடையாற்றுமங்கலம் எனும் சிற்றூரில் பிறந்து, போக்குவரத்து வசதியும் பெருநூலக வசதியும் இல்லாத

போழ்தும், பெருநகரங்களுக்குச் சென்று பல நூலகங்களைத் தேடி அலைந்து, தேனீயைப் போல் பல சான்றாதாரங்களைத் தேடி எடுத்து, அவற்றை வகைப்படுத்தி நூலாகத் தொகுத்துள்ள ஆசிரியரின் அயராத உழைப்பும், பெருமுயற்சியும் பாராட்டத் தக்கது.

கிறித்துவ முத்தரையர் பற்றியும், புனித சவேரியார் சமயப் பரப்புரைபற்றியும், இந்தியா விடுதலை பெற்ற காலம் வரையிலான முத்தரையர் தம் சமூக, பொருளாதார நிலையினைப் பற்றியும் முதன்முறையாக ஆய்வுகள் நிகழ்த்தி, முத்தரையர் வரலாற்றில் புதியதோர் அத்தியாயத்தைப் படைத்தளித்துள்ள நூலாசிரியரின் தூய பணியினை நாம் பாராட்டக் கடமைப் பட்டுள்ளோம்.

நூலாசிரியர் பல இடங்களில் வரலாற்று ஆய்வு நெறிமுறைகளைப் பின்பற்றத்தவறினாலும், வரலாற்றைச்சுவைபட எழுதி இருப்பதனைப் பாராட்டத்தான் வேண்டும். பக்கங்கள் 97முதல் 102 முடிய நீண்ட பட்டியல்களையும், போட்டு வரலாற்றுச் செய்திகளை வாசகர்களுக்கு எளிமைப்படுத்தியுள்ளமையும் நூலுக்குப் பெருமை சேர்க்கின்றது.

அ.சவரிமுத்து அவர்கள் மேலும் பல நூல்களைப் படைத்துத் தமிழன்னைக்கு அணிகலன்களாகச் சூட்ட வேண்டுமாய் இதயங்கனிந்து வாழ்த்துகிறேன்.

இங்ஙனம்,

வரலாற்றுச் சிற்பி, வரலாற்று மேதை,

பேராசிரியர். **ம.இராசசேகர தங்கமணி**

C/o. இரா. தமிழ்மாறன்,

5671, ஹாத்தான் கோட், மேசன், ஒஹாயோ, அமெரிக்கா

வாழ்த்துரை

முத்தரையர் என்போர் மூத்தகுடியினர். ஆதிமனிதன் வேட்டையாடியே உணவை தேடினவன். அதன்பிறகு விவசாயம், கால்நடை வளர்ப்பு தொழிலானது.

முத்தரையர் இனத்தவரும், ஆதியிலிருந்து, இன்றுவரை, வேட்டையாடுவதையும், விவசாய செல்வத்தையும் அடிப்படைத் தொழிலாகக் கொண்டுள்ளனர். இன்றும் கூட விவசாயத்தையும், அதன் உப தொழில்களையுமே மேற்கொண்டுள்ளோர் முத்தரையர் களே ஆவர். பிற்காலத்தில் இத்தொழிலை முதன்மையாகக் கொள்ளக் காரணங்களை ஆசிரியர் பிற்காலம் என்ற தலைப்பில் விளக்கியுள்ளார்.

முத்தரையர் என்னும் பெயர்க் காரணத்தை விரிவாக ஆராய்ந்து, பல வரலாற்றாசியர்களின் கருத்துக்களை அப்படியே பதிவுசெய்துள்ளார். மூன்று தரைகளை ஆண்டதால் ''முத்தரையர்'' எனப்படும் என்ற கருத்து ஏற்றுக் கொள்ளக் கூடியதாக இல்லை. புதுக்கோட்டை மாவட்டக் கல்வெட்டுக்கள் பல மூவரையர் குளம், மூவரையர் வயல், மூவரையர் என்றெல்லாம் கூறுகின்றன. மூத்த அரையன் முத்தரையன் எனப்படும் என்பதே பொருத்த மாகும். இந்தக் கருத்தை வலியுறுத்தி ஆசிரியர் பல சான்றுகளைத் தந்துள்ளது ஆசிரியரின் ஆழ்ந்த வரலாற்றாய்வுப் பணிக்குச்சான்றாக உள்ளது.

இன்றைய காலத்தில் முத்தரையர் தாழ்ந்து வாழ்ந்தாலும், காலத்தில் குறையாத போர் வீரர்களாக ஏறு தழுவும் வீரர்களாக, எதற்கெடுத்தாலும் முன் கோபப்படுவோராக, சத்தியம் சம்பிரதாயத்தை மீறாதவர்களாக, தெய்வத்தையே முழுக்க, முழுக்க நம்பியே வாழ்கின்றனர். இந்தியத் திருநாட்டில் மிகப்பெரிய சூழ்ச்சிகள் தெரியாதவர்களாக, வெள்ளை உள்ளம் கொண்டவர் களாக இருப்பதால் அரசியலில் புறந்தள்ளப்பட்டு, வாழ்க்கையில் கடைக்கோடியில் தள்ளப்பட்டுள்ளனர்.

மேலும் முத்தரையர்களின், வாழ்வு, அரசியல், பொருளாதாரம், கல்வி, வேலைவாய்ப்புகளில் அரசியல் கட்சிகள் முத்தரையர்களாய் புறந்தள்ளியே வைத்துள்ளனர். இதனால் வடஇந்தியா, கேரளம், கர்நாடகம், ஆந்திர மாநிலங்களில் தீண்டத் தகாதவர்களாகவே

வகைப்படுத்தப்பட்டுள்ளனர். ஆங்கிலேயர் ஆட்சியில் தமிழகத்தில் கூட, மதுரை மாவட்ட முத்தரையர்களை (வலையர், அம்பலக்காரர், மூப்பர்கள்) ஆதி திராவிடர் பட்டியலில் 1930-இல் சேர்த்தனர். முரண்டு பிடிக்கும் முத்தரையர்களின் பிடிவாத குணத்தால் இம்முயற்சி ஆங்கிலேயரால் கைவிடப்பட்டது.

முத்தரையர் நாடாண்டவர்கள். ஆதியில் சேர, சோழ, பாண்டி நாட்டோடு அவற்றில் இடைப்பட்ட பகுதியை ''முத்தரையர் நாடு'' எனப் பெயரிட்டு ஆண்டதையும், தமிழ் பேசும் இவர்கள் தெலுங்கு, கன்னடம் பேசுபவர்களாக அப்பகுதியில் மன்னர்களாட்சியில் குடியேறி, நாயுடு நாயக்கர் போன்ற சாதிகளானார்கள் என்பதை ''முத்தரையர் நாடு'' என்ற தலையங்கம் தெளிவாக்குகிறது.

''ஆங்கிலேயர் ஆட்சிக் காலம்'' என்ற தலைப்பில், முடி மன்னராட்சியை இழந்தாலும், ஜமீன்தாரர்களாக, பாளையப்பட்டுத் தலைவர்களாக இருந்து நிர்வாகம் செய்துவந்த தலைவர் ''முத்தரசு-சென்னப்பர்'' சென்னையை, இன்றைய கோட்டை யிருக்கும் பகுதியை ஆங்கிலேயருக்கு விற்றார். ஆங்கிலேயர் முகவரியாக முத்தரையர் பெயரில் ஆங்கிலத்தில் முட்ராஜ், மெட்ராஜ் என்றும், சென்னப்பட்டினம், சென்னைப் பட்டின மாகவும் மாற்றமடைந்துள்ளது என்ற செய்தி பாராட்டக் கூடியதாக உள்ளது.

நாடாண்ட முத்தரையர்கள், மன்னர் நிலையிலிருந்து இறங்கி, ஜமீன்தாரர் படை நடத்துவோராகவும் மாறி, தங்களின் படைகளைத் தங்களது ஊர்களில் தங்க வைத்திருந்த இடங்களாக, திருச்சி மாவட்ட வேப்பங்குடி போன்ற இடங்களில் பயனை, குதிரைகள் கட்டப்பட்டிருந்த எச்சங்கள், படைகள் தங்கியிருந்த இடங்களைச் சுட்டுகின்றன. இப்படைகளை மன்னர் வேண்டும்போது, திரட்டி தலைமை வகித்தார்கள். இம்மாவட்டத்தில் ''சேர்வை அரசர்கள்'' என்றும், ''அம்பலகாரர்கள்'' என்றும், இன்றும் முத்தரையர் இனத் தலைவர்களாக, நாட்டுத் தலைவர்களாக உள்ளனர்.

பக்தி மார்க்கத்தில் முத்தரையர் ஈடுபாடு கொண்டிருந்ததையும், கொண்டிருப்பதையும் அறியலாம். ''வேடுபரி'' நிகழ்ச்சி இதற்கு எடுத்துக்காட்டாகும். இந்நிகழ்ச்சி, திருவரங்கம் காஞ்சிபுரம் வரதராஜப் பெருமாள் கோயில் போன்ற கோயில்களில், திருவரங்கம் காஞ்சிபுரம் வரதராஜப் பெருமாள் கோயில் போன்ற கோயில்களில்,

திருமங்கை ஆழ்வாரின் கால்வழியினரைக் கொண்டு நடந்து வருவதும், கண்ணப்ப நாயனார் கண்தானம் கொடுத்ததும் இன்றும் தென் மாவட்டங்களில் ''பாரிவேட்டை'' நடத்தி வேட்டைப் பொருள்களை தெய்வத்திற்குப் படைப்பதும் சிவன் ராத்திரியன்று நடத்துவதும் கிராமங்களில் முத்தரையர் ஆலயங்களில் கிடாய் வெட்டி ஈரல், தாமிரங்காய் போன்ற தசைகளைக் காட்டுக் குச்சியான காயாங்குச்சியில் சொருகி, சுட்டு, காவல் தெய்வமாகக் கருதும் முனீஸ்வரருக்குப் படைப்பதும் இலை, தழைகளைக் கொண்டு பந்தல் மறைவிடம் அமைத்து வணங்குவதும் தெய்வபக்திக்கும் சான்றாக இன்றும் ஆலயங்களில் நடந்து வருகின்றன. இந்நிகழ்ச்சியைத் தெரிவித்திருப்பது ஆசிரியர் திரு. அ.சவரிமுத்து அவர்கள் வரலாற்றுக்குப் பெருமையாகும்.

கோனாளறு முத்தரையர் என்ற இளங்கோ முத்தரையர். புதுக்கோட்டைப் பகுதிகளை ஆண்டு கோவில்களை எழுப்பியதையும் குறிப்பிட்டுள்ளார். இம்மன்னர்அருகிலுள்ள கீழத்தாணியத்திலும் ''உத்தம தாணேஸ்வரர்'' என்ற தனது பெயரால் உருவாக்கி, இன்று கீழ்த்தானியம் மேலத்தானியம் என்ற பெயரில் வழங்கி வருகிறது. இந்தக் கோவில் கோனாளறு முத்தரையரின் பள்ளிப்படைக் கோவிலாக இருக்கலாம் எனக் கருதப்படுகிறது.

முத்தரையர் மன்னர்கள் கன்னித் தமிழை வளர்த்ததிலும், தங்களது சாதனைகளைக் கல்வெட்டுக்களில் வெண்பாக்களாக வெட்டுவித்தும், தமிழ்ப் புலவர்களை அவையில் அமர்த்திப் போற்றி தமிழை வளர்த்ததிலும், சுவரன் மாறன் என்ற இரண்டாம் பெரும்பிடுகு முத்தரையரின் தலையங்கம் சிறந்த எடுத்துக்காட்டாக உள்ளது.

ஆசிரியர் திரு. அ. சவரிமுத்து அவர்களின் அனைத்துத் தலைப்புகளும் சிறந்த முத்தரையர் வரலாற்றைத் தரும். முத்துமணிகளைக் கோர்த்த மாலையாகத் திகழ்கின்றது. இவர் மிகுந்த ஈடுபாட்டுடன் இந்நூலை எழுதியுள்ளார். மிகுந்த பாராட்டுக்கு உரியதாகும். இவர் தந்துள்ள அனைத்துத் தலைப்புகளுமே முத்தரையர் பற்றி அரிய வரலாற்றுச் செய்திகளை அள்ளித் தருகின்றன.

''முக்காலம் தொடும் முத்தரையர் வரலாறு'' என்ற நூலை எழுத 34 வரலாற்று வல்லுனர்களின் நூல்களைத் திரட்டி அவற்றின்

சாரங்களை முத்தரையர் வரலாற்றில் இணைத்துத் தெரிவித் திருப்பது இவரது எழுத்தாற்றலுக்குச் சிறந்த எடுத்துக்காட்டு ஆகும். இவ்வாசிரியர் தனது படைப்பாக 12 நூல்களையும் 2 கையெழுத்துக் கட்டுரைகளையும் எழுதிய பெருமைக்குரியர்.

ஆசிரியர் திரு. அ.சவரிமுத்து, எம்.ஏ.பி.எட்., அவர்களின் ''காலந்தோறும் முத்தரையர் வரலாறு'' நூல் தமிழ் உலகிற்கும் முத்தரையர் சமுதாயத்திற்கும் வரலாற்று ஆய்வாளர்களுக்கும் தெவிட்டாத இன்பம் தரும் சிறந்த நூலாகும்.

ஆசிரியர் மேலும் பல நூல்களைப் படைக்க நல்ல ஆயுளுடன், நீடூழி வாழ ஆண்டவனை மனதார வேண்டுகிறேன்.

நன்றி! வணக்கம்.

அன்பன்,

இரா.இராமமூர்த்தி (எ) திருமலைநம்பி, எம்.ஏ.,

(மாநில வரலாற்று அணிச் செயலாளர்)

கோட்ட வளர்ச்சி அலுவலர் (ஓய்வு)

திருமலைராய சமுத்திரம்,

கைக்குறிச்சி, திருவரங்குளம், புதுக்கோட்டை

வாழ்த்துரை

வரலாறு கூட ஒரு வகையில் கடந்தகால நிகழ்வுகள் பற்றிய ஒருவரின் கதை (His Story) என்பர். இக்கதையைப் பலரும் ஒப்புக்கொண்டால், சில வரலாற்று சின்னங்கள், சான்றுகள் அடிப்படையில், காலப்போக்கில் நமது பாடத்திட்டத்தில் இடம் பெற்றிடும்.

நமது மூதாதையர்கள் அரசர்களாக இருந்திருக்கலாம். இல்லாமலும் அரசாட்சியில் அங்கம் வகித்திருக்கலாம். அவற்றை அறிய செய்வதே வரலாறு. ''முக்காலம் தொடும் முத்தரையர் வரலாறு'' என்றும் நேற்றைய சமூக நிகழ்வுகளை இன்றைய வரலாற்று நிகழ்ச்சியாக நூல் வடிவில் படிக்கும்போது நம் முன்னோரைப் பற்றி எளிதில் அறிய முடிகிறது. மேலும் நாமிருக்கும் நாடு நமதென்று அறிய முடிகின்றது.

''முக்காலம் தொடும் முத்தரையர் வரலாறு'' என்னும் இவ்வரலாற்றுப் புதினம் சேர, சோழ, பாண்டியரை அடக்கி ஓர் கொடையின் கீழ் ஆண்ட அரசர் முத்தரசர் என்றும், மூன்று+தரையர்=முத்தரையர். அதாவது சேர, சோழ, பாண்டிய நாடுகள் சேரும் தரைப்பகுதியில் இருந்ததால் முத்தரையர் என அழைக்கப்பட்டனர்.

வரலாறு போற்றும் வரலாற்று நூலை நமது தமிழாசிரியர் அ.சவரிமுத்து அவர்களுக்கு எத்துணை பொறுப்பு, பணிச்சுமை, சிக்கல் நிறைப் பணியிலும் இவற்றையெல்லாம் ஓர் வரலாற்று நினைவுச் சின்னமாக அமைத்திடும் சமுதாய ஞானப் பார்வை பல்லாற்றாலும் பணிசெய்பவர் உண்டு. பல்துறை திறனாளர் மிகக் குறைவே. இவரை நன்கு தெரிந்தோர்க்கு இச்சமுதாய வரலாற்று புதினம் வியப்பளிக்காது. ஆம் வரலாற்று அறிவும், உணர்வும் தழுவாத கற்பனைப் புதினம் வெற்றிபெறாது. தமிழாசிரியர் அ.சவரிமுத்து அவர்கள் விரிந்த, ஆழ்ந்த, முத்தரையர் வரலாற்று திறமைக்கு இந்நூல் ஓர் எடுத்துக்காட்டாகும்.

சங்கம் மருவிய காலம் முத்தரையர் காலம் என்றும், சுவரன் மாறனின் வெற்றிப் போர்கள், காவிரி ஆற்றுப் படுக்கையை மையமாக கொண்டு ஆண்டவர்கள் முத்தரையர்கள் என்றும் பல்லவர்கள் பெயரில் முத்தரையர்கள் ஆட்சி செய்தனர் என்றும், முத்தரையர் என்பவர்கள் வன்னியர்குல சத்திரியர்கள் என்பதை இன்றும் நாம் உணர முடிகின்றது. குறிப்பாக மற்ற இனமான முக்குலத்தோர்களை ஒப்பிடும்போது வன்னியர்களுக்கும் முத்தரையர்களுக்கும் ஓர் ஒற்றுமை உணர்வு இருப்பதை இன்றும் நம்மால் உணர முடிகின்றது.

''முக்காலம் தொடும் முத்தரையர் வரலாறு'' என்னும் இந்நூலில் சங்ககாலம் முதல் தற்காலம் வரை முத்தரையர்களின் தோற்றம் வளர்ச்சி, தனித்தமிழ் ஆதிக்கம் பற்றியும் முத்தரையர்கன் வீரம், போர்திறன், ஆட்சிமுறைப் பற்றியும் வரலாற்று சுவை மாறாமல் கூறப்பட்டுள்ளது. மேலும் முத்தரையர் பெற்ற பட்டங்கள், பட்டபெயர்கள், விருதுகள் மற்றும் முத்தரையர் நகரங்கள்போன்றவற்றை இன்றைய இளைய சமுதாயமும் பிற்கால முத்தரைய மாணவ சமுதாயமும் அறியும் வண்ணம் எளிய தமிழில் நமது நூல் ஆசிரியர் அ.சவரிமுத்து அவர்கள் வடிவமைத்துள்ளார். இந்நூல் வருங்கால தமிழ் சமுதாயத்திற்கும், முத்தரையர் சமுதாயத்திற்கும் ஓர் செப்பேடாகத் திகழும் என்று வாழ்த்தி தமிழாசிரியர் அ.சவரிமுத்து அவர்கள் இதைப் போன்று பல முத்தரையர் புதினங்கள் எழுதி ''முக்காலம் தொடும் முத்தரையர் வரலாறு'' என்ற கருவூலம் வற்றாமலிருக்கச் செய்வார் என்று வாழ்த்துகிறேன்.

அன்பன்

முனைவர் அ.செல்வகுமார், எம்.ஏ.,எம்.ஃபில்.,பி.எச்.டி.,

கவுரவப் பேராசிரியர், பொருளியல் துறை,

பாரதிதாசன் பல்கலைக்கழக உறுப்புக் கல்லூரி,

ஸ்ரீரங்கம், திருச்சிராப்பள்ளி.

அணிந்துரை

ஆசிரியர் அ.சவரிமுத்து, எம்.ஏ.பி.எட்., அவர்கள் தமிழார்வம் மிக்க தமிழ்கூறும் நல்லுலகிற்கு தனது நூல்களின் வாயிலாக நன்கு அறிமுகமானவர். அன்னாருடைய படைப்புகள் தேர்ந்த ஆய்வின் அடிப்படையில் அமைவது மட்டுமன்றி நல்ல தமிழ் நடையிலும், சிறப்பான சொல் ஆளுகையிலும் மிளரக் கூடியவை. ''முக்காலம் தொடும் முத்தரையர் வரலாறு'' எனும் இவ்வரிய நூல் வரலாற்று ஆசிரியர்களில் பெரும்பாலோர் சோம்பல் கருதி ஒதுக்கி விட்ட அல்லது சில காரணங்களுக்காக ஒதுக்கிவிட்ட வரலாற்றுச் சிறப்புடைய உலகின் ஒரு தொன்மையான ஒரு இனத்தின் வரலாற்றை துணிச்சலோடு தொட்டுக் காட்டும் ஒன்றாகும்.

முப்பத்துநான்கு அத்தியாயங்களில் வடிக்கப்பட்டுள்ள இந்நூலின் உள்ளடக்கம் வரலாற்று ஆர்வலர்கள் கோர்வை யாகவும், செய்திகள் விடுபடாவண்ணமும் அறிந்துகொள்ளும் வகையில் படைக்கப்பட்டுள்ளது. ஒரு இனத்தின் வரலாற்றினை எழுதும் பொழுது எத்தகைய எச்சரிக்கைகளைக் கடைபிடிக்க வேண்டுமோ அவற்றை சிறப்பாகக் கடைபிடித்து உண்மை நிலையினைத் தெளிவாக எழுதியுள்ளார். இந்நூலைப் படிக்கும் எவரும் முரண்பாடுகளையோ, உண்மைக்கு மாறான கருத்துக் களையோ காண்பது இயலாது.

முத்தரையர் என்ற பதம் எவ்விதம் உருபெற்றது என்பதனை விளக்கும் ஆசிரியர் அது காரணப் பெயராகவும், சில இடங்களில் பொருள் பொதிந்தனவாகவும் மாறியுள்ளதனை சரியான முறையில் உரிய வாதத் திறமையுடன் விளக்கியுள்ளார். அரையர் என்பது ராஜா, அரசர் என்ற பதங்களின் மருஉதான் என்பதனையும் நிறுவியுள்ளார்.

முத்தரையர்களின் குணங்கள் தமிழ் இலக்கியங்களுள் காணப்படும், கூறப்படும் தொன்தமிழர் மரபினின்று பிறழாது இருப்பதனை உரிய, வலிமையான சான்றுகளுடன் எடுத்துக் கூறியுள்ளார். முத்தரையர்கள் தமிழ் உணர்வு மிக்கவர்கள் என்பதனையும், கி.பி. 630 முதலே தமிழையே பேசிய தனித்தமிழ் மரபினர் என்பதைப் பல எடுத்துக்காட்டுகளுடனும் வலிய வாதங்களுடனும் எடுத்தியம்பியுள்ளார்.

மக்களாட்சி முறைக்கும் மனிதநேயத்திற்கும் ஆட்பட்டு பார்ப்பனர்களைப் பேணும் ஆட்சியாளர்களாக இல்லாது இருந்தமையாலேயே இவர்களது வரலாறு திரித்தும், மறைத்தும் கூறப்பட்டது எனும் கூற்றிற்கு வலு சேர்ப்பதாக இவரது வாதங்கள் அமைவதையும் காண இயலுகிறது.

மக்களுக்குப் பயன்படும் பாசன நீர்நிலைகளை அமைத்தல், மக்கள் வழிபாட்டிற்கென கோவில்கள் அமைத்தல் அவற்றைப் பராமரிப்பதற்கென உரிய மானியங்கள் வழங்கி நிரந்தர ஏற்பாடு செய்தல் போன்றவை முத்தரையர்களின் தீர்க்கமான மனிதநேய சிந்தனைகளையும், திட்டமிட்டு செயலாற்றும் பாங்கினையும் சிறந்த நிருவாகத் திறனையும் எடுத்துக்காட்டுவதாக அமைந்துள்ளது.

முத்தரையர்கள் எவ்வாறு தாங்கள் வாழ்ந்த நிலப்பகுதிகளின் தாக்கத்தால் தெலுங்கு, கன்னடம் போன்ற பிற மொழிகளைத் தங்களது தாய்மொழியாக ஏற்க நேர்ந்தது என்பதைத் தெளிவு படுத்துவதுடன், எவ்வாறு மொழியின் தாக்கத்தால் முத்தரையர் என்ற சொல் முதிராஜ், நாயுடு, நாய்க்கர் என மாற்றம் கண்டது என்பதனையும் எடுத்துக் கூறியுள்ளார்.

கல்வெட்டுக்களை எடுத்துக்காட்டி முத்தரையர் இனந்தான் சோழர்கள், கொங்கு முத்தரையர்கள், கங்க முத்தரசர்கள் என பல கிளைகளாக காலப்போக்கில் மாற்றம் பெற்றன என்பதனையும் விளக்கியுள்ளார். நூலாசிரியர் முத்தரையர்கள் சோழர்கள் எனவும், களப்பிரர்கள் எனவும் கருதுவதற்கான சான்றுகளை நன்கு ஆய்ந்து

நடுநிலையில் இருந்து தனது வாதங்களை வைத்துள்ளார்.

முத்தரையர் இனத்தின் பல்வேறு காலச் சூழல்களிலும், சமூகச் சூழல்களிலும் பல உட்பிரிவினராக கருதப்பட்டு வந்துள்ளனர் என்றும், அச்சூழலுக்கு ஏற்ப அவர்களது பட்டப்பெயர்கள் முத்தரையர்கள் என்பதிலிருந்து மாறுபட்டு படையாட்சி, கவுண்டர், அம்பலம், பூசாரி, சேர்வை, ஊராளி என அழைக்கப் பட்டதையும், தொழிலின் அடிப்படையில் முத்தரையர்களான ஆட்சிக்கும் அரசுக் கும் உரிமை பெற்றவர்கள், அம்மரபின் சொந்தக்காரர்கள், சாதிப் பெயர்களை ஏற்க நேர்ந்ததையும் சிறப்புடன் விவரித்துள்ளார்.

ஆசிரியரின் வாதம் இறுதியாக முத்தரையர்களின் தற்கால தாழ் நிலைப்பற்றிய கருத்துக்களை முன்வைத்து தன் வாதத்தினை முடிப்பதாக அமைந்துள்ளது. ஆங்கிலேயரின் வருகை மற்றும் ஆட்சிக் காலம், பின்னர் கிருத்துவ மதத்தினை முத்தரையர்கள் ஏற்றுக் கொண்ட நிலை ஆகியவற்றையும் சுவைபட சுருக்கமாக எழுதியுள்ளார்.

வரலாற்றினை எழுதத் துணிந்த ஆசிரியர் முக்காலத்தையும் தொடவேண்டும் எனும் நோக்கத்திற்கேற்ப முத்தரையர்களின் தற்கால சமூகப் பொருளாதார நிலைகளையும், திருமணம் இறப்பு போன்ற சமூக நிகழ்வுகளையும், திருவிழாக்கள், வழிபாடு போன்ற பக்தி நிகழ்வுகளையும் விவரித்துள்ளார்.

வரலாற்று ஆர்வலர்களும், முத்தரையர் இனப்பற்றாளர்களும், சமூக ஆர்வலர்களும் படித்துப் போற்றிப் பாதுகாக்க வேண்டிய ஒரு அரிய நூலாகவே ''முக்காலம் தொடும் முத்தரையர் வரலாறு'' என்னும் நூலை நான் காண்கிறேன்.

ஒரு ஆய்வு ஏடு போன்று எழுதப்பட்டுள்ள இந்நூலில் முத்தரையர்கள் பற்றி ஆய்வு செய்ய விரும்புவோர் எந்தெந்த பொருள் குறித்து ஆய்வு மேற்கொள்ளலாம் என்பதையும் கூறியுள்ளார். இது இந்நூலின் சிறப்பு ஆகும்.

ஆசிரியருக்கு மனமார்ந்த பாராட்டுதல்களும் வாழ்த்துக்களும்.

இப்படிக்கு

முனைவர் பெ.லோகநாதன்,

எம்.காம்.,எம்.ஃபில்.,பி.எச்.டி.,

முதல்வர், (ஓய்வு) திண்டிவனம் அரசு கலைக்கல்லூரி,

தலைவர், மக்கள் மறுமலர்ச்சி மன்றம்,

மேலாண் அறங்காவலர், மக்கள் மறுமலர்ச்சி மன்றம் கல்வி அறக்கட்டளை, செயலர், அருண்வாசம் மழலையர் மற்றும் தொடக்கப்பள்ளி,

மேல்பத்து, துடையூர்

வாழ்த்துரை

வரலாற்றறிஞர் அ.சவரிமுத்து ஒரு சிறந்த தமிழ்மொழியியல் உருபனியல் ஆய்வாளராகத் திகழ்பவர் ஆவார். காலந்தோறும் முத்தரையர் வரலாறு என்றும் நுண்மாண் நுழைபுலம் மிக்க வரலாற்று நூலை எழுதியுள்ளார். காஞ்சிபுரத்தைத் தலைநகராகக் கொண்ட முத்தரையர்களும், செந்தலையைத் தலைநகராகக் கொண்ட முத்தரையர்களும், தமிழகத்தைச் சிறப்பாக ஆட்சி செய்துள்ளனர்.

தமிழகச் சமூகவியல் வரலாற்றில் வன்னியர் - முத்தரையர் - கள்ளர்கூட்டிணைவு வாழ்வு ஒருகாலத்தில் இருந்திருக்கவேண்டும். பல்லவர்கள் காலத்தில் முத்தரையர் பல்லவர் மணஉறவு மிகுதியும் இருந்ததால், வட தமிழ்நாட்டு வன்னியர், தென்தமிழ்நாட்டு வன்னியர் என்ற வளர்நிலை முத்தரையக் குடிகளின் கூர்தலற வளர்ச்சியாக உள்ளது. தஞ்சையைச் சுற்றியுள்ள கள்ளர்கள் முத்தரையர்களின் பட்டங்களையும், வன்னியரின் பட்டங்களையும் பெற்றிருப்பதும் சமூகவியல் (Sociology) வன்னியரின் பார்வையில் ஆராயப்பட வேண்டும்.

இம்மூன்று இனங்களும் காலந்தோறும் போர்ப்படை இனங்களாக இருந்துள்ளன. பள்ளிகளுள் ஒருவரான முத்தரையன் என வன்னியர் உட்பிரிவாக முத்தரையர்களைக் கூறும் கல்வெட்டு உண்டு. முத்தரையர்கள் நரசிம்மவர்மன் பல்லவனுக்கு நெருங்கிய மணஉறவு உள்ளவர்கள். இன்றைய வன்னியர்கள் தங்களைப் பல்லவர்கள் எனக் கூறுவதை நினைவில் கொள்ளவேண்டும். திண்டுக்கல், மணப்பாறை பகுதியில் உள்ள வன்னியர்கள் இன்றும் வடதமிழகத்து, பள்ளி, படையாட்சி, கவுண்டர் பட்டம் உடைய வன்னியர்களுடன் மணஉறவு உள்ளவர்களாக உள்ளனர்.

சோழப் பேரரசில் நிலவுடைமையாளர்களாக இருந்த ஐயர், பிள்ளைமார்களைச் சார்ந்த குறுநிலக் கிழார்களாக இம்மூன்று இனங்களும் இருந்துள்ளனர். தனி சிற்றரசுகள் இருந்ததும் உண்டு.

வடஇந்தியடையெடுப்பின்போது படையாட்சி, நாய(க்)கர், கவுண்டர் போன்ற பட்டங்கள் நாயக்கர் காலத்தில் சேர்வை போன்ற பட்டங்கள் இவர்களுக்கு உண்டு.

பெரும்பாலான மிகவும் பிற்பட்ட, சீர்மரபினர் சாதிகளில் இம்மூன்று இனங்களும் இருப்பதையும் கவனத்தில் கொள்ள வேண்டியுள்ளது.

பழைய முத்ரையர்குடி, மூத்தகுடியாக முத்தரையர்பட்டத்தோடு மையத் தமிழகத்தில் வாழ்கிறது. மணஉறவு உடைய பட்டங்கள் வேறு சாதிகளாகப் பிரிந்து தொடர்பு இழந்த காலங்களும் உண்டு.

கல்வெட்டு ஆய்வுகள் பலவற்றை இந்நூலில் தந்துள்ள ஆசிரியர், சமூவியல் பார்வையில் களஆய்வு செய்ய வேண்டும்.

ஊர்ப்பெயர்கள் வகையறா, கரைகளின் பெயர்கள், ஊரில் உள்ள இடங்களின் பெயர்கள், கோயில்கள், சிறுதெய்வங்களின் பெயர்கள் இதுபோன்ற ஆய்வுகளுக்கு உரம் சேர்க்கும்.

வன்னியர், முத்தரையர், கள்ளர் சமுதாய ஆய்வாளர்கள் ஒருங்கிணைந்து சேர, சோழ, பாண்டிய, பல்லவ ஆய்வுகளை முன்னெடுத்தால், மேலும் வரலாற்றுச் சமூகவியல் என்ற துறை மலரும்.

நூலாசிரியர் சொல்லாய்வு அறிஞர் அ.சவரிமுத்து அவர்களின் முயற்சி தொடர்க.

அன்புடன்

இ.ரூசை

இணைப் பேராசிரியர், தமிழ்த்துறை,

தூயவளனார் கல்லூரி, திருச்சிராப்பள்ளி-2.

உள்ளடக்கம்

முத்தரையர்

1. நேற்று, இன்று, நாளை

நேற்று

தமிழ்கூறும் நல்லுலகத்து எல்லைகளாகத் தொல்காப்பியத்தின் பாயிரப் பாடல்,

"வட வேங்கடம் தென்குமரி
ஆயிடைத் தமிழ்கூறும் நல்லுலகத்து"

என்று கூறும்.

தமிழ்க்கூறும் நல்லுலகத்தின் காலத்தைப் பத்து வகையாக வகைப்படுத்தலாம்.

1. தொல் பழங்காலம், 2. பழங்காலம், 3. மூன்று சங்கங்கள் இருந்த காலம், 4. சங்கம் மறுவிய காலம், 5. பக்திக் காலம், 6. இடைக்காலம், 7. பிற்காலம், 8. ஆங்கிலேயர் ஆட்சிக்காலம், 9. தற்காலம், 10. வருங்காலம்.

(1) தொல் பழங்காலம்

முதன்முதலில் ஆப்பிரிக்காவில் நடுநிலை புவிமண்டல வெப்பமையக் கோட்டில் மாந்தன் தோன்றினான். நிமிர்ந்த நடைபெற்று பிறகு உலகமெல்லாம் பரவத் தொடங்கினான். ஆப்பிரிக்காவில் இருந்து வடக்கு நோக்கி நகர்ந்து மெல்ல மெல்ல வடக்கு, வடமேற்கு, வடகிழக்கு, கிழக்கு என்று உலகமெல்லாம் பரவின காலம். மெல்ல இந்தியா வந்து, இந்தியா முழுமையும் பரவின காலம், அது பழைய கற்காலம், ஆடையாக இலை களையும் பட்டைகளையும் உடுத்திக் கொண்ட காலம், சைகை மொழிப் பேசியகாலம், நெருப்பின் பயன்பாடு அறியாத காலம்,இந்தியாவிற்குள்வந்த பழைய கற்கால மக்கள்சீனா, நிப்பான் போன்ற நாடுகளிலும் ஒரு பகுதியினர் ஆசுத்திரேலியா கீழ்த்திசை

நாடுகளில் பரவும்போது மொழியைக் கண்டறிந்தனர். அதனால் ஆசுத்தேரேலியன் பழங்குடி மக்களின் மூவிடப் பெயர்களும் தமிழ்மக்கள் மூவிடப் பெயர்களும் ஒத்துள்ளன. இதன் காலம் கி.மு. 1,00,000 முதல் கி.மு. 50,000 முடிய. இக்காலத்தில் ஆசியா, ஐரோப்பியா நாடுகளிலும் மக்கள் பரவத் தொடங்கினார்கள்.

(2) பழங்காலம்

புதிய கற்காலம், செம்புகாலம், இரும்பு காலம் இவற்றை உள்ளடக்கிய காலத்தில் மெசப்பட்டோமியா, சிந்துசமவெளியின் மொகஞ்சதோரோ, அரப்பா நாகரிகங்கள் எல்லாம் பழங்காலக் கடைகோடியில் தோன்றின.

காலம்:- கி.மு. 50000 முதல் கி.மு. 3000 முடிய. இக்காலத்தில் உலகமெல்லாம் தொல்பழந்தமிழே ஆட்சி மொழி.

(3) முச்சங்கக் காலம்

(அ) முதற் சங்கம் : இதனைத் தலைச் சங்கம் என்று கூறுவர். இந்த கால ஓட்டத்தில் இந்தியா முழுவதும் ஆரியர் என்ற இனமே இல்லை. ஆரியர் இல்லாத இந்தியாவாக இருந்தது. அப்போது பழந்தமிழே ஆட்சிமொழி. அதனால்தான் இன்றும் வடநாட்டில் தமிழின மொழிகள் (திராவிட மொழிகள்) பேசப்படுகின்றன. இதே காலக் கட்டத்தில் தமிழ் இந்தியா முழுவதும் பேசப்பட்டது. இதே காலக் கட்டத்தில் இந்தியாவின் தெற்கே ஆரியர் இல்லாத தமிழகமாக விளங்கியது. பழந்தமிழே கருத்து பரிமாற்ற மொழி! காலம்: கி.மு. 10000 முதல் கி.மு. 3000.

(ஆ) இடைச்சங்கம்: இந்த இடைச்சங்கத் தொடக்ககாலத்தில் அகத்தியர் 49 வேளிர்களைத் தென்னாடு நோக்கி அழைத்து வந்த காலம். அதில் ஒரு வேளிர் வல்லத்து வேளிர் அந்த வல்லத்து வேளிர் முத்தரையர்களின் முன்னோடி ஆவார். இந்தக் காலக் கட்டத்தின் முதலில்தான் சிந்து சமவெளி நாகரிகம் ஆரியர்களால் அழிக்கப்பட்டது. தொடக்கத்தில் மைய ஆசியா (மத்திய ஆசியா) வில் இருந்து புறப்பட்டு வந்த ஆரியர் பாரசீகம் வழியாக கைபர் போலன் இமயமலை கணவாய்கள் வழியாக இந்தியாவிற்குள் நுழைந்தனர். அப்போது உருக்குவேதம் பாடப்பட்டது. ஆரியர்கள் நாடோடிகள்! சிற்றூர் (கிராம) நாகரிகம் கொண்டவர் கள். சிந்துசமவெளி மக்கள் நகர நாகரிகம் கொண்டவர்கள்.

இடைச்சங்கக் காலத்தில் ஆரியர்கள் விந்தியமலையைக் கடந்து, தமிழ்க் கூறும் வேங்கடமலைக்குத் தெற்கே வந்து சேர்ந்தார்கள். அப்போது தொல்காப்பியம் எழுதப்பட்டு மக்களை வழிப்படுத்தும் நூலாக அமைந்தது. அதற்கு முன்னர் தலைச்சங்கம் முதல் தொல்காப்பியம் தோன்றும் வரை 'ஐந்திரம்' என்ற நூலே இலக்கண நூலாக அமைந்தது. தொல்காப்பியம் எழுதப்பட்ட காலம் கி.மு. 700. இங்கே எல்லாம் முத்தரையர்களும் கலந்து வாழ்ந்து இருக்கிறார்கள். அப்போது

1. **வேளாண் மாந்தர்க்கு உழுதூண் அல்லது**
   இல்லென மொழிப பிறவகை நிகழ்ச்சி.

தொல்-மரபியல்- 81 நூற்பா

2. **ஆயர் வேட்டுவர் ஆடூஉத் திணைப்பெயர்**
   ஆவயின் வருஉம் கிழவரும் உளரே.

தொல்-பொருள்-அகத்திணை - நூற்பா 23

3. **அடியோர் பாங்கினும் வினைவலர் பாங்கினும்**
   கடிவரை இலபுறத் தென்மனார் புலவர்.

தொல்-பொருள்-அகத்திணை 25

4. **வேந்திடை தெரிதல் வேண்டி ஏந்துபுகழ்ப்**
   போந்தை வேம்பே ஆரென வருஉம்
   மாபெருந் தானையர் மலைந்த பூவும்.

தொல்-பொருள்-புறத்திணை 5 (3-5)

இந்த நான்கு நூற்பாக்களில் தமிழக மக்களும் முத்தரையர்களும் அடங்குவர்.

1. முதல் நூற்பா வேளாண்மை மக்களைக் குறிக்கும். இன்று முத்தரையர்கள் வேளாண் தொழில் செய்பவர்கள்.
2. இரண்டாவது நூற்பா ஆயர், வேட்டுவர்களைப் பற்றி விவரிக்கிறது. இதில் முத்தரையர்களை வேட்டுவர்களாகக் கொண்டு எழுதப்பட வாய்ப்புண்டு. இன்று வேட்டுவர் கவுண்டர் முத்தரையர் இனக் குழுவில் உள்ளவர்களாவர்.
3. மூன்றாவது நூற்பா எடுபிடிகளை ஏவியும், பிறரை ஏவியும் பணிசெய்ய வைப்பவர்கள் போன்றவற்றில் முத்தரையர்களும்

அடங்குவர். இதுவெல்லாம் இடைச்சங்கக் கால நிலை ஆகும்.

அப்போதே வேப்பம்பூமாலை அணிந்த பாண்டியனும் அத்திப் பூமாலை அணிந்த சோழனும் பனம்பூமாலை அணிந்த சேரனும் ஆண்டனர் என்பதை தொல்காப்பியம் தெளிவாகக் காட்டுகிறது. அந்தக் காலக் கட்டத்தில் முத்தரையர் மக்கள் கொள்ளிடம் காவிரிக்கரை ஓரமாக வாழ்ந்துள்ளனர் என்பதை உணரலாம். கி.மு.3000 முதல் கி.மு. 500 முடிய இடைச்சங்க காலம்.

(இ) கடைச்சங்கம் : கடைச்சங்கக் காலம் அல்லது கடைக் கழக அவை என்பர். தொல்காப்பியம் பற்பல திருத்தங்கள் செய்யப்பட்டு ஏற்று கொள்ளப்பட்டது. தொல்காப்பியம் எழுதப்பட்ட காலம் கி.மு.700. கடைச்சங்ககாலம் கி.மு. 500 முதல் கி.பி.250 முடிய.

இந்தக் காலக்கட்டத்தில் பத்துப்பாட்டு, எட்டுத் தொகை நூல்கள் எழுதப்பட்டன. அதில் கலித்தொகை என்ற கடைச் சங்க கால நூலில் 'ஏறு தழுவுதல்' பற்றிப் பேசப்படுகிறது. ஏறு தழுவுதலில் இன்றுவரை முத்தரைய நாட்டு மக்களே முழுமையாக ஈடுபடுகிறார்கள். ஆனால் தனியாக முத்தரையர் என்ற இனமக்கள் தாம் என்று வெளிப்படையாகப் பேசப்படவில்லை.

(4) சங்கம் மறுவிய காலம் (களப்பிரர் காலம்)

இதன் காலம் கி.பி.250 முதல் கி.பி. 575 முடிய உள்ள காலம். மலைநாட்டுத் தமிழர்களும் கங்கர்களும் பொறையர்களும் ஒன்று கூடி சமவெளித் தமிழர்களான சேர, சோழ, பாண்டியர்களை வென்று அடக்கி யானைக் கொடியின் கீழ் ஆண்டு வந்தனர். இக்காலத்தில் திருக்குறள் தவிர மீதி 17ம் எழுதப்பட்ட காலம். ஐம்பெரும் காப்பியங்களில் சிலப்பதிகாரம் மணிமேகலை தவிர சீவக சிந்தாமணி, வளையாபதி, குண்டலகேசி எழுதப்பட்ட காலம். கடைச்சங்க காலத்திலேயே, புதுக்கோட்டை மாவட்டம் திருவரங்குளம் செப்பு பட்டயத்தில்,

''கரிகால் சோழன் குழுவினராகிய சூரிய குல முத்தரையர்'' என்று குறிக்கப்பட்டதாக புதுகை திரு. திருமலை நம்பி மூலம் அறியவும் நேர்ந்தது என்று ''முத்தரைய சோழர் வரலாறு'' எழுதிய திரு. சி. சுந்தரராஜன் சேர்வை கூறுகிறார். ஆகக் கடைச் சங்க காலத்தில் முத்தரையர் இனம் உருவாகிவிட்டது என்பதை

உணரலாம். களப்பிரர்களும் முத்தரையர்களும் ஒரு வகைப்பட்ட இனத்தவரே என்றும், களப்பிரரின் வழிவழித் தோன்றல்களே முத்தரையர்கள் என்றும் ஒத்துக்கொண்டால் முத்தரையர் இனம் அப்போதே தெரிநிலை இனமாகத் தோன்றி உள்ளது என்று ஒத்துக் கொள்ளலாம். பின்னர் விளக்கமாக ஆய்வு செய்யப்படும்.

(5) பக்திநெறிக் காலம்

சமணம், பௌத்தம் சங்கம் மறுவிய காலத்தில் நாடெங்கும் பரப்பப்பட்டு செழிப்பாக இருந்தன. அதை விரட்டியடிக்க சைவ நாயன்மார்களும் வைணவ ஆழ்வார்களும் முயன்று போராடி னார்கள். தேவாரமும், நாலாயிரத் திவ்வியப் பிரபந்தம் பாடப் பட்ட காலம்.

களப்பிரர்கள் விரட்டியடிக்கப்பட்டு பல்லவ நாட்டில் பல்லவன் சிம்ம விஷ்ணுவும் பாண்டிய நாட்டில் பாண்டியன் கடுங்கோனும் ஆட்சி பீடம் ஏறினார்கள். இந்தக் காலக் கட்டத்தில் முத்தரையஅரசு என்ற புதிய அரசு முளைத்தது. சிதைந்த களப்பிரர் அரசு மாற்று உரு எடுத்து முத்தரைய அரசாக மாறியதா? அல்லது இருந்த அரையர்கள், திரையர்கள் ஒன்றுகூடி உருவாக்கப்பட்டதா? கி.பி. 575 முதல் கி.பி.850 முடிய இந்தப் புதிய முத்தரையர் அரசின் சிறப்பான காலம் இதுதான். இந்த அரசு பல்லவ நாட்டுக்கும் பாண்டிய நாட்டும் இடையில் முத்தரைய அரசு ஆப்பு சொருகியது போல அமைந்து இருந்தது. பழையாறைச் சோழர்கள் ஓரங்கட்டப்பட்டு சிற்றரசிலும் சிற்றரசாக இருந்தனர்.

பாண்டிய நாட்டுக்கும் பல்லவநாட்டுக்கும் இடையில் அமைந்தது முத்தரையர் நாடு. அதில் முத்தரையர் அரசு வீறு கொண்டு எழுச்சியுடன் ஆண்டு வந்தனர். இந்த க் காலம் முத்தரைய மக்களின் பொற்காலம் ஆகும். பல்லவ அரசிற்கும் பாண்டிய அரசி ற்கும் பாதுகாப்பாக அமைந்தது முத்தரைய அரசு. இந்த காலக் கட்டத்தில் மகேந்திரவர்மன், நரசிம்மவர்மர் போன்ற பேரரசர்கள் ஆண்டு இருக்கிறார்கள்.

(6) இடைக்காலம்

பல்லவர்களின் வீழ்ச்சியே பிற்காலச் சோழர்களின் எழுச்சியாகும். இடைக்காலப் பாண்டியர்களுக்கும் எதிரியாக, சிம்ம சொப்பனமாக அமைந்தது பிற்காலச் சோழப் பேரரசு. இந்த

நேரத்தில் முத்தரைய அரசு வீழ்ந்து சோழப் பேரரசில் மெல்ல மெல்ல அடங்கிப் போனது. சோழப் பேரரசில் முத்தரையர்கள் அலுவலக அதிகாரிகளாக அமைந்து பணி செய்தார்கள். இந்தக் காலக் கட்டத்தில் விசயாலயன், உத்தமசோழன், சுந்தரசே ாழன், முதலாம் இராச இராசன், முதலாம் இராசேந்திரசோழன், இராசாதி இராசன், சோழன், குலோத்துங்க சோழன் என்று முக்கியமான வர்கள் ஆட்சி செய்தனர். காலம் கி.பி. 850 முதல் கி.பி. 1200 முடிய.

(7) பிற்காலம்

இராசாதி இராசனுக்கு ஆண் வாரிசு இல்லாத காரணத்தால், சாளுக்கிய இளவரசன் குலோத்துங்கன் சாளுக்கிய நாட்டில் இருந்து சோழநாட்டுக்கு வந்து, தஞ்சையில் மன்னனாகப் பதவி ஏற்றுக் கொண்டான். அது முதல் ஆட்சி வந்தேறிகளின் கைவசம் கைமாறியது. அந்நியர் ஆட்சியாக மாறிவிட்டது. தொடர்ந்து அந்நியர்களிடம் ஆட்சி இருந்து வருகிறது. முதலாம் குலோத்துங்கச் சோழன் ஆட்சி மாற்றார் ஆட்சியானது. சோழர்களின் ஆட்சிக்குப் பின் மாற்றாரின் ஆட்சியாக மாறியது. அந்நிய மொழி தெலுங்கு பேசும் சோழர்களின் வசம் மாறியது. சிலகாலம் மட்டும் பிற்காலப் பாண்டியர்கள் ஆண்டனர். இவர்களுக்கெல்லாம் முத்தரையர்கள் உறுதுணையாக இருந்தனர். பிறகு விசயநகரப் பேரரசு, விசயநகரப் பேரரசின் வாரிசு நாயக்கர்கள் ஆட்சி, மாலிக்காப்பூர் படையெடுப்பு, அதனால் முகமதியர் நவாப்புகளின் ஆட்சி சிவாஜி, சாம்பாஜி படை எடுப்பால் மராட்டியர்களின் ஆட்சியில் சிறு சிறு அதிகாரிகளாக மாறினார்கள். கடைநிலை மக்களாக, வேளாண்மைக்காரர்களின் கூலிகளாக மாறினார்கள்.

தெலுங்கு பேசும் பாளையக்காரர்களும் (வீரபாண்டிய கட்ட பொம்மு போல) தமிழ்ப் பேசும் பாளையக்காரர்களும் (எட்டையப் புரத்து அரசர், புலித்தேவன் போல) நவாப்புகளும் (ஆர்க்காட்டு நவாப்பு) ஆட்சி செய்த காலம். கி.பி.1200 முதல் கி.பி. 1700. இந்தக் காலக் கட்டத்தில் முத்தரையர்கள் சிறு விவசாயிகளாகவும் குறு விவசாயிகளாகவும், கூலிகளாகவும் மாறினர். போர் வீரர்களாகவும் இருந்தனர்.

(8) ஆங்கிலேயர் ஆட்சிக் காலம்

இதில் முற்பகுதி பாளையக்காரர்கள், முகமதிய நவாப்புகள் ஆட்சி, நாயக்கர் ஆட்சி, மாராட்டியர்களின் ஆட்சி, இவர்களிடம் இருந்து ஆங்கிலேயர்கள் ஆட்சியைக் கைப்பற்றினார்கள். ஆங்கிலேயர் களுக்குப் போர்த்துக்கீசியர்களும் பிரஞ்சுகாரர்களும் வழிகாட்டினர். இதில் முதலில் ஆட்சியைத் தமிழ்நாட்டில் பிடித்தவர் பிரெஞ்சு ஆளுநர் டூப்ளே ஆவார். ஆங்கிலேயர்களுக்கு முன்னோடியாக வழிகாட்டியவர் இராபர்ட்டு கிளைவு ஆவார். இந்தக் காலக் கட்டத்தில் முத்தரையர்கள் கூலிகளாக ஆனார்கள். சென்னையின் ஒரு பகுதியான 'மெட்ராசு' என்பதை முத்துராஜ் என்பவரிடம் வாங்கி மெட்ராசு ஆக்கினார்கள். இதைத்தவிர பெரிய செயல்களில் ஈடுபாடு இல்லை. ஆங்கிலேயர்களின் ஆட்சிக்காலம் கி.பி. 1750 முதல் கி.பி.1947 முடிய இந்தியா விடுதலைப் பெறும் வரை இந்த காலக் கட்டத்தில் முத்தரையர் களின் நிலை என்ன? என்று ஆய்தல்.

(9) தற்காலம்

கி.பி. 1947 முதல் இன்று வரை மக்களாட்சியின் பயணம், இந்திய திருநாட்டில் மக்களாட்சி மலர்ந்த மக்கள்நிலை என்ன? முத்தரைய மக்களின் நிலை என்று ஆய்தல்.

(10) வருங்காலம்

இன்று முதல் வருங்காலத்தின் நாட்டின் நிலையை ஆராய்தல் கூட அறிவியல் தொழில், கல்வி உலகம், வானியல், கலை, ஆன்மீகம், தொழில்நுட்பம் இவற்றின் வளர்ச்சி ஆய்தல். இதில் முத்தரையர்களின் முன்னேற்றம் வளர்ச்சி ஆராய்தல்.

சங்ககாலம் - திரையர்கள்

சங்க காலத்தில் முத்தரையர் சொல்லாட்சி இல்லை. பல்வேல் திரையன், மூத்த திரையன், இளைய திரையன், இளந்திரையன் சொல்லாட்சிகள் உள்ளன. வேங்கட மலையில் உள்ள மூத்த திரையனிடமிருந்து காஞ்சியிலுள்ள இளைய திரையன் தன் கன்று ஈன்ற பைங்கண் யானைகளுக்கு முற்றாத மூங்கில் குருத்துக்களைக் கொண்டு வந்தான் என்று காட்டூர் கிழார் மகனான கண்ணனார் என்பவர் பாடியுள்ளார்.

❖ ❖ ❖

2. முத்தரையர் நாடு

வான் புகழ் மூவர் தண்பொழில் வரைப்பில் ஆன தமிழகத்தில்

"போந்தை வேம்பே ஆரென வருஉம்
மாபெருந் தானையர் மலைந்த பூவும்".

என்பார் தொல்காப்பியர்,

பனம் பூவைச் சூடிய சேரர்களின் நாட்டிற்கும் கிழக்கு, வேப்பம் பூவைச் சூடிய பாண்டிய நாட்டிற்கும் வடக்கு, அத்திமாலைச் சூடிய சோழநாட்டின் மேற்குப் பகுதியையே முத்தரையர் நாடு என்பர். சேர, சோழ, பாண்டியப் பகுதிகள் ஒருங்கிணையும் இடத்தில் உள்ளது முத்தரைய நாடு. முல்லை, மருதம், திணைகளை இடமாகக் கொண்டு வாழ்ந்த, வாழ்கின்ற, வாழும் மக்களினம் உள்ளநாடு முத்தரையர் நாடு.

சேரநாடு, சோழநாடு, பாண்டியநாடு மூன்றும் ஒன்று சேரும் மையப் பகுதியே முத்தரையநாடு. காவிரி, கொள்ளிடம் இரண்டு ஆறுகளின் பாசன வசதி அடங்கியப் பகுதியே முத்தரைய நாடாகும். இதைத் தவிர மற்ற பகுதிகளிலும் முத்தரையர்கள் வாழ்கிறார்கள். முத்தரைய மக்கள் அடர்த்தியாக வாழுமிடம் தமிழகத்தின் மையப் பகுதியாகும்.

திருச்சி, புதுக்கோட்டை, திண்டுக்கல், கரூர் முழு மாவட்டங்களும், தஞ்சையின் மேற்குப்பகுதி, பட்டுக்கோட்டை, பேராஊருணிப் பகுதியும், அரியலூரில் திருமானூர் பகுதி, பெரம்பலூரில் மேற்குப் பகுதி ஆகியவற்றில் முத்தரையர்கள் அடர்த்தியாக வாழ்கிறார்கள். மதுரை வடக்குப் பகுதி, மேலூர் பகுதி, நெல்லை மாவட்டப் பகுதிகள், சிவகங்கை மாவட்டப் பகுதிகள், வேலூர், நாமக்கல், சேலம், ஈரோடு, நாகை மாவட்டப் பகுதிகளில் பரவலாகவும் முத்தரையர்கள் வாழ்கிறார்கள். கரூர், ஈரோடு முதல் தஞ்சை, கும்பகோணம் முடிய காவிரிக் கரையின் இருபுறமும் பாசனவசதிப் பெறும் பகுதிகளில் அடர்த்தியாக

வாழ்கிறார்கள்.

முத்தரையர்களை மட்டும் எடுத்துக்கொண்டால் முழுமையான முழு முதல் தமிழர்கள் ஆவார். செந்தமிழ் மக்களாவார்கள். பிற்காலத்தில் ரேநாடு - இராயல சீமாவில் இருந்து வந்து குடியேறியவர்கள் வீட்டுக்குள் தெலுங்கும் வெளிஉலகில் தமிழும் பேசக் கூடியவர்கள். அவர்கள் நாயுடு, நாயக்கர்களாக வந்து முத்தரையர் களோடு கலந்தனர்.

அதனால் அறிவது யாதெனில், பழந்தமிழ் இனமான முத்தரையர்கள் சத்திரியர் குல மக்களாவார்கள்; வீரமிக்கவர்கள்; பிறருக்காகச் சண்டை இடும் குணமுடையவர்கள். அதை மற்றவர்கள் பயன்படுத்திக் கொண்டனர்.

முத்தரையர் பெயர் விளக்கம்

பல் வேல் தரையன், பழுவேட்டரையன், தொண்டைமான் இளந்திரையன், ஆதிரையன், வல்லத்து அரையன், கொங்கண அரையன் என்று பல அரையர்கள் உண்டு. அரையர்களுக்கு என்று ஒரு நாடு உண்டு. அதுவே 'ரே நாடு' எனவும், 'அரையர் நாடு' எனவும் கூறப்பட்டது.

மூன்று+ தரையர்	=	மூன்று தரையர் → முத்தரையர்
முது + அரையர்	=	முதரையர் → முத்தரையர்
மூது+ அரையர்	=	மூதரையர் → முத்தரையர்
மூத்த+ அரையர்	=	மூத்தரையர் → முத்தரையர்
முத்து + அரையர்	=	முத்தரையர்
முத்து+ இராசா	=	முத்துராசா
முத்த+இராஜா	=	முத்துஇராஜா

இடைச்சங்கக் காலத்திலேயே நிலந்தருவிற் பாண்டியனின் கபாடபுரத்தில் இருந்த புலவர்களில் ஒருவர் திரையன் மாறன் என்பவரும் ஒருவர்.

முத்துக்களை முத்துக் குளித்தல் முறையில் கடலில் மூழ்கி எடுத்த குழுவினருக்கு முத்து இராஜா எனவும் முத்திரியர் என்று முத்துடன் இணைத்துப் பேசப்படுகிறது. ஆனால் முத்தரையர்

வாழ்விடம் காலம் காலமாக உள்நாட்டுப் பகுதியில் இருந்து வந்தது. அதுவும் குறிப்பாகக் காவிரிக்கரை பகுதியில் காலம் காலமாக வாழ்ந்து வந்தனர். அதனால் முத்து குளித்தல் தொழிலுக்கும் முத்தரையர்களுக்கும் தொடர்பு இல்லை என்று உணரலாம்.

முத்தரையர் என்பது நில அடிப்படையில் ஏற்பட்டு பின்னர் சாதிப் பெயராக மாறியதாகும். சேர, சோழ, பாண்டிய நாடுகளுக்கு நடுவில் அமைந்த நாடாக அமைந்து அதுவே மக்களின் இனக்குழுப் பெயராக மாறியது. முத்தரை= மூன்று தரை. காவிரிக்கரை இரு ஓரமும், காவிரியின் கிளை வாய்க்கால்கள் பாயும் பகுதிகள். இது கடைச்சங்கக் காலத்தில் 'கிள்ளி வள சோழநாடு' என்று அழைக்கப்பட்டது. இதற்குச் சோழ அரசன் 'கிள்ளி' ஆவான்.

காவிரிஆறு

குடகு மலையில் பிறந்து குறிஞ்சி நிலத்தைக் கடந்து முல்லை நிலத்தை, மேட்டூர் என்பதை, அடையும்போது சோழநாடு, தொடங்குகிறது. அந்தச் சோழநாட்டின் எல்லையை மாற்ற கடைச் சங்க காலத்தில் பொறையர்களும் சோழர்களும் அடிக்கடி சண்டை இட்டனர். பிறகு கரூரே மேற்கு எல்லையாக சோழநாட்டுக்கு அமைந்தது. முத்தரையர்கள் குடியிருப்புகள் கரூர் முதல் தஞ்சை வரை அடர்த்தியாக பழங்காலம் முதல் இன்று வரை உள்ளன. சோழன் கரிகால்வளவனும் சேரமான் பெருஞ் சேரலாதனும் கூட போரிட்டு எல்லையைக் காத்துக்கொள்ள முயன்றனர்.

சோழர்களின் குடிப்பெயராகச் செம்பியன், சென்னி, கிள்ளி, வளவன் என்பன பெருவழக்குடைய பெயர்களாகும். இதில் 'சென்னி' என்பது காவிரி பாயும் கடைமடைப் பகுதியில் அரசாண்ட சோழர்குல இளவலின் வழிவந்தவர்களைக் குறிக்கும் சொல் சென்னி. செழுநீர்–சென்னி. சமவெளிப் பகுதியில் வயலிற்கு மடையில் அமைதியாக ஓடி நிரப்பி வளத்தைத் தரக்கூடிய நீர் செழு நீர் ஆகும். கல்லணைக்குப் பிறகு பல ஆறுகளாகப் பிரிந்து பயன்படக் கூடியநீர் செழுநீர் ஆகும். செழுநீரார் – சென்னியர்.

செழுநீர் நிலத்தை, காவிரியின் கடைப் பகுதி, நிலப் பகுதியை, பூம்புகார், திருவாரூர், நெய்தலங்கானல், போன்ற ஊர்களைத் தலைநகர்களாகக் கொண்டு ஆண்டவர் சென்னியர் ஆவார்.

'கிள்ளி' சோழப் பரம்பரையினர் திருக்காட்டுப்பள்ளிக்கு

மேற்குப் பகுதியை ஆண்ட சோழர்களின் கிளைப் பிரிவினர் ஆவார்.

கிள்ளி = வெட்டி, பிரித்து, சோழநாட்டைப் பிரித்து ஆண்ட கிளை சோழப் பரம்பரையினர் ஆவார். இவர்கள் ஆண்ட பகுதியில் காவிரியின் கிளை ஆறுகள் உருவாகி கிளை வாய்க்கால் பிரியக்கூடிய பகுதிகள் அமைந்துள்ளன.

காவிரி சமவெளியை அடைந்த இடம் மெல்ல மலை யிலிருந்து மேட்டிலிருந்து இறங்கி முழு காவிரி ஆறாக உருவெடுத்து ஓடக்கூடியப் பகுதியாகும். இந்த பகுதியில் உள்ள ஊர்கள் : கிள்ளியூர் (கிளியூர்), கிள்ளியனூர் (கிளியனூர்), கிள்ளுக்கோட்டை. கிள்ளுக்கூடு (கிளிக்கூடு), காணக்கிள்ளியன் நல்லூர்.

கிளிக்கூடு என்ற ஊர் கல்லணைக்கு ஒரு கிலோமீட்டர் மேற்கில் உள்ளது. கிள்ளிக்கூடு என்பதே கிளிக்கூடு ஆக மறுவி உள்ளது. இங்கே காவிரியும் கொள்ளிடமும் பிரிந்து வந்து மீண்டும் கூடி மணற்போக்கியாகப் பிரிந்து செல்லுமிடத்தில் அமைந்துள்ள ஊர் கிள்ளிக்கூடு. இது திருவரங்கத்தை அரங்கமாக (தீவாக) ஆக்கி, முடித்து வைக்குமிடம்.

தெரிநிலையாக இடைக்காலத்தில் முத்தரையர்களின் அரசு அமைந்த இடமாகும். நியமம், செந்தலை, தஞ்சை, திருப்பைஞ்ஞீலி, புதுக்கோட்டை, கரூர், ஆலூர், உறையூர், கிள்ளுக்கோட்டை போன்ற ஊர்கள் ஒவ்வொரு காலத்தில் ஒவ்வொரு ஊர் முத்தரைய நாட்டுத் தலைநகரமாக இருந்து வந்தது.

❖ ❖ ❖

---

1. பழங்காலச் சோழர்களின் வரலாறு - ஆசிரியர் அ. சவரிமுத்து பக்கம் 28)

3. முத்தரையர்கள் என்பவர்கள் யார்?

தொல்பழங்காலம் முதல் இந்நாட்டில் வாழ்ந்த மறவர்கூட்டம் வேட்டை ஆடுதல், உள்ளூர் நீர் நிலைகளில் மீன் பிடித்தல், வேளாண்மை செய்தல், வேளாண்மை செய்பவருக்கு உதவுதல். போரில்லாத காலங்களிலேயே இதுபோன்ற செயல்களில் ஈடுபடுவர்.

கடல்கிளர்ந் தன்ன கட்டூர் நாப்பண்
வெந்துவாய் வடிந்த வேல்தலைப் பெயரித்
தோடு உகைத்து எழுந்தருஉத் துரந்து எறி ஞாட்பின்
வருபடை போழ்ந்து வாய்ப்பட விலங்கி
இடைப்படை அழுவத்துச் சிதைந்துவேறுஆகிய
சிறப்புடைய யாளன் மாண்புகண்டு அருளி
வாடுமுலை ஊறிச் சுரந்தன்
ஓடாப் பூட்கை விடலை தாய்க்கே.

புறநானூறு பாடல் எண் 295 ஔவையார் பாடியது; போர்க்களத்திலே கூரிய வேலை கைப்பற்றியவனாகப் பகைவரின் முன்னணிப் படையைப் பிளந்து ஊடுருவிச் சென்று அழித்தான் ஒரு மறவன். அதுபோன்ற குணம்படைத்தவனே முத்தரையன்.

வெண்ணெய்க்குத் தொன்னை ஆதாரமா?
தொன்னைக்கு வெண்ணெய் ஆதாரமா?

என்பது பழமொழி. ஒரு நாட்டுக்கு, முடிசூடிய நாட்டிற்கு, மன்னராட்சி உள்ள நாட்டிற்கு ஒரே ஒரு மன்னன் மட்டுமே இருப்பான். மற்றவர்கள் அமைச்சர்கள், அலுவலர்கள், போர்ப் படைவீரர்கள், மற்றவர்கள் குடிமக்கள். அதுபோல முத்தரைய நாட்டிலும் ஒரே ஒருவர் மட்டும் அரையர்; மற்றவர்கள் குடிமக்கள்; எல்லோரும் இந்நாட்டு மன்னர் என்ற அடிப்படையில், மக்களாட்சி முறையில் யாவரும் அரசர் என்ற பாங்கு உண்டு. முத்தரைய நாடு என்ற ஒன்று இருந்தகாலத்தில் 'மக்கள் ஆட்சி' இல்லை. எல்லோரும் அரையர்கள் இல்லை; அப்புறம் எப்படி எல்லோருக்கும் அரையர்,

அரசர் பட்டம் வந்து ஒட்டி இருக்கும்?

அந்தணர், அரசர், வைசியர் (வணிகர்) வேளாளர் என்ற மக்கள் பிரிவினை தொல்காப்பியர் காலத்துப் பிரிவினை; அதன்பின்னர் பிராமணர், அரசர், வைசியர், சூத்திரர் என்று மாற்றம் ஏற்பட்டது. இது வடநாட்டில் இருந்து பிராமணர், சத்திரியர், வைசியர், சூத்திரர் என்பதிலிருந்து எழுந்து தமிழ்நாட்டிற்குள் நுழைந்தது. சத்திரியர்கள் எனப்படுவோர்கள், அரசப் பரம்பரையினர். அந்த ''சத்திரியர்கள்'' எனப்படுவோர் ''அரையர்'' என்று மொழி மாற்றம் செய்யப் பட்டு இருக்கக் கூடும். சத்திரியர்கள் எல்லோரும் அரசர் கள் இல்லை; ஆனால் அரசர்களாகவும் தகுதி உடையவர்கள். பன்னெடுங் காலமாக 'மறவர்' என்று கூறப்பட்டனர். சத்திரியர் காவிரி பாயும் நாட்டில் சேர, சோழ, பாண்டிய நாடுகள் சந்திக்கும் மையத் தமிழ்நாட்டு மறவர்கள் முத்தரையர்களாக மாறினார்கள். அவர்கள் உண்மையில் சத்திரியர்களே ஆவார்கள். முத்தரையர்கள், திரையர்கள், மறவர்கள், சேர, சோழ, பாண்டிய அரசர்கள், மலையமான், தொண்டைமான், அதிகமான், கடையேழு வள்ளல்கள் யாவரும் சத்திரியர்களே ஆவார். போர் என்றால் சண்டைக்கு உடனே புறப்படும் குணம் உடையவர்களே மறவர்கள் அல்லது சத்திரியர்கள்.

அந்த வகையில் முத்தரையர் போர்க்குணம் பிறப்பிலேயே உடையவர்கள். பிறவியிலேயே சத்திரியர்கள். அதனால் 'அரையர்கள்' பட்டம் எல்லோருக்கும் உண்டு. சங்கக் காலம் முதல் இன்றுவரை எதையும் சிந்திக்காமல் எடுத்த எடுப்பிலே அடிதடியில் இறங்கும் வீரம் மிக்கவர்கள். அதனால் சங்கக் காலத்தில் மறவர்கள் எனப்படும் காவிரிக்கரைவாழ் முத்தரையர்கள் சத்திரியர்களே ஆவார். ஆனால் பிற்காலத்தில் பிற்பட்டவர்களாக ஆக்கப்பட்டவர்களாவார்.

மனுதர்ம சாத்திர அடிப்படையில் முத்தரையர்கள் எல்லோரும் சத்திரியர்களே ஆவார். பின்னால் பார்ப்பனக் குடியிருப்புகளுக்கும் ஊர் நாட்டாண்மையாகவும், ஊர் நாட்டாண்மைக்குப் பாதுகாப்பும் செய்யும் பொறுப்பு முத்தரையர்களிடம் இருந்தது. அதனால் 'அம்பலம்', 'அம்பலக்காரர்' என்று அழைக்கபபட்டனர். 'காவல்காரர்' என்று அழைக்கப்பட்டனர்.

'கல்லணை என்ற அணை கரிகால் சோழனால் காவிரியில் கட்டப்பட்டு காவிரியைக் காவிரி என்றும் விண்ணாறு என்றும் பிரிக்கப்பயன்படுகிறது. தஞ்சை மாவட்ட செழுமைக்குக்

கல்லணையே காரணம்' மீதி வெள்ளநீர் கொள்ளிடத்தில் வடிந்தோடக் கொள்ளிடத்திற்குக் காவிரியில் இருந்து வடிகால் போக்கும் சறுக்கையும் அமைக்கப்பட்டு இருந்தது. கரிகால் பெருந்திருமாவளன் கி.மு. 29-லிருந்து கி.பி.10 வரைக்கட்டி இருக்கலாம்; அல்லது கி.மு.250 முதல் கரிகாலன் கூட கட்டி இருக்கலாம்.

இந்தக் கல்லணை முத்தரையர் நாட்டில் முத்தரைய அரசு வசம் இருந்தது. அதைப் பாதுகாக்கும் பொறுப்பும் கடமையும் முத்தரையர்களிடம் இருந்து வந்தன. கல்லணை இருக்குமிடம் காவிரியின் இருபக்கமும் முத்தரையர் குடியிருப்பு அடர்த்தியாக உள்ள ஊர்களின் நடுவில் அமைந்துள்ளது. இன்று கூட கொள்ளிடக் கரையில் கூகூர், அரியூர், பச்சாம்பேட்டை இடையாற்றுமங்கலம், பெரியவர்சீலி, மயில் அரங்கம், பச்சாம்பேட்டை, திருமணமேடு, தோல்கேட், நொச்சியம், அய்யம்பாளையம், முருங்கப்பேட்டை, முசிரி வரை உள்ள அனைத்திலும் முத்தரையர்கள் குடியிருப்புகளே அமைந்துள்ளன. காவிரிக் கரையில் தோகூர், வேங்கூர், முறுக்கூர், சர்க்கார்பாளையம், குவளைக் குடி போன்ற ஊர்களும், நடுகரையில் கிளிக்கூடு, உத்தமர்சீலி, கவுத்தரச நல்லூர், பனையபுரம், திருவளர்சோலை, திருவானைக்காவல், திருவரங்கம், மேலூர், உறையூர், முத்தரசநல்லூர், அல்லூர், ஜீயபுரம், பேட்டவாய்த்தலை, பெருகமணி, குளித்தலை, முசிரி, கரூர் முடிய எல்லாக் குடியிருப்பு களும், முத்தரையர் குடியிருப்புகளே ஆகும். காவிரி, கொள்ளிடத் தையும் கல்லணையும் பாதுகாக்கவே சத்திரியர் குல மக்களான முத்தரையர்கள் அமர்த்தப்பட்டு உள்ளனர். அவர்களுக்குத் துணையாக தலித்துகளும் பார்ப்பர்களும் குடியமர்த்தப் பட்டுள்ளனர்.

அரசர்களின் படைகள் இருந்த இடங்கள் :

அரசர்களின் பாதுகாப்புப் படை இருந்த ஊர்கள் :

1. புள்ளம்பாடி (முத்தரைய நாடு) 2. திருமழபாடி (முத்தரையநாடு), 3. முள்ளிப்பாடி (முத்தரைய நாடு), 4. கங்கைபாடி (கங்கர் நாடு), 5. சாத்தம்பாடி (முத்தரைய நாடு), 6. மாறம்பாடி (மணப்பாறை), 7. முள்ளிப்பாடி (திண்டுக்கல்) 8. தாமரைப்பாடி, 9. வாணியம்பாடி.

❖ ❖ ❖

4. முத்தரைய மக்களின் இனக்குழுக்கள்

கரிகால் சோழன் கல்லணையைக் கட்டிய காலம் முதல், கரிகால் சோழனால் அமர்த்தப்பட்டு, காலங்காலமாக முத்தரையர் களே பாதுகாத்து வந்தனர்.

பிற்காலச் சோழர்கள் அரசில் முதலாம் குலோத்துங்கன் சாளுக்கிய இளவரசன் ஆவான். அவன் முதலாம் இராசாதி இராசனுக்கு ஆண் வாரிசு இல்லாமையால் சோழ நாட்டுக்கும் அரசன் ஆனான். அதுமுதல் அயலார் வசம் இன்று வரை ஆட்சியின் பிடிமானம் அமைந்து தமிழகம் இருந்து வருகிறது. ஆனால் கல்லணைக்குக் கேடு வராமல் பாதுகாத்துவந்த பொறுப்பு முத்தரையர் என்ற மறவர்குல மக்களையே சாரும்.

கடைச்சங்கக் காலத்தில் கிள்ளி என்று அழைக்கப்பட்ட வர்களும், வளவன் என்று அழைக்கப்பட்டவர்களும் முத்தரையர் அப்போதைய அரசர்கள் ஆவார்கள். உறையூர், ஆவூர், திருவானைக்காவலைத் தலைநகர்களாக வைத்து ஆண்டுவந்தனர். ஆனால் ''முத்தரையர்'', ''முத்தரையர்'' என்ற சொற்கள் இல்லை.

எத்தனை அரசு வந்தாலும் ஆட்சி மாற்றம் ஏற்பட்டாலும் அந்தந்த ஊர்களில் மிகப்பழங்காலம் முதல் முத்தரையரே குடியிருந்து மேட்டூர் முதல் தஞ்சாவூர் முடிய காவிரியைப் பாதுகாத்து வந்தனர்.

திருச்சி மாநகரத்தில் உறையூரின் மக்கள் அமைப்பு முத்தரையர் வசமே உள்ளது. மாநகரின் மற்ற இடங்களில் பல்வேறு இனங்கள் கலந்துவிட்டன. வரகனேரி பழைய குடியிருப்பு அமைப்பில் முத்தரையர் வசம் உள்ளது. முத்தரைய கிறித்துவர்களின் குடியிருப்புகள் அடர்த்தியாக திருச்சியை சுற்றி உள்ள ஊர்களில் உள்ளன.

கிள்ளிவளவன், கரிகால் வளவன், சோழன் நலங்கிள்ளி, பெருந்திருமாவளவன், கோப்பெருஞ் சோழன், சோழன் செங்கண்ணான், போன்றவர்கள் முத்தரையர் அரசர்களே ஆவார்கள். மேலும் நல்லடி, மணக்கிள்ளி, மாவண்கிள்ளி, புகழ்ச்சோழர் வரை எல்லோரும் முத்தரையர் அரசர்களே ஆவார். அப்போது முத்தரையர் என்ற பெயர் இல்லை. மறவர், வேட்டுவர், வலையர், அம்பலம் போன்ற பெயர்கள் உண்டு.

''அம்பலத்தாடும் அரசே'' என்பார் மாணிக்கராசகர். கடைச் சங்கக் காலத்தில் பரமசிவனின் ஐந்து அம்பலங்கள் காட்டப்படுகின்றன. 1.தில்லை, 2.மதுரை, 3.நெல்லை, 4.திருக்குற்றாலம், 5. திருவாலங்காடு போன்று ஐந்து அம்பலங்கள் காட்டப் படுகின்றன. வடியம் பல நின்ற பாண்டியன் என்று ஒரு பாண்டியனும் காட்டப்படுகின்றான். ஆக அம்பலம் என்போரும் பழங்காலத்திலேயே மறவர்களின் படையை நடத்திச் செல்ல அமைக்கப்பட்டுள்ளனர். இன்று 29 முத்தரைய இனக்குழுவில் அம்பலம் என்பதும் ஒன்று உண்டு. அலுவல்களை நடத்த, கண்காணிக்கப் பயன்பட்டவர்கள். அம்பலம், அம்பலக்காரர்கள் கடைச்சங்கக்காலம் தொடர்ந்து வருகின்றனர். பிற்கால முத்தரைய அரசர்களில் சிலர் மாறன் என்று அழைத்து கொண்ட காரணம் வடியம்பல நின்ற பாண்டியன் வழி வந்தவர்களாக இருக்கலாம்.

எதையும் சிந்திக்காமல் 'அடி' என்றால் உடனே அடிக்கும் குணமே சத்திரியர் குணம் ஆகும். கீதையில் அருச்சனனுக்குக் கண்ணன் காட்டும் வழியும் அதுதான். 'சத்திரியர்' என்பவரின் தமிழ்ப் பெயர் 'மறவர்' என்பதாகும். முற்காலத்தில் அகில பாரத முத்துராஜா குல சத்திரிய பாளைக்காரர் திருமணக் கழகம், சென்னை என்றும் ஓர் அமைப்பு இருந்துள்ளது. 08.06.1946 இல் தஞ்சை ஜில்லா சத்திரிய குல முத்துராஜா மகா ஜன சங்கம், சத்திரியர் பெயரால் தொடங்கப் பட்டது. மாநாடும் நடத்தப்பட்டது. இதன் தொடக்கம் தஞ்சை ஜில்லா சத்திரிய குல முத்துராஜா மகா ஜன சங்கம் 1860இல் ஆண்டு பதிவுச் சட்டப்படி 1946இல் பதிவு செய்யப்பட்டது. பதிவுஎண் 16/1946 ஆகும். இதில் சத்திரியர் என்ற சொல் சேர்க்கப்பட்டு இருந்தது.

இதுவரை அரசர்களை வைத்தே முத்தரையர் சமூகம்

அடையாளப்படுத்தப்பட்டது. அரசர்களோடு மக்களும் இருந்து இருப்பர். பாண்டிய நாட்டு சத்திரியர், சோழ நாட்டு சத்திரியர், சேரநாட்டு சத்திரியர், தொண்டை நாட்டு சத்திரியர், மலை நாடுகளின் சத்திரியர் என்று பலவிதப் போர் வீரர்கள் உண்டு. இவர்களைக் கொண்டே நாடு பிடிக்கும் செயல்களில் மன்னர்கள் ஈடுபட்டனர்.

இந்த சத்திரியர் படையினர் நாடு பிடிக்க நாடு விட்டு நாடு அழைத்துக் கொண்டு போகப்பட்டனர். அதனால் ஆந்திர மாநிலத்தில் முத்துராஜ் இராயலசீமா என்றும், ரே நாடு என்றும், அரையர் நாடு என்றும், அரவாளு நாடு என்றும் சொல்லப்படும் நாட்டை முதன்முதல் முதல் கரிகாலச் சோழன் கி.மு. 250இல் மகா அசோகர்காலத்திற்குப் பின் படை எடுத்து போய் வென்று தன்வசப் படுத்தினான்.அப்போது போன சத்திரியர் கூட்டம் ‘முத்தரையர்’ என்ற பெயரில் அங்கிருந்த சோழரின் பிரதிநிதியான குறுநில மன்னருக்குத் துணையாகி பாதுகாப்பு படையாக அமைந்தனர். அவர்கள் ‘முத்துராஜ்’ என்று ஆந்திர மாநிலத்தில் ஆனார்கள்.

தற்போது காவலர், சிறப்புக் காவலர், இராணுவம் என்பது போல் முத்தரையர்ப் படை யாரும் வெல்லமுடியாதபடி இருந்தது. இதைப் பல மன்னர்கள் அழைத்துச் சென்று சண்டையிட வைத்தனர். சான்று : காலம் சகாத்தம் 1646 கி.பி. 1725 இடம்: புதுக்கோட்டை அரிமளம் பேரூராட்சி. கானாடு - கோனாடு எல்லையின் சண்டையில் படைத்தலைமையாக ஏற்று கானாட்டு வெள்ளாளருக்காக அரும்பிச்சை முத்திரியர் சண்டையிட்டு உள்ளார். ஆதாரம் :- முத்தரையர் பெயர்க் களஞ்சியம்; இரா. திருமலை நம்பி. இதுபோல கடைச்சங்க காலம் இன்றுவரை அடிதடி, போர், கலவரம் போன்றவற்றில் முன்னின்று நடத்தும் குணம் உடையவர்கள். ஆதலால் காலாட்படை, குதிரைப்படை, யானைப்படை, தேர்ப்படை என்று நால்வகைப் படைகளை இயக்கி நடத்த வல்லவர்கள் முத்தரையர்கள்.

முடிவு

ஆகக் கடைச்சங்கக் காலத்தில் பாதுகாப்பு, போன்றவற்றிற்கு உறுதுணையாக இருந்து சேர, சோழ பாண்டியர்கள் அரசின் நிலப் பரப்பு மூன்றும் சேருமிடத்தில் இருந்தவர் முத்தரையர்கள்

எனப்படுவோர் ஆவார். அவர்கள் அக்காலத்தில் போரிடும் சத்திரியர்களே ஆவார். போரில்லாத காலத்தில் வேட்டையாடுதல், வலைகளால் மீன்பிடித்தல், அங்கு வாழும் மக்களை அம்பலம் (நாட்டாண்மை) செய்தல் போன்றவற்றில் ஈடுபட்டனர். அதுவே முத்தரையர், அம்பலம், வலையர், வேட்டுவக் கவுண்டர், ஊரை ஆண்டதால் ஊராளிக் கவுண்டர் எனப்பட்டனர்.

வடக்கே படைஎடுப்புகளில் படை வீரர்களாகச் சென்றவர்கள் ஆந்திராவில் முத்துராஜ், முத்துராசி, முதிராஜ், முத்திரியராவ், முத்துராஜுலு, முத்துராஜா நாயுடு, முத்தரைய ராவ், முத்தரைய நாயக்கர் என்று பெயர்களைப் பெற்று தமிழை மறந்து தெலுங்கு, கன்னடம் மொழிகளைத் தாய்மொழியாகக் கொண்டு வாழ்ந்தனர்.

திருச்சி, தஞ்சை, புதுக்கோட்டை, கரூர், திண்டுக்கல், அரியலூர் பகுதி முத்தரையர்கள் யாரும் தெலுங்கு, கன்னடம் பேசுவது இல்லை. இவர்களுக்குச் சங்கக் காலம் முதல் இன்றுவரை தமிழே தாய்மொழி. மற்ற பாளைக்காரர்கள் போர்ப் படை நடத்தி வடக்கே சென்று மீண்டும் தமிழ்நாட்டுக்கு வந்து ஆட்சிப் பொறுப்பில் அமர்ந்ததால் தெலுங்கு கன்னடம் தாய்மொழிகள் ஆயின. தமிழும் வெளியில் பேசுவர். கூகூர் நல்லூரழான் பல்லவர் படைத்தளபதி. நிருபதுங்க பல்லவனுக்குப் படைத்தளபதி. அவர் அன்று பேசிய மொழி பிராகிருதம் இல்லை. தமிழே தாய்மொழியாகும். அம்பலக்காரர் தாய்மொழி தமிழ். வலையர்களின் தாய்மொழி தமிழ்.

பாளையக்கார நாயக்கர், முத்திரிய நாயுடு முத்தரைய நாயக்கர், முதிராஜ் போன்றவர்களின் தாய்மொழி தெலுங்கு, கன்னடமே ஆகும். இவர்கள் தமிழ்நாட்டில் இருந்து போருக்காகச் சென்று பிறகு போரின் பொருட்டு தமிழ்நாடு வந்து தங்கியதால் தெலுங்கு, கன்னடம் தாய்மொழிகளாக மாறின.

முத்தரையர் சொல்லாய்வு

இரம்பத்தில் 'கூர்' வைக்க 'அரம்' என்ற கருவியால் 'கூர்' செய்வோம். அப்போது ''அர்'' ஒலியன் வரும்.

அர்+அம்=அரம். அர்+அ=அர(அரசர்) அர்+இ=அரி கையில்

சங்கு, சக்கரம் வைத்து சக்கரத்தால் எதிரியை அறுப்பவன் 'அரி' அருகன் உருவம் இல்லா சமணக் கடவுள்.

அருகம்புல்; அர்+ஐ=அரை - பாதி. அரை அரையர், அரை+அர் = அரையர்.

அரையர் = சத்திரியர், மறவர், அரைசர் = அர+செய்+அர்= அரசெயர்அரசையர் அரையர் என்போர் குறுநில மன்னர். பேரரசர்களுக்குச் சிற்றரசராக இருப்பவர்கள். இவர்களுக்குச் சொந்தமாக நாணயம் அச்சிட உரிமை இல்லை. தமிழக மையப் பகுதியில் குறுநில மன்னராக இருந்தவர் முத்தரையர். 'அரம்' அரை வட்டம் கூர் வைக்க முன்னும் பின்னும் செல்லும். அதுபோல அரையர் அரை வட்டம் ஆளுவர்.

❖ ❖ ❖

5. சங்கம் மருவிய காலம்

முத்தரையர், முத்துராசா, முத்துராஜ் சொல்வழக்குக் காலம்

1. ஸ்ரீ கற்கடக முத்தரையந் கங்க
ந் மகந் படலந் இக்கல்லில்
இவரையும் குதிரையும் செ
ய்வித்தேன் இவந் தம்பி தி
த் தனேந்

இந்தக் கல்வெட்டுக் காலம் கி.பி. முதல் நூற்றாண்டு. ஐராவதம் மகாதேவன் கூற்றுப்படி கங்கர்களும் முத்தரையர்களும் ஒரே இனமாகக் காட்டும் கல்வெட்டு. தர்மபுரி கல்வெட்டு தொகுதி முதல் தொகுதி. இந்தக் கல்வெட்டு மேலே கண்ட மாவட்டத் தொகுதியில் த.நா.தொ. ஆய்வுத்துறை தொடர் எண் 1973 - 47 அயில் உள்ளது. இதில் தமிழும் கன்னடமும், கலந்து வருகின்றன. தித்தன் என்பவன் 80, 352, 358, 395 ஆகிய புறநானூறு பாடல்களில் வருகிறான். புறப்பாடல் 80இல் வெல்போர்ப் போர் அருந்தித்தன் என்றும், 352இல் மாவண் தித்தன் என்றும் 395இல் ''சிறுகண் யானைப் பெறலருந்தித்தன்,'' எனப்பட்டான். ஆண்ட இடம் உறந்தை எனப்படும் உறையூர். இவைகளையும் சங்கக் கால கணக்கில் கொண்டால் முத்தரையர் இனம் சங்க காலத்திலேயே உறையூரில் இருந்தது என்று உணரலாம்.

2. ஸ்வதிக் ஸ்ரீமுதுராஜக் கள்வர்
திரு இராஜ்யதல்
மள்ளே கவுண்டரும் சாவா காவுண்டுரு
துயிநாத பல் கணினலு
துவ காமுண்ட ஸத்தி எரியத்

இது த.நா. தொ. ஆய்வுத்துறை தொடர் எண் 1973- 47அ உள்ள ஒன்றாகும். இது ஹொசு ஹோட்ட தாலுகாவில் கிடைத்த கன்னட எழுத்தில் எழுதப்பட்ட கல்வெட்டாகும். களப்பிர மன்னன் துர்வீநீ தன் காலத்து கல்வெட்டு. அந்த மன்னன் கன்னடத்துக்கு வரிவடிவம் உருவாக்கியவன். இவன் காலத்தில் தான் கன்னடம் முழு உருவம்

பெற்றது. களப்பிரரும் முத்தரையரும் ஒருவரே என்று காட்டும் கல்வெட்டு.

3. ஸ்வஸ்திக் ஸ்ரீமத் கொங்கணி முத்தரசர்
அயி ச தே. Ibid P-124

இந்தக் கல்வெட்டு மூலம் களப்பிர கொங்கணியரும், முத்தரையரும் ஒருவரே எனக் காட்டும் கல்வெட்டாகும். இதில் முத்தரசர் என்ற சொல் உண்டு. கூட கொங்கணி என்ற சொல்லும் உண்டு.

4. ஸ்வதிக் கொங்கணி முத்தரச ஸ்ரீ புருஷ
மகா ராஜாதிராஜ பரமேஸ்வர. H Gok P-1.18 No.28.

இந்தக் கல்வெட்டு கி.பி. 625-650. இந்தக் காலக்கட்டத்தில் களப்பிர ஆட்சி தமிழ்நாட்டில் முடிவுக்கு வந்து விட்டது. வடக்கே கொங்கு மண்டலத்துடன் எல்லை முடிந்து கொங்கு மண்டலம், கங்க மண்டலம் ஆகிய இடங்களில் மட்டும் கங்கர் ஆட்சி இருந்த காலம். பல்லவன் நரசிம்ம வர்மன் காலம். (ஆதாரம்:- விடியலை நோக்கி களப்பிரர் வரலாறு அ.சவரிமுத்து, தலைப்பு 12)

களப்பிரர் படையில் இருந்த சத்திரியர்கள், வீரர்கள் மறவர்கள் எல்லாம் முத்தரையர், காவுந்தர், கள்வர் என்று முப்பெரும் படைவீரர்கள் இருந்தமைக்கு துருவிநீதனின் கல்வெட்டு சான்றாகும். முத்தரையர் படை படையெடுத்து வென்று தங்கிய பக்கம் முதுராஜ், முத்ராஜ், முத்திரிய ராவ், முத்தரைய ராவ் முத்தரைய நாயக், முத்தரைய நாயுடு என்று ஆகி பிராகிருதத்தின் திரிபும் தமிழும் கலந்து பேசி தெலுங்கர்களாக மாறினார்கள். பல்லவர்கள் காலத்தில் முத்தரையர் படையும் காவுந்தர் படையும் இரண்டு இரண்டாக உடைந்து பிறகு படையாட்சி, முத்தரையர், காவுந்தர் (கவுண்டர்) என்று மூன்றாக உடைந்தன. கள்வர்படை பழையாறை சோழர்களின் படையாக மாறியது. பல்லவநாட்டைப் பாதுகாக்க குடிமக்கள் எல்லோரும் படையாட்சிகள் ஆக்கப் பட்டனர். குடிமக்களுக்குப் போர்ப் பயிற்சி தரப்பட்டது.

அதனால் அரசியல் கட்சிகள் கூட்டணி அமைக்கும்போது முத்தரையர், படையாட்சி, கவுண்டர், மூவரும் எளிதாகக் கூட்டணிக்குள் வசப்பட்டு விடுகிறார்கள். பெயர் : கூற்றன் (கூத்தன்), இடம்: கொங்கு நாடு, கூற்றன் தந்தை: சேந்தன். ஓர்

அரசன். காலம்: கி.பி. 3ஆம் நூற்றாண்டு; சகம் 192 கி.பி. 270 ஆகும்.

இக்கல்வெட்டில் ஊர், கூற்றம், நாடு என்று பிரிக்கப்பட்டது பற்றி அறிய முடிகிறது. இந்தக் கல்வெட்டு மூலம் பாண்டிய நாடும், கொங்கு நாடும் இணைந்த பரந்த பகுதிகளைக் கூற்றன் ஆண்டதையும் அறிய முடிகிறது. இவர் ஏறக்குறைய களப்பிரர் காலத்தை ஒட்டிய காலத்தில் ஆண்டு உள்ளார். களப்பிரர் தொடக்கக் காலம். கோக்கலிவர்மனைப் பேரரசனாகக் கொண்டு ஆண்டு இருக்கலாம். கூற்றன் மண்டல அச்சுதன் ஆகும்.

இந்தக் கூற்றன் கூற்றுவ நாயனார் ஆக இருக்கலாம். ஆதன் என்ற ஆர்க்காட்டு சோழனின் மகன் அழிசி. அழிசியின் மகன் சேந்தன். சேந்தனின் மகன் கூற்றன் என்பதாகும். இதற்கு ஆதாரம்: குறுந்தொகை 258 பாடல் வரி 6. புறநானூறு 71இல் வரி 13. உறையூர் சோழர்களால் அழிசி கைது செய்யப்பட்டு மருதமரத்தில் கட்டி வைத்து அடிக்கப்பட்டான். அவனது மகன் சேந்தன் கூற்றுவ நாயனார் ஆவார். குறுந்தொகை 308 வரி 2 முதல் - 7 முடிய.

இவர்களுக்குச் சற்று முந்தி வாழ்ந்தவன் நல்லடி. இவன் கோச்சங்கண்ணானின் மகன். அன்பில் செப்பேடுகளால் இது அறியப்படுகிறது. Epi INd. Vol 15 No. 5ம், அகநானூறு பாடல் 356ம் சான்றாகும். இது கடைச்சங்கக் கால வரலாற்றைத் தொடர்ந்து வருவதாகும். இவர்கள் முத்தரையர்களின் முன்னோடிகளாக இருக்கக்கூடும். இதன்மூலம் முத்தரையர் வரலாறு இருவழிப் பாதையாக அமையக் காண்கிறோம். (1) சோழநாட்டு மக்கள், (2) களப்பிரர் வழிவந்தவர்கள். (அரசர்கள், படைவீரர்கள்).

(அ) சங்க மறுவியக் காலம் நாலடியார் காலம்

எட்டுத் தொகை, பத்துப்பாட்டு, பதினெண்கீழ்க்கணக்கு என்று புகழப்படும் நூல்களில் பதினெண்கீழ்க் கணக்கு நூல்களில் ஒன்று நாலடியார்.

1. பெருமுத் தரையர் பெரிதுவந் தீயும்
கருணைச் சோறார்வர் கயவர் - கருணையை
பேருமறியார் நனிவிரும்பு தாளாண்மை
நிரும் அமிழ்தாய் விடும். - நாலடியார் பாடல் 200

2. மல்லன்மா ஞாலத்து வாழ்பவரு ளெல்லாம்

செல்வ ரெனினுங் கொடாதவர் - நல்கூர்ந்தார்
நல்கூர்ந்தக் கண்ணும் பெருமுத் தரையரே
செல்வரைச் சென்றிரவா தார். - நாலடியார் 296

இந்த இருபாடல்களிலும் முத்தரையர் என்று வெளிப்படையாகப் பேசப்படுகிறார். இந்த நாலடியார் கி.பி. 340இல் எழுதப்பட்டதாகும். இந்த நாலடியார் சங்கம் மறுவிய காலத்தில் களப்பிரர் ஆண்ட நேரத்தில் முத்தரைய செல்வந்தர் ஈகைக் குணத்தைக் காட்டும் பாடலாகும். பாடல் 200. அன்று இருந்த ஈகைக்குணம் உடைய பெருமுத்தரையரைச் சிறப்பித்து பாடும் பாடல் 296. இந்த இரண்டு பாடல்களும் களப்பிரர் காலத்தில் சங்கம் மறுவிய காலத்தில் பாடப்பட்டதாகும். ஆதாரம்:- விடியலை நோக்கிக் களப்பிரர் வரலாறு. பக்கம். 77 நாலடியார் காலம். ஆசிரியர்:- அ. சவரிமுத்து.

களப்பிர மன்னன் மாதவ வர்மன் II ஆவான். இவன் காலத்தில் சமணமுனிவர்களால் எழுதப்பட்ட நூல் நாலடியார். சங்கக் காலத்தில் தமிழ்ச் சமுதாயத்தில் தொழில் முறையில் அழைக்கப்பட்டப் பெயர்கள் சாதிப் பெயர்களாகப் பின்னர் மாறின. வேடர், வேட்டுவர், வேடுவர், எயினர், மலையர், கானவர், போன்ற குடியினர் சாதிவாரியாக மாறினர். இவர்கள் அனைவரும் கண்ணப்பர் பிறந்த குடியின் கிளை வழியினர்களே ஆவார் என்று பெரிய புராணம் மூலம் அறியலாம். என்று பெ. இராமலிங்கம் எழுதிய மாமன்னர் இரண்டாம் பெரும்பிடுகு முத்தரையர் என்ற நூலின் பக்கம் இரண்டு மூலம் அறியலாம்.

(ஆ) நல்லடி

நல்லடி என்ற வல்லங்கிழான் ஆரிய அரசர்களுடன் போரிட்டதை அகநானூறு பாடலில் பாவை கொட்டிலார் செய்யுள் 336வது பாடல் மூலமும், பரணரின் 356வது பாடல் மூலமும் அறியலாம். பாடல்:-

மாரி யம்பின் மழைத் தோற் சோழர்
வில்லீண்டு குறும்பின் வல்லத்துப் புறமிளை
ஆரியர் படையின் உடைக.

-அகநானூறு 336 பாவைக் கொட்டிலார்

கடும்பகட்டி யானைச் சோழர் மருமகன்
நெடுங்கதிர் நெல்லின் வல்லங் கிழவோள்
நல்லடி உள்ளா னாகவும் ஒல்லார்
கதுவம் உயறலும் முயல்ப.

– அகநானூறு 356 பரணர்

இவை பழங்காலத்தில், கடைச்சங்ககால இறுதிப்பகுதியில் ஆண்ட வல்லத்து அரசர்கள். இவர்கள் முத்தரையர் அரசர்களின் முன் தோன்றல்களாவார்கள் என்று யூகிக்கப்படுகிறது. முத்தரையர் மக்கள் தொடர்ந்து வாழும் இடங்களில் ஆண்டு வந்ததால் செங்கண்ணான், நல்லடி, புகழ்ச்சோழர் ஆகியோர் முத்தரையர் ஆக இருக்கலாம் என்று யூகிக்கப்படுகிறது. களப்பிரர்களின் ஆட்சிக் காலம் கி.பி. 250முதல் கி.பி.575 முடிய என்று கூறலாம். இந்தக் களப்பிரர்கள் தாம் முத்தரையர்களுடன் உறவு பூண்டு தம்மையும் முத்தரையர்கள் என்று கூறிக் கொண்டனர்.

(இ) களப்பிரர் கால வரலாறு

1. கோக்கலி கொங்கணவர்ம தர்ம மகாதிராசன் கி.பி.220- கி.பி.280 முடிய
2. மாதவ கொங்கணிவர்மன் ஐ கி.பி. 280 - கி.பி. 322 முடிய
3. ஹரிவர்மன் கி.பி. 322 - முதல் கி.பி. 340 முடிய
4. மாதவ மாந்திரல் வர்மன் கி.பி.340 - 370 முடிய
   - (அ) பெரிய அச்சுதன் சுதன்
   - (ஆ) கிருஷ்ண வர்மன் கி.பி.350 - 365 முடிய
   - (இ) விஷ்ணுகோபன் கி.பி.330 - 360 முடிய
   - (ஈ) அவிமுக்த நீலிராஜன் எனப்படும் அவிநீதன் கி.பி.350-365
5. பின்னால் அவநீதன் ஆட்சி தலைக்காடு கி.பி.365 - 400 முடிய
6. திண்டீகன் கி.பி. 400 - கி.பி 425.
7. முஷ்கரன் கி.பி.425 - கி.பி. 465
8. துர்வநீதன் - கி.பி.465 - கி.பி. 530 முடிய
9. விக்கந்தன் காலம் - கி.பி. 530 கி.பி. 560
10. திருவிக்ரமன் அல்லது ஸ்ரீ விக்ரமன்-கி.பி. 560 - கி.பி. 605

முடிய

11. பூவிக்கரமன் கி.பி. 605 - கி.பி. 660 (முத்தரையர்கள் அரசன்)
12. சிவமாறன் கி.பி. 610 - கி.பி. 620 (முத்தரையர்கள் அரசன்)
13. சாத்தன் கி.பி.600 - கி.பி. 620 (முத்தரையர் அரசன்)
13 அ. பெரும்பிடுகு முத்தரையப் பெருந்தேவி (கி.பி. 620 - கி.பி.630)
14. சாத்தன் மாறன் (முத்தரைய அரசன்) (கி.பி.680 - கி.பி.710)
15. மாறன் குவாவன் (முத்தரைய அரசன்) (கி.பி.660 - கி.பி.690)
16. முதலாம் பெரும்பிடுகு முத்தரையன்(கி.பி.690-கி.பி.720)
17. மாற்பிடுகு முத்தரையன் (கி.பி. 770 - கி.பி.791)
18. மாறன் பரமேசுவரன் (கி.பி. 720 - கி.பி. 760)
19. இரண்டாம் பெரும்பிடுகு முத்தரையன் (சுவரன் மாறன்) கி.பி. 760 - கி.பி.795)

11, 12, 13, 14, 15, 16, 17, 18 ஆகியவர்கள் முத்தரையர் சிற்றரசர்கள். இவர்கள் பல்லவர்களுக்கும் பாண்டியர்களுக்கும் அடங்கி திறை செலுத்தி வந்த சிற்றரசர்கள். ஆதாரம் :- விடியலை நோக்கி களப்பிரர் வரலாறு, ஆசிரியர் : அ. சவரிமுத்து எம்.ஏ. பக்கம் எண் 105 - 106. (செந்தமிழ்ப் பதிப்பகம், 2வது தெரு, இராஜாஜி நகர் விரிவு வில்லிவாக்கம், சென்னை-600 049)

மேலே கண்ட களப்பிரர்கள் ஆளவே இல்லை என்று எந்த வரலாற்று ஆசிரியரும் மறுக்கவே இல்லை. அதில் அரசர்கள் எண்ணிக்கையும் கால அளவும்தான் ஆளுக்குஆள் மாறுபடுகிறது. ஒரு சாரார் அவர்கள் முத்தரையர்கள் இல்லை என்கின்றனர். சதாசிவப்பண்டாராத்தார் :

''அண்ணோர் (களப்பிரர்) பிராகிருதம், பாலி ஆகியவற்றைத் தமக்குரிய மொழிகளாகக் கொண்டு ஆதரித்து உள்ளமையால், அம்மரபினர் தமிழர் அல்லர் என்பது நன்கு தெரியப்படும்'' என்று அவர் கூறினார்.

டாக்டர் மு. இராகவ ஐயங்கார், ''பழைய ஏட்டுச் சுவடிகளில் புள்ளியிட வேண்டிய எழுத்துக்களுக்குப் புள்ளியிடாமலே எழுதும் வழக்கம் இருந்து வந்தது. ஆகவே இந்தச் சொல் கள்வர் என்பதா?

களவர் என்பதா என்பதை அறுதியிட்டுக் கூறமுடிய வில்லை.'' என்று கூறினார்.

வேள்விக்குடிச் சாசனம் (தமிழ்ப்பகுதி)

கொல்யானை பலவோட்டியக் கூடாமன்னர் குழாந்தவிர்த்த
பல்யாக முதுகுடுமிப் பெருவழுதியெனும் பாண்டியராஜனல்ல
நிராட்டி கொடுத்தமையான் நீடுபுக்தி துய்த்தபின்
அளவரிய ஆதிராஜரை யகல நீக்கி யகலிடத்தைக்
களப்ரனென்னும் கலியரசன் கைக் கொண்டு இறக்கியபின்
படுகடன் முளைத்த பருதிபோல் பாண்டியாதிராசன்
வெளியிற்பட்டு

விடுகதிர் அவர் ஒளி விலக விற்றுஇருந்து
வேலை சூழ்ந்த வியல் இடத்து
கோவுங் குறும்பும் பாவுடன் முருக்கி
செங்கோல் ஓச்சி வெண்குடை நிழல்
தங்கொளி நிறைந்த தரணி மங்கையைப்
பிறர்பால் உரிமை நன்கனம் அமைத்த
மானம் போர்த்த தானை வேந்தன்
நெடுங்கா மன்னர் ஒளிநகர் அழித்த
கடுங்கோன் என்னும் கதிர்வேல் தென்னன்
மற்றவற்கு மகனாகி மகீதலம் பொது நீக்கி
மலர்மங்கை ஓடு மன்னன் அயர்ந்த
அற்றமிலர் வேற்றானை ஆதிராஜன் அவனி சூளாமணி.

என்று வேள்விக்குடி செப்பேடு ஒரே நாளில் பாண்டியன் கடுங்கோன் களப்பிரர்களை விரட்டி அடித்து அவர்களின் சுவடே இல்லாமல் செய்து விட்டதாகக் கூறுகிறது. அது எப்படி முடியும்? பேரரசாக இருந்த களப்பிரர் அரசு அழிந்து பலத் துணுக்குகளாக உடைந்து உருத்தெறியாமல் சிதறி இருக்கிறது.

களப்பிரர்களுக்காகவும், சத்திரியர்குல இனமான முத்தரையர் கள் சண்டையிட்டு அந்தக் களப்பிர அரசை நிறுவக் காரணமாக உள்ளார்கள். பின்னால் பாண்டியன் கடுங்கோனுக்கு உதவி களப்பிரர் அரசை வீழ்த்தியும் இருக்கிறார்கள்.

களப்பிரர் மன்னர்களாக இருந்த போதும், நீங்கி கொங்கு தேச அரசர்களாக மாறியப் போதும் முத்தரையர்கள் கூடவே கை கொடுத்து உதவியவர்கள் ஆவார். ஒரு பகுதி முத்தரையர்கள்

ஆதரவும், ஒருபகுதி முத்தரையர்கள் எதிர்த்தும் உள்ளனர். களப்பிரர்களுக்குத் துணையும், எதிர்வினையும் எல்லாம் முத்தரையர்களே ஆவார். முத்தரையர்கள் என்றால் முத்தரைய பாமர மக்கள் ஆவார். ஒரு பகுதியாகப் பிரிந்து பல்லவன் சிம்ம விஷ்ணுவுடன் சேர்ந்து பல்லவ நாட்டுக்குத் துணை ஆனார்கள். அதனால் படையாட்சி எனப்பட்டனர். கொங்கு மண்டல அரசர்களுக்குத் துணையாக இருந்தவர்கள் காவுந்தர் அல்லது கவுண்டர் அல்லது கௌடா என்று ஆனார்கள். ஆக முத்தரையர், படையாட்சி, கவுண்டர், அம்பலம் அம்பலக்காரர், சேர்வை, வன்னியர் யாவரும் முத்தரையர்களே! ஒரு கொடியில் உண்டான கிளைக் கொடிகளே ஆவார்.

ஸ்வஸ்திக் ஸ்ரீமத் கொங்கணி முத்தரசர்
அயி ச தே. Ibid P-124

ஸ்வஸ்திக் கொங்கணி முத்தரச ஸ்ரீ புருச
மகா ராஜாதிராஜ பரமேஸ்வர H.Gok P-118 No.28

என்பதிலும் முத்தரசர் என்று காட்டப்பட்டுள்ளது.

(ஈ) முடிவு

சத்திரியர் குல பாமர மக்கள் முத்தரையர்களைக் கொண்டே ஆட்சியின் பெயர் அமைந்துள்ளது. நாட்டின் பெயர், அரசர்களின் பட்டம் அமைந்திருக்கின்றன. முத்தரையர் நாடு, முத்தரசர், என்று அமைந்தன.

தமிழகத்தின் மையப் பகுதி 'முத்தரை' என்று இடத்தைக் காட்ட எழுந்த சொல்லாகும். அது அங்கு வாழ்ந்த சத்திரியர், வேடர், வேட்டுவர், வலையர், அம்பலம், சேர்வை, அம்பலக்காரர், திரையர், அரையர், உழவர், காவல்காரர் போன்ற தொழில்களைச் சார்ந்த மக்களுக்குப் பெயராக மாறி பிறகு அங்கு ஆண்ட அரசர், அரையர், ஆகியோருக்கும் முத்தரசன், முத்தரையன் என்று ஆகி, பிறகு நாட்டுக்கும் பெயராக அமைந்தது. சத்திரியர்கள் போர் இல்லாத காலங்களில் உழவு செய்தனர். வலை எடுத்துக் கொண்டு நீர் நிலைகளில் மீன் பிடித்ததால் வலையர் ஆனார்கள். சிற்றூர் கோயில்களில் பூசாரியாகவும் இருந்தனர். பத்துபேர்கள் சேர்ந்து வேட்டைக் கருவிகளுடன் நாயுடன் வேட்டைக்கும் சென்றனர். அதனால் வேடர், வேட்டுவர் ஆனார்கள். தமக்குள் ஏற்படும் அல்லது அடுத்த இனத்துடன் ஏற்படும் சிக்கலைத் தீர்க்க

'அம்பலம்' செய்தனர். மக்களை ஒன்று திரட்டும் குழு 'சேர்வை' எனப்பட்டனர்.

இது தமிழகத்தின் மையப் பகுதியில் நடந்து வந்ததால் 'முத்தரை' 'முத்தரையர்' எனப்பட்டனர். அது மக்களுக்கு ஆகி நாட்டுக்கும் பெயராகியது. இது தலை, இடை, கடைச்சங்கக்காலம் தொடர்ந்து வந்தது. அதனால் ''கரிகால் சோழன் குழுவினராகிய சூரிய குல முத்தரையர்'' என்று நாட்டின் நடுமையப் பகுதியைக் காட்டி இந்த சொல் எழுந்தது. கரிகால் சோழன் ஆட்சி வடக்கே வேங்கட மலைவரை இருந்தது. இதில் இன்ன இடத்து மக்கள் என்று காட்டவே உருவானதாக இருக்கலாம்.

இடத்தைக் குறித்து, பிறகு மக்களைக் குறித்து, நாட்டையும் குறிக்கவே அதையே களப்பிரர் அரசர்கள் தம்மோடு 'முத்தரசர்' என்று சேர்த்து அழைத்துக் கொண்டனர். அதுவே பின்னால் சாதியாக, சாதிப் பெயராக மாறியது.

களப்பிரர் அரசு 'சுக்குசுக்கலாக' உடைந்த காலத்தில் தமிழகத்தின் நடுமையத்தில் அமைந்த, 'முத்தரை' யில் அமைந்த அரசு முத்தரையர் அரசு எனப்பட்டது. அதற்குமுன்பே களப்பிரர் அரசர்கள் கொங்கணி வர்ம தர்ம முத்தரசன், மாதவ முத்தரசன் (திருவரங்கம் உருவாக்கியவன்) கிருஷ்ண வர்ம முத்தரசன், அவிமுக்த முத்தரசன் (அயிச தே முத்தர்சன்) துர்வீநீத முத்தரசன், என்றும் முத்தரையன் சுவரன் மாறன் முத்தரையன் என்பதுபோல தம்மை அழைத்துக் கொண்டனர்.

துர்வீநீதன் கல்வெட்டு, அயிசதே கல் வெட்டு மூலம் 'முத்தர்சன்' என்ற பட்டம் இருந்ததை நன்கு அறியலாம். சேர, சோழ, பாண்டிய, நாடுகளை ஒரு சேர மூன்றையும் கைப்பற்றி ஆண்டதால் 'முத்தரசர்' என்று அழைத்து கொண்டு இருக்கலாம். அல்லது முத்தரைய மக்களோடு ஓர் உடன்படிக்கை செய்ய 'முத்தரசன்' என்று தம்மை அழைத்திருக்கலாம். பாமர மறவர்குல முத்தரையர்களைத் தம் பக்கம் இழுக்கவே ஓர் உடன்படிக்கையாகத் தம்மை 'முத்தரசர்' என்று அழைத்தது ஓர்கவர்ச்சியான உடன்படிக்கையாக இருக்கலாம். அதன்பின்னரே இனமாக, சாதிப்பெயராக உருவெடுத்தது. அதனால்தாம் கரிகால் சோழன் முதல் தெலுங்கு சோழர்கள் வரை தொடர்ந்து கவர்ச்சியாகப் பயன்படுத்தி வந்தனர். இதைப் பின்பற்றி களப்பிர அரசர்கள் தம்மை முத்தரசர் என்று அழைத்துக்

கொண்டனர்.

இந்த சொல் நாட்டின் மையப்பகுதி என்பதைக் குறிப்பதாக உள்ளது என்று அறிய முடிகிறது. இடத்தைப் பற்றி வந்த இனப் பெயராகும். இதுவே பின்னர் தெலுங்கு பேசும் பாளையகாரர், நாயுடு, நாயக்கர்களுக்கும் பெயராக அமைந்தது. முத்தரைய இனக்குழுவுக்குள் இவர்கள் எல்லாம் வந்தனர்.

இன்னொரு காரணமும் இருக்கக்கூடும். கரிகால் சோழனுடன் சேர்ந்து வடக்கே படைஎடுத்து போனவர்கள், தெலுங்குச் சோழர்களாக மாறினார்கள். இங்கிருந்து முத்தரையர்களாகப் போய், தெலுங்கில் பேச முயன்றதும் முத்தரைய நாயுடு, முத்தரைய நாயக்கர்களாக மாறி இருக்கலாம். இவர்களும் சத்திரியர்குல மக்களே ஆவார். படை எடுப்புவழி மீண்டும் தமிழ்நாட்டுக்குள் வந்தவர்கள் ஆவார்கள். தமிழ் மொழியை இழந்து தெலுங்கை பேசும்மொழியாக மாற்றிக் கொண்டார்கள்.

இது இடத்தைப் பற்றி வந்த இனப் பெயராகும். முத்தரை = சேர, சோழ, பாண்டிய நாடு கூடும் தரைப்பகுதி.

பல்லவ நாட்டின் சத்திரியர்குல மக்கள் தம்மை படையாட்சி என்று அழைத்துக் கொண்டனர். கொங்கு தேச சத்திரியர்குல மக்கள் துர்வீத கீதன் கல்வெட்டு அடிப்படையில் காவுந்தர் என்றும் அது மருவி கவுண்டர் என்றும் ஆனது என்று அறியலாம். பாண்டிய நாட்டு சத்திரியர் குல மக்கள் தம்மைத் தேவர் என்று அழைத்தனர். நாட்டைக்காக்கும் தேவர் என்று அழைத்துக் கொண்டனர். தேவர்களும் சத்திரியர்குல மக்களே ஆவார். இவை எல்லாம் சங்கம் மறுவிய காலத்திலேயே ஏற்பட்டுவிட்டது.

பக்திக் காலம்

சங்கம் மறுவிய காலத்திலேயே கபிலதேவர், நக்கீரர் தேவர் இவர்களின் பக்தி நூல்கள் திருமுருகாற்றுப்படை, இரட்டை மணிமாலை, சிவபெருமான் அந்தாதி, திருஈங்கோய்மலை, திருமறம், காரைக்கால் அம்மையார் பாடிய தேவாரம், நாலாயிரந் திவ்வியப் பிரபந்தத்தில் பொய்கை ஆழ்வார், பூதத்து ஆழ்வார் போன்றவர்களின் பாடல்கள் தோன்றிவிட்டன.

அப்போது நாயகன் - நாயகி பாவனை இலக்கியங்கள் வளரத் தொடங்கின. அதைப் போலவே தேவாரம் பாடிய அப்பர், சம்பந்தர்,

சுந்தரர் வாழ்ந்த காலம் பக்தி காலம். பன்னிரெண்டு ஆழ்வார்களில் பொய்கையாழ்வார், பேயாழ்வார், பூதத்தாழ்வார் தவிர மற்றவர்கள் வாழ்ந்த காலம் பக்திகாலம். அப்போது நாலாயிரதிவ்விய பிரபந்தம் எழுதப்பட்டு முழுமையானது. அது பக்திகாலந்தான். சங்கம் மறுவிய காலத்திலே திருவரங்கம் தோற்றம் பெற்று விட்டது. அதற்கு முன்னர் பெரிய சோழன் என்று அழைக்கப்படும் கோப்பெருஞ்சோழன் வடக்கு இருந்து உயிர் விட்ட இடம் திருவரங்கம் ஆகும். காடாக இருந்த பகுதி குடியிருப்பாக மாறிய காலம் சங்கம் மறுவிய காலம் ஆகும். அப்போது திருமால் கிடந்த வண்ணம் இருப்பதாக ஆலயம் எழுப்பப்பட்டது.

சமணம்

சங்கக் காலத்தில் ஆசிவகம் செழிப்பாக இருந்தது. அதை அமணம் என்றது சங்க நூல்கள். சித்தர்கள் நிலை அடைவது ஆசிவகம். அத்தோடு சமணம் வளர்ந்து அமணத்தை அழித்தது, கூடவே பௌத்தமும் பரவி வளர்ந்தது. சங்கம் மறுவிய காலத்தில் சமணமும், பௌத்தமும் போட்டியிட்டு வளர்ந்தன.

உலகப் பொதுமறையான திருக்குறளில் நிலையாமை, புலால் உண்ணாமை, போன்ற சமண பௌத்தக் கொள்கைகளும் வற்புறுத்திச் சொல்லப்படுகிறது. அதையே சமண நூலான நாலடியார் திருக்குறளின் உரைநூல்போல கொல்லாமை, நிலையாமை போன்றவற்றை எடுத்து வலியுறுத்துகிறது. ஐம்பெருங்காப்பியங்களில் மணிமேகலை பௌத்தக் கொள்கை களை விளக்குவது. சிலம்பு, சீவக சிந்தாமணி வளையாபதி சமண சார்புள்ளவை. சமணமும் பவுத்தமும் களப்பிரர் காலத்தில் உச்சத்தில் இருந்தன. களப்பிரர்கள் ஆட்சி கவிழ்ந்த பின்பு சமணம் அரசு சமயம் நிலையில் இருந்து மெல்ல மெல்ல தாழ்ந்து போகத் தொடங்கியது. அதற்குப் பதிலாக சைவம், வைணவம் வளரத் தொடங்கின. களப்பிரர் காலத்தில் தான் சீவக சிந்தாமணி எழுதப்பட்டது.

சைவக் குரவர்கள் 63 நாயன்மார்களில் ஒருவரான கூற்றுவ நாயனாரின் காலம் முதல் சைவம் தழைக்கத் தொடங்கியது. திருவரங்கம் 108 வைணவத் தலங்களில் முதன்மையானது ஆக உயர்ந்து வளர்ந்தது. அது இந்த அளவுக்கு உயரக் காரணம் முத்தரையர்களே ஆவார். இன்றும் திருவரங்கம் சொர்க்கவாசல்

திறப்பு திருவிழாவிற்குப் பின்பு மறுநாள் 'அரையர் சேவை' என்ற திருவிழாவும் தொடர்ந்து வரும். முத்தரையர்களை வைத்தே கொண்டாடப்படுகிறது. அறங்காவலர் பதவிக்குக் காலங்காலமாக முத்தரையர்களே வழிவழியாக வருகின்றனர். 'வேடுபரி' நிகழ்ச்சியும் திருவரங்கம் கோயிலில் திருவிழாவாகக் கொண்டாடப்படுகிறது.

இந்தப் பக்திக்காலமே முத்தரையர் அரசர்களின் பொற்காலம் ஆகும். முத்தரையர்கள் சத்திரியர் குல மக்கள் என்பது புரியும். ஐயர், அறவோர், பெண்கள், அந்தணர் போன்றவர்களைப் பாதுகாக்கும் பொறுப்பும் முத்தரையர்களிடம் இருந்தது.

வரலாறு எழுத வந்தவர்கள் அனைவரும் முத்துக்களைத் தொடர்புபடுத்தி கூறி வீணாக எழுதி விட்டனர். உண்மையில் முத்துராஜாக்கள் யாரும் கடற்கரை ஓரத்தில் பரதவர்களாக முத்தெடுத்து வாழவில்லை. மறவர்குல மக்கள் அதாவது சத்திரியர் குலம் மக்கள் போர் இல்லாத காலங்களில் வருமானத்திற்காகவும் பொழுதுப் போக்குக்காகவும் வலைகளை எடுத்துக் கொண்டு ஆறு, ஏரி, குளம், குட்டை, ஓடை இவைகளில் மீன் பிடித்து வந்தார்கள். இதை விற்று வாழ்க்கை நடத்தியதால் 'வலையர்' எனப்பட்டனர். கண்ணப்பர் வலையர் குலம் இப்படிப்பட்டதே ஆகும். கண்ணப்பர் திண்ணப்பனாக இருந்த போது வேடனாகவே இருந்தார். வேடர் குலத்தைச் சார்ந்தவர் ஆவார்.

கடலோரத்தில் வாழும் பரதவர், மீனவர்கள் முத்தரையர்களுடன் எவ்விதத்திலும் உறவு இல்லை. முத்தரையர் அரசர்கள் சைவ, வைணவக் கோயில்கள் கட்டி பக்தி வளர்த்தனர் என்பதற்குச் சான்றுகள் பல உண்டு. ''பெரும்பிடுகு முத்தரையனாயின குவாவன் மாறனவன் மகனிளங்கோ வதியரையனாயின மாறன் பரமேஸ்வரனின் மகன் பெரும்பிடுகு முத்தரையனாயின சுவரன் மாறன்வனெடுப்பித்த படாரி கோயிலவனெறிந்த வூர்களும் வன்பேர்களும் அவனைப் பாடினார் பேர்களுமித் தூண் கண் மேலெழுதின''. இவை தூண் கல்வெட்டு:- சுந்தர ஈசுவரர் கோயில் செந்தலை, தஞ்சாவூர் மாவட்டம்.

ஆவணம்:- டி.ஏ. கோபிநாத் ராவ், தொல்லியல் மேற்பார்வையாளர், திருவரங்கூர் மாநிலம் முத்தரையர் குறித்த கல்வெட்டுகள்.

கல்வெட்டு தொகுதி 7. கல்வெட்டு எண் 529

காலம்:- கோவிளங்கோ முத்தரையரின் 13ஆம் ஆட்சியாண்டு கி.பி. 643, அரசன் பெயர் : கோவிளங்கோ முத்தரையர், இடம்: தஞ்சாவூர் மாவட்டம், தஞ்சை வட்டம் திருச்சுண்ணம் பூண்டி.

தஞ்சை மாவட்டம் நியமத்து அரிஞ்சிகை புரத்துலிருந்த நக்கம் (காளி) என்பவள் இங்கு எழுந்தருளிய கோவிலில் நொந்தா விளக்கு வைத்து எரிக்க கொடை அளித்துள்ளாள். 12 கழஞ்சு பொன் கொடுத்துள்ளாள்.

நியமம் பிடாரிகோயில் முத்தரையர்களால் கட்டப்பட்டது. கொடும்பாளூர் வேளிர் மரபில் பூதி என்ற பட்டம் உள்ளது. முத்தரையர்கள் வேளிர் மண உறவு காரணமாக நியமம் பகுதியில் (பூதி) அரிஞ்சிகை புரம் என்ற ஊர் இருந்துள்ளது.

கோவிளங்கோ முத்தரையன் என்ற உத்தமதாணி தஞ்சாவூர், புதுக்கோட்டைப் பகுதிகளைத் தனித்து ஒரு சேர ஆண்டதை அறியும்படிக் காட்டுகிறது.

கல்வெட்டு தொகுதி 7. எண் 529

அரசன் பெயர்:- கோவிளங்கோ முத்தரையர். காலம்:- கோவிளங்கோ முத்தரையரின் 18ஆவது ஆட்சியாண்டு (கி.பி.648), இடம்:- தஞ்சை மாவட்டம் நியமம் வைகுந்தப் பெருமாள் கோயில்.

இம்மன்னனின் 18ஆவது ஆட்சியாண்டில் நியமத்து மாகளத்துப் பிடாரியார்க்கு திருவமிர்துக்கும் திருவிளக்கினிற்கும் திரு ஆராதனைக்கும், திருவமுது அட்டு தூபமும் மணியும் கொண்ட ஒருவருக்கும் திருமெழுக்கிடுவார் இருவருக்கும், நானாழி அரிசியாகவும், இரண்டு பகல் விளக்கும் நந்தவனக் குடிகள் மூவருக்கும் இன்னும் பல தர்மங்களுக்காக 3 வேலி நிலம் 300 நெல்மூட்டை அளக்கும்படி கொடையளித்துள்ளான்.

நன்றி :- ஆதாரம்: முத்தரையர் பெயர்க் களஞ்சியம் ஆசிரியர் இரா. திருமலை நம்பி.

களப்பிரர்கள் காலத்தில் சமணமும் உச்சத்தில் இருந்தது. கூடவே வைணவம், சைவம் மெல்ல வளரத் தொடங்கின. இந்தக் காலக் கட்டத்தில்தான் பிள்ளையார் வணக்கம் சாளுக்கிய நாட்டில்

இருந்து கொண்டு வரப்பட்டது. வாதாபி போர் முடிவடைந்த போது பல்லவ படைத்தலைவன் பரஞ்சோதி என்று சொல்லப்படும் சிறுத் தொண்டரால் பல்லவ நாட்டிற்குக் கொண்டு வரப்பட்டது. அதற்கு முன்பே பிள்ளையார் வணக்கம் அறிமுகம் ஆகி இருக்கக் கூடும்.

ஆனாலும் முத்தரையர் அரசர்கள் படாரி, அம்மன், மாரியம்மன் போன்ற பெண் தெய்வங்களை வணங்கி வந்ததோடு நெய்வேத்தியம் திருவிளக்கும், திருஅமுதும் செய்துவர நிலதானம் செய்தனர். பெண் தெய்வங்களை வணங்க ஊரெங்கும் கோயில்கள் கட்டி மக்களை வணங்கச் செய்தனர்.

பல்லவர்களின் கல்வெட்டுகள் சமசுகிருதத்தில் தொடங்கி பிராகிருதத்தில் முடியும். சிம்மவிஷ்ணு, முதலாம் மகேந்திர வர்மன், நரசிம்மவர்மன் என்று பட்டியல் தொடங்கி நந்திவர்மன் வரையில் தமிழைத் தீண்டாத மொழியாகத் தள்ளி வைத்தனர். ஆனால் முத்தரையர்கள் செப்பேடு, கல்வெட்டுகள் எல்லாம் தமிழிலே எழுதி வைத்தனர். தொடக்கம் மட்டும் ஸ்வஸ்திக் என்று தொடங்கி இருக்கும். பல்லவர்கள் நந்திவர்மன் காலம் முதலே நல்ல தமிழைப் பயன்படுத்தி வளர்த்தனர். ஆனால் முத்தரையர்கள் சாத்தன், சாத்தன்மாறன் காலம் முதலே கி.பி.630 முதலே தமிழையே அரசு மொழியாகவும் பயன்படுத்தி வந்தனர். முத்தரையர்கள் தொடக்கக் காலம் முதல் தமிழ்மட்டும் பேசிவந்த தனித்தமிழ் மரபினர் ஆவர்.

பின்னால் நாயக்க மன்னர்கள் காலத்தில் வந்த பாளையக்காரர், பாளையக்கார நாயுடு, முத்தரைய நாயக்கர் தமிழ்நாட்டில் இருந்து போன தெலுங்கு சோழர்களுக்குப் போர்ப்பணி செய்து மீண்டும் தமிழ்நாட்டுக்கு வந்ததால் அவர்கள் தெலுங்கும் தமிழும் பேசி வந்தனர். 29 இனக்குழுப்பிரிவில் முதிராஜ், முத்திரிய நாயக்கர், பாளையக்கார நாயுடு, பாளையக்கார நாயக்கர் இவர்களே ஆந்திரா கர்நாடகத்திற்குச் சென்று திரும்பியவர்கள். கரிகால் சோழன் சென்று தெலுங்கு சோழர்கள் காலத்தில் ரே நாட்டில் தங்கி விசயநகர நாட்டின் படைவீரர்களாகத் தமிழ்நாட்டுக்கே திரும்ப வந்தனர். அப்போது தாய்மொழி தெலுங்கு.

❖ ❖ ❖

6. மரபுகள்

(அ) சோழர்களின் கிளை வகையினர்கள்

கி.மு. 20 முதல் கி.பி. 29 கரிகால் பெருவளத்தான்

தமிழ்ச்சோழர்கள்

1. நல்லுருத்திரன்
   (கி.மு.20 - கி.பி.50)
2. மணக்கிள்ளி
   (கி.பி.50 - கி.பி.80)
3. நெடுமுடிக்கிள்ளி
   (கி.பி. 80 - கி.பி.120)
4. மாவண்கிள்ளி
   (கி.பி.120 - கி.பி.150)
5. கோச்செங்கண்ணன்
   (கி.பி.150 - கி.பி.180)
6. நல்லடி
   (கி.பி.180 - 210)
7. களப்பிரர்
   (கி.பி.210-கி.பி. 575)

சேர நாட்டுச்சோழர்கள்

1. சோழராஜன்
   (கி.பி.475 - 500)
2. நந்திவர்மசோழன்
   (கி.பி. 500 - 530)
3. சுந்தரநந்தன்
   (கி.பி.530 - கி.பி.575)
4. சிம்மவிஷ்ணு
   (கி.பி.530 - கி.பி.570)
5. தனஞ்செயவர்மன்
   (கி.பி.565 - கி.பி.580)
6. மகேந்திரவர்மன்
   (கி.பி.565 - கி.பி.560)
7. குணமுடிதன்
   (கி.பி.620 - 625)
8. புண்ணியகுமாரன்
   (கி.பி.625–655)

(ஆ) கொங்குச் சோழர்கள் (கொங்கு முத்தரையர்)

1. வீர சோழ கலிமூர்க்கன் (கி.பி. 967- கி.பி.1005)
2. ஸ்ரீ கோக்கலி மூர்க்க விக்கிரம சோழன் (கி.பி.1005-1047)
3. விக்கிரம சோழ அபிமானன் (கி.பி. 1047 - 1088)

4. அபிமான சோழ இராஜாதிராஜன் *(கி.பி. 1088 - 1100)*
இராஜாதிராஜ உத்தம சோழன் *(கி.பி. 1100 - 1117)*
உத்தம சோழவீரநாராயணன் *(கி.பி.1127 - கி.பி.1137)*
இராஜராஜ கரிகாலன் *(கி.பி. 1137 - 1175)*
இராஜாதிராஜ வீரராஜன் *(கி.பி. 1117 - 1127)*
பரகேசரி குலோத்துங்கன் *(கி.பி. 1150- 1167)*
பரகேசரி வீரசோழன் *(கி.பி.1168-1193)*
இராஜகேசரி வீரராஜேந்திரன் *(கி.பி.1207-1256)*
பரகேசரி விக்கிரம சோழன் *(கி.பி. 1256 - 1264)*
இராஜகேசரி *(கி.பி. 1273-1303)*

(இ) முத்தரையர் மரபு

கொங்கு முத்தரையர் மரபுப் பட்டியல்

கோக்கண்டன் : கோக்கண்டன் இரவி, கோக்கண்டன் வீரநாராயணன்

கோக்கண்டன் இரவி : இராஜகேசரி, இரவிகோதை, கலிமூர்க்கன், வரகுண பரந்தகன், இரவிகண்டன்,

காடக முத்தரையர் மரபு

1. காடக முத்தரையர்
2. காடுவெட்டி முத்தரசர், போற்றி நங்கை
(விடேல் விடுகு காடுவெட்டி தமிழ்ப் பேரரையன்)
3. அரிகண்டப் பெருமாள்
4. பைந்நாக முத்தரையன் (குலோத்துங்க சோழ காடவராயன்)

கங்க முத்தரசர் கிளை மரபு (பொன்)

பொன் மாந்தனார், வானகோ முத்தரசர், பெரும்பாண முத்தரசர்

கங்க முத்தரசர் மரபு (தலைக்காடு)

முதலாம் கொங்கணிவர்மன் கி.பி. 220-280. இது முன்பே விவரிக்கப்பட்டுள்ளது. இது விடியலை நோக்கி களப்பிரர் வரலாறு என்ற நூலில் இருந்து 1 முதல் 18 முடிய காட்டப்பட்டு உள்ளது.

மேற்கொண்டு தலைக்காடு கங்க முத்தரசர் மரபு (தலைக்காடு) தொடர்ச்சி காட்டப்பட்டுள்ளது. (மாமன்னர் சுவரன் மாறன் இரண்டாம் பெரும்பிடுகு முத்தரையர் ஆசிரியர் பெ. இராமலிங்கம் எம்.ஏ. எம். எஸ்.ஸி, எம். எட் எழுதியது)

கங்க முத்தரசர் மரபு (தலைக்காடு)

1. முதலாம் கொங்கணி வர்மன் (கி.பி.220 - கி.பி.280)
2. மாதவன் -1 கி.பி. 350 - 400
3. அரிவர்மன் (கி.பி. 400 - 455)
4. மாதவ முத்தரசன் (கி.பி. 460 - 500) அவிநீதன் (கி.பி. 460-500)

முத்தரசன் துர்விநீதன் (கி.பி.550 - 620)
முஷ்கரன்
திருவிக்கிரமன்
பூவிக்கிரமன் (620 - 670)
வல்லவாக் கியரையன்
முதலாம் சிவமாறன் - விஜயாதித்தன்-துக்கமாறன் (870 - 715)
முதலாம் இராஜமல்லன் (கி.பி. 817 - 853)
முதலாம் நீதி மார்க்கண் (853-869)

முதலாம் பூதுகன்

இரண்டாம் இராஜமல்லன் (கி.பி. 870-907)
நீதிமார்க்கண் (கி.பி. 887-953)

இரண்டாம் பூதுகண்

மருளதேவன்
இரண்டாம் மாறசிம்மன்

கங்க முத்தரசர் மரபு II

கோலர் (குவாலளபுரம்) மரபு
ஸ்ரீ புருஷ முத்தரசன் கி.பி. 725 - கி.பி. 778
சிவமாறன் (கி.பி. 778 - 817)
முதலாம் பிருதி வீபதி (கி.பி. 817 - 880)
முதலாம் மாறசிம்மன் (கி.பி. 880 - 914)
இரண்டாம் பிருதிவீபதி (கி.பி.914 - 940)

ஆதாரம்:- மாமன்னர் சுவரன் மாறன் இரண்டாம் பெரும்பிடுகு (முத்தரையர்) ஆசிரியர்: பெ. இராமலிங்கம் எம்.ஏ., எம்.எஸ்.ஸி., எம்.எட்., எம்.ஃபில்., இந்த நூலின்படி 'முத்தரசன்' என்று இனத்தைக் காட்டும் இனவழிச் சொல் மாதவ முத்தரசன் கி.பி. 460 -500 முதல் வந்ததாகக் கூறுகிறது. ஸ்ரீமத் கொங்கொணி முத்தரசர் அயிசதே (அவி நீதவர்மன்) கி.பி. 460. 500 போன்றவர்கள் தம்மை நேர்முகமாக முத்தரையர்கள் என்று அழைத்துக் கொள்கிறார்கள்.

சாளுக்கிய மரபில் உள்ள க்ங்க முத்தரசர் மரபு அரசர்களில் ஸ்ரீ புருஷ முத்தரசன் (கி.பி. 725-778) தம்மை முத்தரசர் என்று அழைத்துக் கொள்கிறார்.

வானகோ அரையர் மரபில் வானகோ முத்தரசர் என்றும் பெரும்பாண முத்தரசர் என்றும் தம்மை முத்தரசர் என்று அழைத்துக் கொள்கிறார்கள்.

வானகோ அரையர் மரபில் வானகோ முத்தரசர் என்றும் பெரும்பாண முத்தரசர் என்றும் தம்மை முத்தரசர் என்று அழைத்துக் கொள்கிறார். (வேலூர் மாவட்டம்) காடவ முத்தரசர் மரபில் காடக முத்தரையர் காடுவெட்டி முத்தரசர், பைந்நாக முத்தரையன் (குலோத்துங்க சோழ காடவராயன்) தம்மை முத்தரசர்கள் என்று அழைத்துக் கொள்கிறார்கள்.

''முத்தரையர்கள்'', ஒவ்வொருவரும் தம்மைச் சொல்லிக் கொள்ளும் தமிழ் முத்தரையர் அரசர் பட்டியல் பின்வருமாறு :

முதல் கிளை பரம்பரை

1. *சாத்தன்: பெரும்பிடுகு பெருந்தேவி (கி.பி.600-630)*
2. *சாத்தன்மாறன் (விடேல் விடுகு விழுப் போதியரைசன் (கி.பி.630-660)*
3. *மாறன் குவாவன் (கி.பி.660-690)*
4. *குவாவன் மாறன் - (முதலாம் பெரும்பிடுகு முத்தரையன்) (கி.பி.690-720)*
5. *மாறன் பரமேசுவரன் - (இளங்கோவதி அரையன்) (கி.பி.720-760)*
6. *சுவரன்மாறன் - (பெரும்பிடுகு முத்தரையன் II) (கி.பி.760-795)*
7. *மாறன் குவாவன் (கி.பி.795-830)*
   பெரும்பிடுகு முத்தரையன் III (கி.பி.830-850)
   (நங்கையார் நங்கை(மனைவி) யார் நங்கை தயாநிதியார்.

இரண்டாவது கிளை பரம்பரை

1. மாறன் குவாவன் (மாற்பிடுகு பேரதியரையன்) (கி.பி.795-830)

2. குவாவன் சாத்தன் (விடேல் விடுகு முத்தரையன்) (கி.பி.830-850)

மூன்றாவது கிளை பரம்பரை

1. *சாத்தன் பூதி விடேல் விடுகு இளங்கோவதியரையன் (கி.பி.850-870)*
2. *சாத்தன்காளி, சாத்தன்பழியிலி*
3. *பூதிகளரி அமரூன்றி முத்தரையன் (கி.பி.870-900)*
4. *தென்னவன் இளங்கோ முத்தரையன், பழியிலிசிறிய நங்கை (கி.பி.900-930)*
5. *பூதி அரிந்திகை சாத்தன் மறவன் என்கிற விடேல் விடுகு, இளங்கோ, வேளார், மல்லன் அனந்தன் என்கிற மீனவன் தமிழிதியரையன், அனந்தன் பழியிலி, மல்லன் விதுமன் என்கிற தென்னவன், தமிழதியரையன், வேட்டுவதியரைனாயின், மல்லன், வேங்கடவன்.*

பக்திக் காலம் : கி.பி.600-900

இந்தக் காலந்தான் முத்தரையர் அரசர்கள் ஆட்சிக் காலம். முத்தரையர் மக்களுக்குப் பொற்காலம் என்று கூறக் கூடியக் காலம். அதிலும் சுவரன் மாறனாயின இரண்டாம் பெரும்பிடுகு முத்தரையர் ஆண்ட காலம்.

களப்பிரர்களுக்குப் பின்

களப்பிரர்கள் தங்களது மும்முடி மணிமுடியை இழந்து மறைந்த நேரம். கி.பி. 575இல் வேள்விக்குடி செப்பேடுபடி தங்களது ஆட்சியைப் பல்லவர் சிம்ம விஷ்ணுவிடமும் பாண்டியன் முதலாம் கடுங்கோனிடமும் இழந்து வெறுங் கையுடன் நின்ற நேரத்தில் உதயம் ஆனது முத்தரையர் அரசு. அது முதல் அப்போதே முத்தரையர் - முத்தரையர் அரசு, வாணக்கோ அரையர் அரசு, பழுவேட்டர் அரையர் அரசு போன்றவையும் உதயம் ஆயின. அதுமுதல் முத்தரையர் அரசு மெல்ல மெல்ல வளர்ந்து பல்லவர் அரசுக்குத் துணை அரசாக மாறியது. பல்லவப் பேரரசுக்குப் பக்கப்பலமாக முத்தரையர் அரசு விளங்கியது.

ஆனால் தேவாரம் பாடிய திருஞானசம்பந்தர், அப்பர், சுந்தரர் போன்ற நாயன்மார்கள் அந்தக் காலக்கட்டத்தில் வாழ்ந்தும் எந்த விடத்திலும் முத்தரையர் அரசைக் குறித்துப் பாடவில்லை. பாராட்டியோ, தூற்றியோ பாடவில்லை. சிம்ம விஷ்ணு காலத்தில் உடைந்த களப்பிரர்ப் பேரரசு உடைந்து சிதறிய போது முத்தரையர் அரசாக மாறி இருக்கலாம். அதற்கு இவைகளைச் சான்றுகளாகக்

கொள்ளலாம்.

1. ஸ்வஸ்திக் ஸ்ரீமத் கொங்கணி முத்தரசர் அயிசதே.
2. ஸ்வஸ்திஸ்ரீ கொங்கணி முத்தரச ஸ்ரீ புருஷ மஹாஜாதிராஜ பரமேஸ்வர.
3. ஸ்வஸ்திக்ஸ்ரீ சந்த்ராதித்ய குலதிலகன்சார்வ பௌமன் கலிநிருவ(ப) கள்வனா இனகோக் கண்டனி ரவி.
4. டுத்த பெரும்பிடுகு முத்தரைனாயின குவாவன்.
5. ஸ்ரீ கள்வர்க் கள்வர்.

இப்படி கொங்கணி, முத்தரையர், கள்வர்க் கள்வர் என்று முத்தரையர் அரசர்கள் கூறிக் கொள்வதாலும் களப்பிரர்ப் பேரரசு வீழ்ந்த பிறகு முத்தரைய அரசுகள், நியமம், புதுக்கோட்டை, செந்தலை, வல்லம், ஆர்க்காடு வல்லம், தலைக்காடு போன்ற இடங்களில் சிதறி மறைந்து முத்தரையர் என்ற பெயரில் ஆட்சியைத் தொடர்ந்து இருக்கின்றன.

சோழர் குல வாரிசுகள் என்பதற்கு (1) துர்வீ நீதனின் தேவி ஒரு சோழகுல அரசி என்பதைக் குறிக்கும் செப்பேடு.

> *''உரகபுராதிப் பரமசத்திரிய சோழகுல*
> *திலக சரண பிரசூதா''*

என்றும், (2) துர்வீநீதனின் பெயரன் ஸ்ரீ விக்ரமன் சோழ குல இளவரசியை மணந்தவன் என்றும், காவிரிக்குக் கரைகட்டிய கரிகாலன் சோழனின் குலத்து உதித்தவள் என்றும், ''காரித காவேரி தீர கரிகாலன் சோழ குல வமிச சோழநிருபதி புத்ரி'' என்றும் கூறப்படுகிறது.

(3) திருவரங்குளம் (புதுக்கோட்டை மாவட்டம்) செப்பேடுப் படி ''கரிகால் சோழன் குழுவினராகிய சூரிய முத்திரியர் 8 கரை பேரும் என்று காணப்படுகிறது. இதில் பொற்பனை உடையான் சூரிய முத்திரியர் உள்ளிட்டார்க்கு மண், கரை உள்ளான் கொண்டது பன்னிரெண்டு நத்தம்'' என்கிறது.

இதிலிருந்து முத்தரையர்கள் என்பது பாமர மக்களுக்கு அமைந்த பெயர். அந்தப் பாமர மக்கள் மறவர் குல மக்கள். அதாவது சத்திரியர் குல மக்கள். இந்த முத்தரையர் என்ற சொல்லை, சோழர், களப்பிரர், வாணகோஅரையர், முத்தரைய அரசர்கள் என்று யாவரும் இடத்தை நோக்கி பயன்படுத்தி இருக்கிறார்கள் என்பது புலனாகிறது.

இங்கிருந்து நாடு பிடிக்க, பிழைப்புத் தேடி, படைஎடுத்து போன அரசர்களும், மக்களும் ஆந்திர, கர்நாடக மண்ணில் பயன்படுத்தி இருக்கிறார்கள். இது பின்னர் விளக்கப்படும்.

பாணர்கள் (வாணகோயராயர்கள்)

கர்நாடகத்தில் இருந்து தமிழகத்தின் வடபகுதியில் தமது தன்னாட்சியை அமைத்துக் கொண்டவர் பாணர்கள் எனப்படும், வானவகோயரையர்கள் ஆவார். பூர்வீகம் பாணர்வாசி.

நலந்தரு சீர்ப் பெருங்கீர்த்தி நிலைமைபெற பாண்டியனின் குலம்பெறுக வந்துதித்த கோவேந்தர் ஐம்பிரிவர்

பூவலியர் மாவலியர் பொற்புமிகும் காவலியர்
சேவகமே மிகுவேடர் செம்மிகு வேட்டுவர்கள்.

பூவலியர்=புவியை ஆளும் திறம்மிகு அரசர்; மாவலியர்=வாணகோ அரையர்கள்; காவலியர்= முத்தரையர்= காவல் தொழில் செய்யும் காவலர்கள்; வேடர், வேட்டுவர்கள் ஆட்சி புரிந்தனர்.

மாவலியர் ஆட்சி

கல்தோன்றி மண்தோன்றாக் காலமுத லாநாங்கள்
மல்வலயத் தோள்கொண்டு மாவலியர் எனவிருந்து
காவலாய்க் கொங்கர்களாய் கமழரசு புரிநாட்டில்

மாவலியர் என்பவர்கள் திருவாரூர்க் கல்வெட்டு ஒன்றிலே மனுநீதிச் சோழனின் அமைச்சர் வழியே தோன்றியவர்கள். கொங்கு நாட்டின் வடபகுதியில் ஆண்டவர்கள் மாபலி வாணராசர்கள் மகாபலிச் சக்ரவர்த்தியின் வழியினர். பராந்தகன் கல்வெட்டு.

முத்தரையர் குடும்பப் பெயர்களில் ஒன்று ''கிள்ளி வளவன்'' என்பது ஆகும். கிள்ளி வளவன் என்பது சோழப்பேரரசனின் பெயராகும். கடைச்சங்கக் கால சோழப் பேரரசன் ஆவான்.

❖ ❖ ❖

7. கல்வெட்டுகள்

கி.பி.600 முதல் கி.பி.700 முடிய சில கல்வெட்டுகள்

1. எரிகால் முத்துராஜா

காலம்: கி.பி.7 ஆம் நூற்றாண்டு, இடம்: ஆந்திர மாநிலம் (கடப்பை, கர்நூல், அனந்தப்பூர்) ரேநாடு. கரிகால் சோழன் வடக்கு நோக்கிப் படைஎடுத்துச் சென்று வென்றபோது ஆங்காங்கே தனது இளவரசர்களை அமர்த்தி ஆளும்படி வைத்து விட்டு அகன்றான். அப்படிச் சென்ற இடங்களில் ரேணாண்டு (ரே நாடு) அல்லது அரையர் நாடு என்பதும் ஒன்று. (ஆந்திர மாநிலம் கடப்பை, கர்நூல், அனந்தபூர் மாவட்டங்கள்) இங்கே ஆண்ட மன்னர்கள் தம்மைக் கரிகாலன் வழியினர் என்று கூறிக் கொள்வர். முதல் ஐந்து நூற்றாண்டுகள் வரை இன்னார் என்றோ, இன்னாருக்கு இன்னார் என்றோ அறிய முடியவில்லை. அதன் பிறகு

1. நந்தி வர்மன் கி.பி. 540 - கி.பி. 565. அவன் மகன் சுந்தரநந்தா
2. சிம்ம விஷ்ணு (கி.பி. 565-575)
3. தனஞ்செயவர்மன் (கி.பி. 565-575)
4. மகேந்திர வர்மன் கி.பி. 565 - 620
5. குணமுடிதன் (கி.பி. 620 -625)

6. புண்ணிய குமாரன் (கி.பி. 625-655) என்பவர்கள் ஆண்டனர். இதில் புண்ணிய குமாரன் எரிகால் முத்துராஜா என்ற பட்டப் பெயருடன் ஆண்டு வந்தான். கொடி - சிங்கக்கொடி. முத்தரையர் சிங்கக் கொடி கொண்டவர்கள் என்பதை எபிகிராபிகா இண்டிகா தொகுதி பக்கம் 337. INS 35 Mala Padu Plates 56 புண்ணிய குமாரா என்பதில் தெரிவிக்கின்றன. Annual Report for 1937-38 Page 79 (Ins no 283) மூலம் அறியலாம்.

2. கண்ணப்ப நாயனார்

காலம்: கி.பி. 400 முதல் 450 முடிய, இடம்: ஆந்திர மாநிலம்

கடப்பை மாவட்டம் பொத்தப்பி. அரக்கோணம் குண்டக்கல் இருப்புப் பாதையில் இராசம்பேட்டைக்கு வடக்கே 15 கி.மீ. தொலைவில் மலைவளம், நீர்வளம் நிறைந்த காட்டுப் பகுதியாகும். இயற்பெயர் : திண்ணப்பன், தந்தையின் பெயர்: நாகன், தாயின் பெயர்: தத்தை, குலம்: வேடர் குல அரசன் நாகன் மகன் திண்ணப்பன். காட்டுக்கு வேட்டையாட முதன்முதலாக சென்ற திண்ணப்பன். சிவபெருமானின் திருவிளையாடலுக்கு ஆட்பட்டார். வேடன் திண்ணப்பனின் இறைப்பற்றைப் பற்றி ஆய நினைத்த சிவபெருமான், இலிங்க உருவில் இருந்த தனது ஒரு கண்ணிலிருந்து இரத்தம் வழிய வைத்தார். இதைப் பார்த்த திண்ணப்பன் தனது ஒரு கண்ணை இடந்து அப்பினார். இன்னமும் சோதிக்க நினைத்த இறைவன் தமது இன்னொரு கண்ணில் இரத்தம் வழிய வைத்தார். உடனே இடது காலைத் தூக்கி சிவனின் வலது கண்ணில் வைத்து அம்பால் குத்தி இன்னொரு கண்ணையும் அப்பினார் திண்ணன். அதுமுதல் கண்ணப்பன் என்று அழைக்கப்பட்டார். அவர் வழிவந்த வேடர், வேட்டுவர் குல மக்கள் தம்மை கண்ணப்பர் குல முத்துராஜாக்கள் என்று அழைத்துக் கொண்டனர்.

– தமிழ்நாடு முத்தரையர் 15.04.82

நன்றி: முத்தரையர் பெயர்க் களஞ்சியம்.

3. கோனாளறு முத்தரையர்

காலம்: கி.பி. 643, கோனாளறு முத்தரையர் ஆட்சிக்காலம் 13ஆம் ஆண்டு, இடம்: புதுக்கோட்டை மாவட்டம், குளத்தூர் வட்டம், கீரனூர், கோனாளறு முத்தரையன் தன்னிச்சையாக ஆண்டு வந்த ஒரு மன்னன். இன்னொரு பெயர் கோவிளங்கோ. இன்று இத்திருக்கோயில் உத்தமநாதர் கோயில் என அழைக்கப் பெறுகிறது. கீரனூரில் சிவன் கோயிலைக் கட்டி தனது பெயரிலேயே உத்தமதாணி ஈஸ்வரர் எனப் பெயர் சூட்டினான்.

4. சாத்தமங்கலம்

திருச்சி மாவட்டம் இலால்குடி வட்டம் வடக்கு அய்யன் வாய்க்கால் கரையில் ஒரு சாத்தமங்கலம் உண்டு. அங்கு 'அரண்மனைக் கோட்டை மேடு' என்ற பகுதி என்ற ஒன்று அழிந்து கிடக்கக் காணலாம். அங்கு மறுகுடியிருப்புகள் ஏற்பட்டுவிட்டன. அது முத்தரையர் அரசன் சாத்தனின் தலைநகராக இருக்கலாம்.

இங்கே புதைபொருள் ஆய்வு செய்தால் பல உண்மைகள் கிடைக்கும். இதைப்போலவே அரியலூர் மாவட்டம் திருமானூர் வட்டத்தில் ஒரு சாத்தமங்கலம் உண்டு. இது பழுவேட்டரையன் ஆண்ட பகுதியாகும். திருச்சிக்கு மேற்கில் ஒரு சாத்தனூர், சாத்தம் பாடி என்ற ஊர்கள் உண்டு. திருவையாறு வட்டத்தில் சாத்தனூர் என்ற ஊர் உண்டு. சிதம்பரம் வட்டத்தில் சாத்தமங்கலம் ஊர் உண்டு.

கல்வெட்டறிஞர் கே.ஜி. கிருட்டிணன் அவர்கள் சாத்தன் என்பவனே தமிழ் முத்தரைய மரபின் (செந்தலை மரபின்) முதல் மன்னன் என்று கருதுகிறார். இவ்வேந்தன் பெரும்பிடுகு என்ற பட்டத்தைக் கொண்டிருக்கக் கூடும். இவன் சாத்தன் மாறன் என்ற விடேல் விடுகு விழுப்பேரதியரைசனின் தந்தை ஆவான்.

சாத்தன் மாறன் பல்லவ அரசன் இரண்டாம் நரசிம்மவர்மனின் காலத்தவன் என்று வரலாற்றுப் பேராசிரியர் திரு.ம. இராஜசேகர தங்கமணி கருதுகிறார். காலம் கி.பி. 700 - கி.பி. 728) முடிய என்று குறிப்பிடுகிறார். டாக்டர் ந.க. மங்கள முருகேசன் எழுதிய நூலான பல்லவர் வரலாறு என்பதில் இரண்டாம் நரசிம்மவர்மன் அல்லது இராசசிம்மனின் காலம் கி.பி. 685-705 என்றும் கி.பி. 690-கி.பி.729 என்றும் இருவகையாகக் கூறி இருக்கிறார். பல்லவ வேந்தன் இராச சிம்மன் சுந்தரமூர்த்தி நாயனார் காலத்தவர் என்றும் கூறுகிறார்.

சாத்தன் மாறனின் காலம் இராசசிம்மன் காலமாகக் கூறுவதால் அவனது தந்தை சாத்தன் முதல் பரமேசுவரவர்மன் காலத்தவனாக இருக்கலாம். முதலாம் பரமேசுவரவர்மனின் காலத்தில் இரண்டாம் புலிகேசியின் மகன் விக்கிரமாதித்தன் பல்லவ நாட்டின் மீது படையெடுத்து வந்தான். இந்தப் படையெடுப்பைப் பற்றி கர்நூல் பட்டயம், கத்வல் பட்டயம், கூரம் பட்டயம் ஆகியன சாளுக்கியரின் வெற்றியைக் குறிக்கின்றன.

5. சாத்தன் மாறன்

காலம்: கி.பி. 7ஆம் நூற்றாண்டு, இடம்:- புதுக்கோட்டை மாவட்டம் இலுப்பூர் வட்டம், மதிய நல்லூர் பெரிய கண்மாய். சாத்தன் மாறனுக்கு விடேல் விடுகு என்ற சிறப்புப்பெயர் உண்டு. டாக்டர் ம. இராசமாணிக்கனார் தமிழக வரலாறு நூலில் இம்மன்னன் முத்தரையர் மன்னர் வரிசையில் 4வது மன்னர் ஆகக் காட்டியுள்ளார். காலம் 690-720 ஆண்டதாகக் காட்டியுள்ளார்.

இவன் குளத்துப் பாசனம் பெருக்கி, நீர்வளம் பெருக்கி, நிலவளம் சேர்த்தவன். இவ்வூரிலுள்ள பெரிய கண்மாய்க்கு மடை கட்டியுள்ளான். இந்த மடைத் தூணில் ஸ்வதிக் ஸ்ரீசாத்தன் மாறன் செய்வித்த குமிழி என்று மடைத்தூண் கல்வெட்டு குறிப்பிடு கின்றது. இவனே இக்கண்மாயையும் ஏற்படுத்தியதாகத் தெரிகிறது. இவனுடைய தந்தையின் பெயர் ''சாத்தன்'' என்பது. இவனது பெயரோடு (மாறன்) இணைந்த சாத்தன் என்பதைக் கொண்டு அறியலாம். அக்காலத்தில் அடையாளங் காண தந்தையின் பெயரை முன்னர் இட்டு தன்பெயரைக் கூறி இருக்கின்றனர்.

கூரம் பட்டயம், உதேயந்திரம் பட்டயம், சோரப் பட்டயம் ஆகிய பட்டயங்களோ பல்லவர் வெற்றி பெற்றனர் என்று கூறுகின்றன. விக்கிரமாதித்தன் காஞ்சியைக் கைப்பற்றி தனதாக்கியதைச் சாளுக்கியப் பட்டயங்கள் கூறுகின்றன. பெருவள நல்லூரில் விக்ரமாதித்தன் தோற்று ஓடியதை பல்லவப் பட்டயங்கள் கூறிக் கொள்கின்றன. இந்த அரசர்களில் ஒருவருக்குச் சாத்தன் உதவி செய்து இருக்கவேண்டும். போர்க்களத்தில் வீரமரணம் எய்து இருக்கக் கூடும்.

ஏறக்குறைய சாளுக்கியர்களுக்கே துணை புரிந்து வெற்றி தேடித் தந்து இருக்க வேண்டும்; அல்லது ஏதோ காரணத்தால் சாத்தன் பெருவளநல்லூர் போரில் யாருக்கும் துணைப் புரியாமல் 'வாளா' இருந்து இருக்க வேண்டும். பல்லவன் முதலாம் பரமேசுவர்மன் காலம் கி.பி. 670 முதல் 685 வரை என்பதால் சாத்தன் காலமும் கி.பி. 670 முதல் 690 முடிய இருக்கக் கூடும்.

திருமயம் சத்தியகிரிநாதப் பெருமாள் கோயில் கல்வெட்டு சாத்தன் மாறன் பற்றிக் குறிப்பிடுகின்றது. இவ்வேந்தனது தாயார் அரசியார் பெரும்பிடுகு பெருந்தேவியார் திருமயம் குகைக் கோயிலைப் புதுப்பித்து இக்கோயிலுக்குத் தானம் செய்த செய்தியை அக்கல்வெட்டு குறிப்பிடுகிறது. இக் கல்வெட்டு கி.பி. 8ஆம் நூற்றாண்டின் இடைப்பகுதியைச் சார்ந்தது என்று கல்வெட்டு அறிஞர். திரு.கே.ஜி. கிருஷ்ணன் கருதுகிறார். சாத்தன் மாறன், தந்தை இல்லாத நிலையில் கோப்பெருந்தேவியே ஆட்சி செய்திருக்கக்கூடும். சாத்தன் மாறன் சிறியவனாக இருந்திருக்கக் கூடும். சாத்தன் இறந்து இருந்ததனால் இவ்வாறு நடக்க வாய்ப்புண்டு.

களப்பிர அரசு சிதறிய காலத்துக்குப் பின் சிறிது காலந்தள்ளி

சாத்தன் ஆண்டு இருக்கக் கூடும். களப்பிரர் அரசு சிதறியதை மீண்டும் எடுத்து நிலை நாட்டவே இரண்டாம் புலிகேசி, அவனது மகன் விக்கிரமாதித்தன் சாளுக்கியப் படைகளை அழைத்துவந்து போரிட்டு இருக்க வேண்டும். கூடவே துருவிந்தனும் படை எடுத்து வந்திருக்கக் கூடும்.

கங்கப் பேரரசனும் களப்பிரப் பேரரசனும் ஆன துர்வீநீதன் முத்தர்சனுக்குப் பின் களப்பிரர் பேரரசு பலம் குன்றியது. துர்வீநீதனுக்குப் பின் விக்கந்தன் ஆட்சிக்கு வந்தான். விக்கந்தனுக்குப் பின் ஸ்ரீவிக்கிரமன் ஆட்சிக்கு வந்தான். அவனுக்குப் பின் ஆட்சிக்கு வந்த பூவிக்கிரமன் காலத்தில் பாண்டியன் கடுங்கோனும் பல்லவர் சிம்மவிஷ்ணுவும் பூவிக்கிரமனை விரட்டி நாட்டைக் கைப்பற்றி கொண்டனர். நூறு வயதைத் தொடப்போகும் துர்விநீதன் தனது மகள் வயிற்றுப் பேரன் சாளுக்கியப் பேரரசன் இரண்டாம் புலிகேசியிடம் உதவிகேட்கவே, இரண்டாம் புலிகேசி சிம்ம விஷ்ணுவின் மகன் பல்லவன் முதலாம் மகேந்திரவர்மன் காலத்தில் படை எடுத்து வந்து காஞ்சியைக் கைப்பற்றி காஞ்சி மாநகரை அழித்தான்.

அந்த நேரத்தில் பூவிக்கிரமன் இருந்தான். அவனுடைய மகனே சாத்தன் ஆவான். சாத்தனுடைய மகன் சாத்தன் மாறன் ஆவான். பூவிக்கிரமன் காலத்திலேயே வல்லவாக்கிரையன் ஒரு சிலப் பகுதிகளை ஆண்டு வந்தான். அதே காலக்கட்டத்தில் பாணர் அரசர்கள் வடார்க்காடு மாவட்டம் தண்டராம் பட்டியிலுள்ள இரு கல்வெட்டுகள் வாணகோ முத்தரசர் என்பவர்களைப் பற்றி குறிப்பிடுகின்றது.

	பல்லவர்கள்	**பாணர் அரசர்கள்**
1.	முதலாம் மகேந்திரவர்மன் *(கி.பி.615- கி.பி.630)*	பொன் மாந்தனார்
2.	முதலாம் நரசிம்மவர்மன் *(கி.பி.630- கி.பி.668)*	பொன் மாந்தனார்
3.	முதலாம் பரமேசுவர்மன் *(கி.பி.670- கி.பி.685)*	வாணகோ அரையர்
4.	இராச சிம்மன் *(கி.பி.666- கி.பி.705)*	பெரும்பாண முத்தரசர்

அதே காலக்கட்டத்தில் பாண அரசர்கள் ஆண்டு வந்தனர்.

தருமபுரி மாவட்டம் பாலவாடியில் கிடைத்துள்ள கல்வெட்டு பெரும்பாண முத்தரசர்கள் என்பவர்களைப் பற்றிக் கூறுகின்றது. அதே காலக் கட்டத்தில் முதலாம் மகேந்திர வர்மன் காலத்தில் முத்தரையர்களின் சண்டைக்காட்சி சிற்பமாக்கப்பட்டுள்ளது. சீய மங்கலத்துக் குகைக் கோயின் வெளிப்புறத்தில் இரண்டு பக்கத்திலும் இரண்டு வீரர்களின் புடைப்புச் சிற்பங்கள் அமைக்கப்பட்டுள்ளன.

அதைப்போலவே முத்தரையர்கள் மன்னர் குறுநில மன்னர்களாக இருந்த காலத்தில் வரையப்பட்டன. புதுக்கோட்டை மாவட்டம் சித்தன்ன வாசல் ஓவியம். இதை பல்லவர் மகேந்திரன் பேரரசன் ஆக இருப்பினும் முத்தரையர்களே ஆண்டு வந்தனர். இதைத் தீட்டியவர்கள் முத்தரையர்களே ஆவர். இதைப் பல்லவர்கள் வரைந்ததாக ஏற்றிப் பேசப்படுகிறது. கி.பி.630 முதல் கி.பி. 660 முடிய ஆண்ட இளங்கோ முத்தரையன் தனிச்சையாகத் தனித்து புதுக்கோட்டை மாவட்டத்தில் ஆண்டான். ஒருக்கால் இவனது ஆட்சியில் சித்தன்ன வாசல் ஓவியம் வரையப்பட்டு இருக்கலாம். மேலாதிக்கம் பல்லவர்கள் கையில் வரும்போது பல்லவன் மகேந்திரவர்மன் வரைந்ததாக வரலாற்றில் ஏற்றி விட்டார்கள். இவனது பெயர் கோனாளறு முத்தரையர் என்றும் கோ.இளங்கோவதி அரையர் என்றும் கல்வெட்டுகளில் காணப்படு கின்றன.

இவன் நார்த்தாமலை கல்வெட்டு தென்னவன் இளங்கோ முத்தரையன், மல்லன் விதுமன்னான தென்னவன் தமிழதிரையன் என்றும் தெரிவிக்கின்றன. இவன் நார்த்தாமலையிலும் கோவில் கட்டியுள்ளான் எனத் தெரிகின்றது.

- சான்று: தெ.இ.க. தொகுதி 12 க எ 74.

சித்தன்னவாசல் ஓவியம் மகேந்திர வர்மன் காலத்தது அல்ல என்பது திரு. க. ஸ்ரீநிவாசன் அவர்கள் கருத்து. (See PP 168-176. Proceedings of the Indian History Congress Seventh Season Madras.)

அப்படியானால் யாருடைய காலத்து ஓவியம்? ஓர் அரசன் அரசியின் ஓவியங்களைக் குறிக்கின்றன. 2. நடன மங்கை ஓவியம். இந்த ஓவியங்கள் களப்பிரர் நாட்டை இழந்த காலத்துக்குப் பின்

முத்தரையர் அரசு முளைத்த நேரத்தில் உருவான ஓவியங்களாகும். இது முத்தரையர் கால ஓவியங்களாகும். தமிழ்நாட்டில் முதலாம் மகேந்திரவர்மன் காலத்து ஓவியங்கள் புதுக்கோட்டை சித்தன்ன வாசலைத் தவிர வேறெங்கும் இல்லை. அப்படியெனில் பொருள் இது முத்தரையர்காலத்து ஓவியங்களே ஆகும். எல்லோரா, அஜந்தா ஓவியங்கள் வரைந்தது வடக்கே சாளுக்கிய அரசன் இரண்டாம் புலிகேசி. சாளுக்கிய பேரரசுக்கும் முத்தரையர்களுக்கும் உறவு தொடர்பு இருந்து இருக்கக் கூடும்.

பொதுவாக வல்லம் என்ற பெயர்களுக்கும் முத்தரையர் அரசர்களுக்கு மிகுந்த தொடர்புண்டு. தஞ்சை வல்லம் முத்தரையர் ஆண்ட இடம்; அதுபோல செங்கற்பட்டு மாவட்டம் செங்கை வட்டம் செங்கற்பட்டுக்கு 2 கல் தொலைவில் திருக்கழுக்குன்றம் போகும் சாலையில் வல்லம் என்ற சிற்றூர் உண்டு. களத்தூர்க் கோட்டத்து வல்லம் நாட்டு வல்லம் குகைக்கோயில் முத்தரைய சிற்றரசர்களால் கட்டப்பட்டது.

> **பகாப்பிடுகு லளிதா்குரன், சத்துருமல்லன் குணபரன்**
> **மயேந்திரப் போத்தரெசரு அடியான், வயந்தப் பிரி அரெசரு**
> **மகந்கந்தசேனன் செய்வித்த தேவகுலம்.**

என்பதாரும் அந்த அரசன் கந்த சேனன்.

கி.பி. ஏழாம் நூற்றாண்டுக்கு முன்னும் பின்னும் ஆண்ட மன்னர்கள் பட்டியல்கள்.

பல்லவர்கள்: சிம்மவிஷ்ணு முதலாம் மகேந்திரவர்மன் முதலாம் நரசிம்ம வர்மன்முதலாம் பரமேசுவர்மன் இராசசிம்மவர்மன்.

இடைக்காலப் பாண்டியர்கள் :

1. முதலாம் கடுங்கோன் (கி.பி. 575)

2. மாறவர்மன் அவனி சூளாமணி (கி.பி. 600 - 625)

3. செழியன் சேந்தன் (கி.பி. 625 - 640)

4. மாறவர்மன் அரிகேசரி (கி.பி. 640-670)

5. கோச்சடையன் ரணதீரன் (கி.பி.670 - 710)

6. அரிகேசரி பராங்குச மாறவர்மன் (கி.பி. 710 - 765)

7. நெடுஞ்சடையன் பராந்தகன் (கி.பி.763-790)

8. முதலாம் வரகுணபாண்டியன் (கி.பி. 790-835),

9. சீமாறவல்லபன் (கி.பி. 835 - 862)

10. இரண்டாம் வரகுண பாண்டியன் (கி.பி. 862-880)

ஆதாரம் : பாண்டியர்கள் சதாசிவ பண்டாரத்தார் (கால வேறுபாடுகள் மாறுபாடு உண்டு.)

கங்க, களப்பிர அரசர்கள்: துர்வீநிதன் விக்கந்தன் ஸ்ரீவிக்கிரமன், பூவிக்ரமன், வல்லவாக்கிரையன், ஸ்ரீ புருஷமுத்துராஜா.

பாண அரசர்கள்: பொன் மந்தனார், வானகோ முத்தரசர், பெரும்பாண முத்தரசர்.

முத்தரையர் அரசர்: துர்விநீதன், விக்கந்தன், ஸ்ரீவிக்ரமன், பூவிக்கிரமன், வல்லவாக்கிறையன், சாத்தன்சாத்தன், மாறன்.

புதுக்கோட்டை முத்தரையர்: கோவிளங்கோ.

பல்லவப் பேரரசு என்பது மிகப்பெரிய பேரரசு! இதற்குத் துணையாக இருந்த அரசு முத்தரைய அரசு. களப்பிரர் அரசை சிம்ம விஷ்ணு, பல்லவ அரசர் கவிழ்த்து வீழ்த்திய பிறகு, இருந்த முத்தரைய அரசுடன் தொடக்கத்தில் பல்லவ அரசு மோதல் இருந்திருக்க வேண்டும். பிறகு சூழ்நிலை மாறி இருக்கவேண்டும். அதற்குக் காரணம் பாண்டியர் படைஎடுப்பு. பாண்டியரை எதிர்ப்பதற்காகவே பல்லவர்கள் முத்தரையர்களுடன் உறவு வைத்து நட்புடன் நடத்தி இருக்க வேண்டும். முதலாம் பரமேசுவரவர்மன் (கி.பி. 670-95) முடிய முத்தரையர்கள் பற்றிய வரலாற்றில் பேச்சைக் காணோம். ஆனால் சிம்ம விஷ்ணு பல்லவன் காலத்தில் ஒழிக்கப்பட்ட களப்பிரர்களோடு முதலாம் மகேந்திரன், முதலாம் நரசிம்மன், இரண்டாம் மகேந்திரன் காலம் வரை களப்பிரர்களோடு போரிட்டதாகப் பொது வரலாறு கூறுகிறது.

''கூரம்'' செப்பேடு மூலம் களப்பிரர்களை வென்றதாக முதலாம் நரசிம்மவர்மன் கூறிக்கொள்கிறான். சிம்ம- விஷ்ணுவால் காணாமல் செய்யப்பட்ட 'களப்பிரர்' முதலாம் நரசிம்மன் வர்மனால் தோற்கடிக்க பட்டுள்ளார்கள். இந்தக் களப்பிரர் யார்? முதலாம் மகேந்திரவர்மன் திருச்சி, புதுக்கோட்டை, குடுமியான்மலை,

சித்தன்னவாசல் பகுதிகளையே அடிக்கடி வட்டமிடக் காரணம் என்ன? சோழ நாட்டில் திருச்சிக்கு அருகில் ஒரு பல்லவபுரம் உருவாக்கி 2வது தலைநகராக பல்லவர்கள் ஆக்கி உள்ளனர்? ஏன்? முதலாம் நரசிம்மவர்மன் ''அரிமா போன்று நரசிம்மமூர்த்தியே மண்ணுலகில் அரச குமாரனாக அவதரித்ததைப் போல நரசிம்மன் உதித்தான். இவன் சோழர், கேரளர், களப்பிரர், பாண்டியர்களைத் திரும்ப திரும்ப வென்று ஆயிரங் கைகளை கொண்ட காத்தவீரியன் போல் விளங்கினான்'' என்று 'கூரம்' செப்பேடு சொல்கிறது. அப்படியானால் விரட்டி அழிக்கப்பட்ட களப்பிரர் மீண்டும் எப்படி வந்தனர்? இந்தக் காலக்கட்டம்வரை முத்தரையர்கள் பற்றிய பேச்சையே காணோம்.

முத்தரையன் குவாவன் மாறன் பெரும்பிடுகு முத்தரையனின் மனைவி இராசசிம்மன் (இரண்டாம் நரசிம்மவர்மன்) உடன் பிறந்தவளாக இருக்க வேண்டும். அதனால் முத்தரையர் குவாவன் மாறன் பெரும்பிடுகு முத்தரையனை தனது மகனுக்குப் பரமேசுவரன் என்று தமது பல்லவ மாமனாரின் பெயரைப் இட்டு உள்ளான். அது முதல் பல்லவர் - முத்தரையர் உறவு நெருங்கி இருக்கிறது. இதைப்போலவே பல்லவர்களின் எதிர்ப்பு காரணமாக முத்தரையர்களின் தொடக்க அரசன் சாத்தன் மனைவி பெரும்பிடுகு பெருந்தேவி பாண்டியன் மகளாக இருந்திருக்க வேண்டும். அதனால் தனது மகனுக்கு மாறன் என்று சாத்தன் பெயரிட்டு உள்ளான். சாத்தன் பிறக்கும்வரை முத்தரையர் என்ற பெயர் தமிழ் முத்தரையர்களுக்கு இல்லை.

பாண்டியன் அரிகேசரி நந்திபுரம் முற்றுகை

கங்கர் என்ற இருந்தது என்று கூரம் செப்பேட்டால் அறியலாம். குவாவன் மாறன் பெரும்பிடுகு முத்தரையன் காலத்தில் அவனது பல்லவ மைத்துனர் நந்திவர்மபல்லவ மல்லன் தஞ்சை கண்டியூருக்கு அருகில் உள்ள வீரசிங்கம் பேட்டைப் பகுதி நந்திபுரத்தில் தமது தங்கையின் வீட்டுக்கு அருகில் தங்கி இருந்த போது (செந்தலைக்கு) பாண்டியன் அரிகேசரி பராங்குச மாறவர்மன் பெரும்படையுடன் வந்து நந்திபுரத்தை முற்றுகை யிட்டான். உள்ளே நந்திவர்ம பல்லவ மல்லன் தவித்தபோது பல்லவதளபதி உதய சந்திரனும், மாறன் பரமேசுவரன் படையும் சேர்ந்து பாண்டியனை நிம்பவனம், சூதவனம், மண்ணைக்குறிச்சி,

சூரவந்தூர் முதலிய இடங்களில் தோற்கடித்தனர்.

அப்போது இரண்டாம் பெரும்பிடுகு முத்தரையன் சுவரன் மாறன் இளைஞன். தமது வீரத்தைக் காட்டி பாண்டியனை விரட்டி தந்தை மாறன் பரமேசுவரனுடன் சேர்ந்து வென்றுள்ளான்.அதுவே திங்களூர், அழுந்தியூர், மணலூர் என்ற மண்ணைக்குறிச்சி. இந்த போர்களில் பாண்டியன் கொல்லப்பட்டிருக்கவேண்டும். பல்லவன் நந்திவர்மன் பல்லவ மல்லன் காலம் கி.பி. 730-975. இரண்டாம் பரமேசுவரவர்மன் பல்லவன் காலம் கி.பி. 722-730 முடிய இவைகளையே செந்தலைக் கல்வெட்டு குறிக்கின்றது.

இசைக்கலை பரிவாதினிதா

முத்தரையர்கள் கட்டிடக்கலை, சிற்பக்கலை, ஓவியம், கலைகளை வளர்ப்பதிலும், கன்னித் தமிழை வளர்ப்பதிலும் முன்னணியில் இருந்தனர். இசைக்கலையைப் போற்றியும் வளர்த்துள்ளனர். புதுக்கோட்டை மாவட்டத்தில் இசைக்கலையை வளர்த்ததற்குச் சான்றாக குகைக் கோயில்களையும் கட்டி அம்மலைகளிலேயே ''பரிவாதினிதா'' என்ற இசைக் கருவியின் பெயரையும், மேலும் சில வரிகளையும் கல்லிலேயே வெட்டி யுள்ளனர். இத்தகைய கல்வெட்டுக்கள் குடுமியான் மலையிலும் இவ்வூரின் அடியிலுள்ள மலைக்குகைக் கோயிலிலும் ''பரிவாதினி தா'' என்ற கல்வெட்டு உள்ளது.

அழிந்துபோன நூல்

'முத்தரையர் கோவை' என்ற நூல் முத்தரையர்களின் வரலாற்றை விளக்கும் நூல் எழுதப்பட்டு வழக்கில் இருந்து வந்துள்ளது. அது தற்போது வழக்கில் இருந்து அழிக்கப் பட்டுள்ளது.

சோழப் பேரரசன்

முதலாம் இராச இராசனின் தாய் பெரிய குந்தவை நாச்சியார் தஞ்சை மாவட்டம் வல்லம் அரையனின் மகள் ஆவார். வல்லம் அரையன் ஓர் முத்தரையன் ஆவான்.

❖ ❖ ❖

8. பேரரசன் இரண்டாம் பெரும்பிடுகு முத்தரையன் கி.பி. 8-ம் நூற்றாண்டு

மாறன் குவாவன்: மாறன் முத்தரைய அரசனின் மகன் மாறன் குவாவன். இவனுடைய சம காலப் பல்லவ அரசன் இரண்டாம் நந்திவர்மன் காலம்:- கி.பி.720 முதல் கி.பி.750 முடிய. பல்லவன் இரண்டாம் பரமேசுவர வர்மன், முதலாம் இராஜசிம்மனின் மகன். அவனது மகன் சித்திரமாயன், பல்லவர்களின் குலம் புதிய குலம் தோன்றியது. சிம்மவிஷ்ணுவின் தம்பி பீமவர்மனின் வழிவந்தவன் இரண்டாம் நந்திவர்மன். பல்லவ சிம்மவிஷ்ணு தலையெடுத்து உயர்ந்த பிறகு பல்லவர் குலம் தழைத்தது; களப்பிரர் குலம் மெல்லமெல்ல சீர்குலைந்தது; இடையில் முத்தரையர் குலம் புதியதாகத் தோன்றி வளர்ந்தது. மூன்றாம் நந்திவர்மன் காலம் (கி.பி. 825 - கி.பி. 850) - வேள்விகுடிச் செப்பேடு கூறும் செய்தி

மத்தயானை செலவந்தி மானவேல் வலனேந்தி
கடுவிசையால் எதிர்த்த வரை நெடுவயல் வாய் நிகரழித்து
கறுவடைந்த மனத்தவரைக் குறுவெடை வாய்க் கூர்ப்பழித்து
மன்னிக் குறிச்சியுந் திருமங்கை, முன்னின்றவர் முரணழித்து
மேவலோர் கடற்றானை யோடேற் றெதிரே வந்தவரைப்
பூவலூர் புறங்கண்டும்
கொடும்பரிசை நெடுங்கிடங்கிற் கொடும்பாளூர் கூடார்
கடும்புரியுங் கடுங்களிறுங் கதிர்வேலிற் கைக் கொண்டும்
சேவ.... கூடாத பல்லவனைக் குழும்பூருட் டேசழிய

என்று பாண்டியன் பல்லவனை வென்றதாகக் கூறுகிறது.

அரிகேசரி பராங்குச மாறவர்ம பாண்டியன் இரண்டாம் நந்திவர்மனை வென்றதாகக் கூறுகிறது. அதன்பின்னர் பல்லவப் படைத் தலைவர் உதயச்சந்திரன் ஒரு பெரும்படையுடன் படை எடுத்து வந்து தோற்கடித்தான். அப்போது இரண்டாம் பெரும்பிடுகு முத்தரையர் பெரும் படையுடன் உதவினான்.

பாண்டியன் மாறவர்மன் விரட்டப்பட்டான். பல்லவ படைத் தளபதி உதயசந்திரன் வேகவதி ஆற்றங்கரையில் இருந்து பெரும்படையுடன் புறப்பட்டு வந்தான்.

இரண்டாம் பெரும்பிடுகு முத்தரையன்

இரண்டாம் பெரும்பிடுகு முத்தரையன் பல்லவருக்காகப் பெரும் போர்களைச் செய்து இரண்டாம் நந்தி வர்மன் காலத்திலும், நந்தி வர்மன் காலத்திலும் பாண்டியர்களை வென்றான். பாண்டியன் மாறவர்மன் அரிகேசரி, இரண்டாம் பெரும்பிடுகு முத்தரையினனாயின் குவாவன் மாறன். மூவரும் ஒருகாலத்தவர்கள். செந்தலைக் கல்வெட்டு ''பெரும்பிடுகு முத்தரையினான குவாவன் மாறன்'' என்று குறிப்பிடுகிறது. இவனது காலமே முத்தரையர்களின் பொற்காலமாகக் கொண்டாடப்படுகிறது. சுவரன் மாறன் பெரும்பிடுகு முத்தரையன் II என்பது இவனது பெயராகும்.

மாமன்னன் இரண்டாம் பெரும்பிடுகு முத்தரையன் என்ற சுவரன் மாறனின் விருதுப் பெயர்கள்:

1. புதுகோட்டை மாவட்டம் கிள்ளுக்கோட்டை

   (அ) ஸ்ரீ சத்ரு கேசரி (ஆ) அபிமான தீரன் (இ) வாள்வர் வேங்கை. (ஈ) ஸ்ரீகள்வர் கள்வன்.

2. தஞ்சாவூர் மாவட்டம், செந்தலைச் சுந்தரேசுவரர் கோயில் தூணின் ஒருபக்கத்தில்

   (அ) ஸ்ரீ சத்ருமல்லன், (ஆ) ஸ்ரீ கள்வர்க் கள்வன், (இ) ஸ்ரீ அதிசாகசன்.

தூணின் மறுபக்கத்தில்

(அ) ஸ்ரீமாறன், (ஆ) அபிமான தீரன், (இ) சத்ரு கேசரி, (ஈ) தமராலயன், (உ) செருமாறன், (ஊ) வேல்மாறன், (எ) சாத்தன் மாறன், (ஏ) தஞ்சைக் கோன், (ஐ) வல்லக்கோன், (ஒ) வான்மாறன்.

சுவரன் மாறனின் வெற்றிப் போர்கள்

1. கொடும்பாளூர், 2. மணலூர், 3. திங்களூர், 4. காந்தளூர், 5. அழுந்தியூர், 6. காரை, 7. மரங்கூர், 8. புகழி, 9. செம்பொன் மாரி 10. அன்னவாயில், 11. கண்ணனூர், 12. வெண்கோடல்.

இரண்டாம் பெரும்பிடுகு முத்தரையர் என்கிற சுவரன்

மாறனைப் புகழ்ந்து பாடிய புலவர்கள் பாடல்கள்:

1. பாச்சில்வேள் நம்பன், 2. கோட்டாற்று இளம்பெருமானார், 3. அமருணிலை ஆயின, 4. குவாவன் - காஞ்சன், 5. ஆச்சாரியார் அநிருத்தர் பெரும்பிடுகு முத்தரையரின் வெற்றிச் செய்திகளை அக்காலத்தமிழ்ப் புலவர்கள் போற்றிப் பாடியவற்றைச் செந்தலைத் தூண்களில் பொறித்துள்ளனர். தற்சமயம் கல்வெட்டுக்கள் காலத்தினால் சிதைவுற்றுள்ளன. இவை முழுமையாக நமக்குக் கிடைத்து இருந்தால் முத்தரையர் ஆட்சியின் மகிமை நன்கு வெளிப்பட்டிருக்கக் கூடும்.

வெங்கட் பொருகயல்சேர் வேல்கொடியோன் வான்மாறன்
செங்கட் கரும்பகடு சென்றுழக்க வான்குலத்தோர்
தேரெழுந்தி மாவழுந்தச் செங்குருதி மண்பரந்த
ஊரழுந்தி யூரென்னு மூர். 1

பொருள்: அழுந்தியூரில் நடைபெற்ற போரை விளக்கும் கல்வெட்டு. வேல்கொடி உடையவன் என்பதையும் கூறுகிறது. எதிர்த்து மரணமடைந்தவர்களின் இரத்தத்தால் பூமியே சிவந்து கிடந்ததாகக் கூறுகிறது. இம்மண்ணை இம்மன்னன் யானை கட்டி உழுதான் என்பதாகக் குறிப்பிடுகிறது.

ஒழுகு குருதி யுடனொப்ப வோடிக்
கழுகு கொழுங்குடர் கவ்வ - விழிகட் பேய்
புண்ணளைந்து கையும்பப் போர் மணலூர் வென்றதே
மண்ணளைந்த சீர்மாறன் வாள். 2

பொருள்: மணலூரில் நடந்தபோரில் குருதி ஆறாக ஓட கழுகு வந்து குடலைப் பிடுங்க, சதையும் பிண்டங்களும் நிறைந்து கிடக்கப் பேய்கள் அங்கும் இங்கும் அலையும்படி வெற்றிக் கண்ட இரண்டாம் பெரும்பிடுகு முத்தரையன் வாள் செய்தது.

வஞ்சிப்பூச் சூடிய வாளமருள் வாகைப்பூக்
குஞ்சிக் கமழ்கண்ணிக் கோமாறன் - தஞ்சைக் கோன்
கோளாளி மொய்ம்பிற் கொடும்பாளூர் காய்ந்தெறிந்தான்
தோளால் உலகளிக்குந் தோள். 3

பொருள்: தஞ்சைக்கோன் என்ற விருதுப் பெயரால் அழைக்கப் பட்ட இரண்டாம் பெரும்பிடுகு முத்தரையன் சுவரன் மாறன் வஞ்சிப்பூவை வாள் அமருளில் சூடியவன் தலையில் வாகைப் பூவைச் சூடியவன். அப்படிப்பட்ட மாறன் கொடும்பாளூரில்

நடந்த சண்டையில் காய்ந்தெறிந்து வெற்றிப் பெற்றான் என்று சிறப்பிக்கப்படுகிறது.

ஏறி விசும்பும் இருநிலமாய்த் தென்பவான்
மாறன் செருவேல் மறங்கனன்று - சீறக்
கொடிமாடத் தண்டுகொடும்பைக் கூடாத மன்னன்
நெடுமா மதிலிடிந்த நீறு. 4

பொருள் : 2வது பெரும்பிடுகு முத்தரையன் சினந்து வானத்தைப் பிளந்து வானமே புழுதிப் புயலாக்கி நின்றான். அதே சினத்தால் கொடும்பாளூர்க் கோட்டையை உடைத்து நொறுங்க வைத்து வானமே புழுதிப் புயலாக்கி கொடும்பாளூர்ப் போர்க்களத்தைப் புழுதிப் பூமியாக ஆக்கினான்.

அல்லிற் பிரிந்தார்க்கே யல்லையாய்க் காலந்தான்
முல்லைக்கே முற்படுமோ யென்றென்று- வல்லக்கோன்
காரைவாய்ப் போர் வென்ற வேல்மாறன் கைபோலும்
காரைவாய்க் கேளேனே கண்டு. 5

பொருள் : 'காரை' என்ற பெயர்கொண்ட ஊர்கள் 1. காரைக்கால், 2. காரைக்குடி, 3. காரைப்பாக்கம் போன்ற ஊர்களில் ஒன்று அதில் நடந்த போரில் இவனது வெற்றி வல்லக்கோன் என்ற விருதுப் பெயரை வாங்கித் தந்தது. இவனது கை வேலை கார்மேகம் மழைப்பொழிவுக்கு உவமையாகவும் தலைவனைப் பிரிந்து தலைவியின் நிலையினை முல்லைப் பூத்துக் குலுங்கும் கார்காலம் என்று பாடல் உரைக்கின்றது.

செருவலரா னதனாற் சிந்தியார் போலும்
மருவலராய் வான்மாறன் சீறக் கருவிளை
கண்டோற்ற வண்டாரவங் கார்தொற்றுங் காந்தளூர்

மண்டோற்ற வேந்தர் மறம். 6

பொருள்: காந்தளூர் போரின் வெற்றியை விளக்குகிறது. வான்மாறன் என்ற விருதுப் பெயரை நமக்கு அளிக்கிறது. இம்மன்னனின் படை.

எண்கில் இருங்கிளையும் ஏறற் கரியவே
வண்கை செருமாறன் வாழ்காழ்த்தி - விண்படர்வான்
சேய்நாடு தாழுர்ந்த மாநாட கண்ணனூர்க்
கோநாடர் புக்கொளிந்த குன்று. 7

பொருள்: இக்கல்வெட்டு கண்ணனூரில் நடைபெற்ற போர் வெற்றியைக் கூறுகின்றது. செருமாறன் என்ற விருதுபெயர் காணப்படுகின்றது. எதிரிகள் ஓடி ஒளிந்த மலையும் இம்மன்னனது வீரத்தையும் கொடைத் தன்மையையும் கூறுகிறது. இந்தக் கண்ணனூர் விராலிமலைக்கு அருகில் உள்ள ஊராக இருக்கும்.

மலர்ந்ததார் வான்மாறன் மண்ணணண்ணல் வாயில்
கலந்தநாள் காணலாங் காண்க - உலகந்தவர் தம்
எண்பருந்து சூழ்பேய் இருந்துறங்க விழ்குடர்
பண்பருந்து சிந்தப் பாடு. *8*

பொருள்: இப்பாடல் அன்னவாசல் போர் பற்றி விளக்குகிறது. வான்மாறன் என்ற விருதுப் பெயரும் உள்ளது. இம்மன்னனை எதிர்த்த பகைவர்கள் இவனது வாளுக்கு இரையாகி, பிணங்களாகி, அதைப் பேய்களும் கழுகுகளும் தின்றன. இவனது கரும் பகடுகள்(யானை) இவ்வூரையே. உழுது நாசம் செய்து அழித்ததைக் காண புலவர் எல்லோரையும் காண அழைக்கின்றனர். இந்த அன்னவாசல் புதுக்கோட்டை ஊருக்கு அருகில் உள்ள அன்னவாசல் ஆகும்.

பாமருவு கின்றயாழ்ப் பாண்மகனேய் பண் டெலாம்
யாமறிது மெங்கையர்க்கே சொல்லுநீ மாமங்கை
தென்னாடர் காதலியர் தீநாட வாய்சிவந்த
மின்னாடு வேன்மாறன் மெய். *9*

பொருள்: வேல்மாறன் என்ற விருதுப்பெயர் குறிப்பிடப் படும் பாடலில் மாமங்கை வெற்றி பாண்டியர் தோற்று இறந்ததைக் காட்டுகிறது. பாண்டியர் இறந்ததைக் கேள்வியுற்ற பாண்டியனின் மனைவியர்தீப்புகுந்து இறந்ததையும், இவனது வெற்றியை யாழில் இசைத்து மகிழும்படி பாணரிடம் புலவர் வேண்டுகிறார்.

இந்த பாடல் சிதைந்துள்ளது.

நிற்கின்ற தண்பனை தோறுந் தஞ்சைத்
திறம்பாடி நின்றார் விற்கின்ற வீரர்கள்
உறை கின்ற விப்பிணக் குன்றுகண்
நெற்குன்ற யானை அது. *10*

பொருள்: நெற்போர் போன்ற பயங்கர யானைப்படை பற்றியும் பகைவர்களை வென்று பிணக்குன்றுகளாக்கியது. அப்போது யானைகள் பிணக்குன்றுகளைத் துவைத்து மிதித்து மகிழ்ந்து சென்றதையும் தஞ்சைத் தரணியின் சிறப்பையும் போற்றி

பாடும். புலவர்களுக்கு யானைகளையே பரிசாகத் தந்ததையும் விளக்குவதாகும்.

இப்பாடல் ஒருவரியைத் தவிர முற்றிலும் சிதைந்தே போய் உள்ளது. (கலித்துறை)

பால் கொண்ட செவ்வாய் விளையாமொழிப்
பருவத்து முன்னம்
வேல்கொண்ட மாறன்............................... *11*

பொருள்: இளம் பருவத்திலேயே சேரர்களை அவர்களின் தலைநகரான வஞ்சிக்குச் சென்று வென்றதை விளக்குவதாக உள்ளது.

சேட்டினார் பூந்தன்பொழிற் செம்பொன் மாறிக் கடியரண்
மூட்டின சீற்றமு முன்சென் றதன்பின் பகட்டினாதோர்
..மாறன் கடிநகர
... *12*

பொருள் : செம்பொன்மாறி என்ற இடத்தில் நடைபெற்ற போரையும் எதிரிகளின் வலிமைமிக்க அரண்களை அழித்தது பற்றியும் குறிப்பாக இவனது படை வலிமையை இப்பாடல் விளக்குகிறது.

செம்பொன்மாறி = செம்பொன்னார் கோயில் என்ற ஊரில் நடந்த போர்.

பனையைப் பகடு கூடாவென்று பல்லவன்வெல்லத் தன்னன்
முனையைக் கெடச்சென்ற மாறன் முகிலிவளர் பீலியுண்டச்
சுனையாச் சுனைமணிப் பாறைப் பாறைச்சொல் என் விளைந்த
வினையைப் பறிப்பவன் திக்கி னிலங்கு புதல்வனே. *13*

பொருள்: பல்லவ மன்னனுக்காக இவன் பாண்டியனை வென்றதையும், பல்லவர்களுக்குப் பக்க பலமாகவும் இருந்ததையும் விளக்குகிறது. மணப்பாறை அருகில் பாண்டியர்களை எதிர்த்து வென்றதையும், பாண்டியர்களுக்கு சிம்ம சொப்பனமாகவும் இருந்ததையும் விளக்குவதாக இப்பாடல் உள்ளது.

பல்லவரை நிலை நிறுத்தியதும் பாண்டியரை விரட்டியதும் இப்பாடல் மூலம் தெளிவாகக் காட்டுகிறது. (அறுசீர்விருத்தம்) (கழிநெடிலடி).

தாழும் பூசத் திங்களூர்த் தெவ்விர் மானந்தளர தென்னன்
வேழங்களப் பட்ட துகண்ட வேந்தன்மன் பூமலராள்
வாழுந் தடவரைத் தோள் நெடுமாறன்........
.... வற்சூழும் .... நந்தோன்...... 14

பொருள்: தஞ்சை மாவட்டம் திங்களூர் போரைப் பற்றி விளக்குகிறது. தென்னவனை (பாண்டியனை) எதிர்த்து வெற்றி பெற்றதையும் எடுத்து விளக்குகிறது. இவனை இப்பாடல் திருமாலுக்கு ஒப்பக் கூறுகிறார். ஆனால் சிதைந்துள்ளது. மூன்றாம் அடி ஈற்றில் தொடங்கி நான்காம் அடி சிதைந்துள்ளது.

போலரசு பிறவா ...... நெடுமேரு நெற்றியில்
பொன்போல் பசுங் கதிராயிரம் வீசும்
பொற்றேர் பரிதிக் கென போதர விடுமோ
இணைச்சோதி வியு .... விசும்பே. 15

பொருள் : இம்மன்னனால் நடத்தப்பட்டப் போரின் வெற்றி களால் ஏற்பட்ட புகழ்களை விவரிக்கிறது. இமயத்தின்மீது நெற்றிப் பொட்டாகக் கதிரவன் பசுங்கதிர்களை வீசுவதை வர்ணிக்கும் புலவர் கதிரவனைப் போல் இவனது பெருமைக்கும் புகழுக்கும் வெற்றிக்கும் வானமே எல்லையாக இருந்தது என்று கற்பனையாக உருவகப்படுத்திப் பாடி இருக்கிறார்.

நின்றடு வில்லவன் வல்லாண செந்தோளெனச்
சென்றிடு கீர்த்தி............................... 16

பொருள் : வில்லரண் என்ற சேர மன்னனைப் பற்றியும் பல்லவ மன்னனுக்காகப் பெரும்பிடுகு முத்தரையன் சேரனை வெற்றி கொண்டதையும் விளக்குகிறது.

மறப்படை மீனவன் வல்லவன் பல்லவன்சேனைக் கன்று
புறப்படமாறு பொருகளிற்று.............................. 17

பொருள் : வலிமை மிக்க படையையுடைய (மீனவன்) பாண்டியனை பெரும்பிடுகு முத்தரையன் பல்லவ மன்னன் சார்பாக தனது வலிமைமிக்க யானைப் படையால் மட்டுமே பாண்டியர் படையைச் சிதறடிக்க முடிந்தது என்பதை இப்பாடல் விளக்குகிறது. பாடல் சிதைந்துள்ளது.

எங்கை யளவிற்றே பாண! இகல்விக்கு
மங்கை செருவேல் மாவல்ல மாறன்கை. 18

பொருள்: இப்பாடல் இரண்டு வரிகளை ஆராயும்போது இலக்கணத்தில் வெண்பா இலக்கணமே ஒத்துப் போவதால் வெண்பாவாக இருக்கலாம். மூன்றாவது, நான்காவது வரிகள் சிதைவு ஆகி உள்ளன. தலைவி ஒருத்தி பெரும்பிடுகு முத்தரையனின் வீரத்தையும், வாள் வலிமையையும் புகழ்ந்து பாணன் ஒருவனிடம் கூறுவதாக அமைந்துள்ளது.

எருவைப் புறஞ்செலாத் தோய்ந்தனவா லெங்கும்
வருபுனல்சூழ் வல்லக்கோன் மாறன் - செருவில்
மறங்கூர்வாய்ப் பட்டா ருடல்குலைந்து மாந்திப்
புறங்கூர்வாய்க் கொண்டெ ழுந்த புள். *19*

பொருள் : மறங்கூர் என்ற இடத்தில் நடைபெற்ற போரின் வெற்றியைக் குறிப்பிடுகிறது. வல்லக் கோன் மாறன் என்ற விருதுபெயரும் பாடலில் உள்ளது. போர்க்களக் காட்சியில் உடல்கள் சிதறிக் கிடந்ததையும், பிணத்தைக் குடைந்து வயிராற உண்ட கழுகுகள் சதைப் பிண்டங்களை வாயில் கவ்விக் கொண்டு இரத்தம் வழிய வழியப் பறந்தன என்பதைக் கூறுகிறது.

இந்த பாடல் வெண்பாவின் இலக்கணம் முழுமையாக நிரம்பப் பெற்று உள்ளது. திரு. கு.மா. சுப்ரமணியன் எம்.ஏ. அவர்களின் தமிழ்நாடு முத்தரையர் சமூக சங்கம் 100 ஆண்டு வரலாறு என்ற நூலில் முதல்வரி சிதைந்து உள்ளது. ஆனால் முத்தரையர் பெயர்க் களஞ்சியம் ஆசிரியர் இரா. திருமலை நம்பி நூலில் முழுமைப் பெற்று, வெண்பா இலக்கணம் முழுமையாகப் பெற்று அமைந்துள்ளது.

இந்தபாடல்பெரும்பிடுகு முத்தரையரின்புகழுக்கும், போர்க்கள வெற்றிக்கும் சிகரம் வைத்தால்போல அமைந்துள்ளது.

சொற்புகு தொண்டைக் கனிபுகு தூமதி பொன்முகத்தாள்
பொற்புக வெற்புப் புகுதி (கண்டாய்ப்) புகழிப் பொருதார்
கற்புக விற்புகக் கண்டவன் தஞ்சைக் கள்வர் கள்வன்
நற்புக ழான்கரம் பொற்புடை காலுங் கருமுகிலே. *20*

பொருள் : இக்கல்வெட்டில் இம்மன்னன் கள்வர் கள்வன் தஞ்சை நற்புகழான் என்றெல்லாம் போற்றப்படுகிறான். புகழி என்ற இடத்தில் நடைபெற்ற போரில் வெற்றி வாகை சூடியதையும், இவனது படைவலிமை வாள்வீச்சை எதிர்த்து நிற்க முடியாத எதிரிப்படைகள் மலைப் பகுதிகளில் ஓடி ஒளிந்ததையும்

விளக்குகிறது. இதே சமயத்தில் இவனது கொடைத் தன்மையைக் கார்மேகத்துக்கு உவமையாகக் கூறுகிறது. இந்தக் கல்வெட்டுகளில் எழுத்துக்கள் ஆங்காங்கே சிதைந்து இருப்பதால் முழுமையாக அச்சிட முடியவில்லை அதனால் யாப்பு இலக்கணம் தவறி அமைகின்றது. இலக்கணம் படித்து எழுதிய புலவர்கள் ஒருக்காலும் தவறாக எழுதமாட்டார்கள். பாச்சில் வேள் நம்பன் பாடல் எண் 1, 2, 3, 5, 19 பாடல்கள் பாடியதாகத் தெரிகிறது. ஆசாரியார் அநிருத்தர் பாடியது - 15. புலவர் குவாவன் காஞ்சன் பாடியது: 4, 6, 7, 8, 9 பாடல்கள் பாடியதாக அறியப்படுகிறது.

அவரவர் மனநிலைக்கு ஏற்ப சிற்சில மாற்றம் செய்து வெளியிட்டுள்ளனர். எமக்குக் கிடைத்த நூல்கள் மூன்று :

1. **மாமன்னர் இரண்டாம் பெரும்பிடுகு முத்தரையர்** : ஆசிரியர் திரு. பெ. இராமலிங்கம் எம்.ஏ.

2. **தமிழ்நாடு முத்தரையர் சமூகச் சங்கம் 100 ஆண்டு வரலாறு** : திரு. கு.மா. சுப்ரமணியன எம்.ஏ.

3. **முத்தரையர் பெயர்க் களஞ்சியம்** : திரு. இரா. திருமலை நம்பி. பாடல்கள் ஒருவருக்கு ஒருவர் பாட பேதமாக அமைந் துள்ளன. சிற்சில மாற்றம் பெற்றுள்ளன. வெண்பா, ஆசிரியப்பா இலக்கணங்களில் எழுதப்பட்டுள்ளன.

'நேயம்' என்ற ஊருக்கு அருகில் 'பழமாறனேரி' என்ற ஊரும், 'மாறனேரி' என்ற ஊரும் 'கச்சமங்கலம்' என்ற ஊரும் உள்ளன. கச்ச=காஞ்சி.

மண்மது கண்டான் தஞ்சைச் செம்புல நாட்டு வெண்கோடல்
விண்டபோது கொண்டாயர் மலையப் புதுமணல்மீது செந்தீத்
தண்டு கண்டாலன்ன கோவங்களூர்கின்ற தாழ்புறவேய். *23*

பொருள் : வெண்கோடல் என்ற ஊர்பற்றியும் இம்மன்னனது நாட்டின் சிறப்புக்களையும் எடுத்துரைகின்றது.

தன் முத லாயமும் பூவையுந் தன்கைக் கிளையு முன்விட்
டென்முத லன்புமென் னாகச்செய் தானியக் கத்தை விண்டார்
வன்முத லக் கருங்கைப் பகுடுய்த்த மாறன் தெவ்விர்
கண்முத லாங்கடத் தேதிலன் பின்சென்ற காரிகையே! *24*

பொருள் : குவாவன் காஞ்சன் பாடிய பாடல். பெரும்பிடுகு முத்தரையனின் யானைப் படையைப் பற்றி சிறப்பாக

எடுத்துரைக்கின்றது. இந்த யானைப் படையைக் கண்டதும் பகை மன்னர்கள் சுற்றம் உறவு இவற்றை மறந்து விட்டு காட்டுக்குள் ஓடி தம் உயிரைப் பாதுகாத்துக் கொண்டனர். இரண்டாம் நந்திவர்மன் காலத்தில் பல்லவநாடு உயர்ந்து நிற்கக் காரணம் பெரும்பிடுகு முத்தரையர் அரசின் ஆதரவே காரணம்.

போர்க்கள வெற்றிகள்

தெள்ளாற்றுப் போர்: வடஆர்க்காடு மாவட்டம் வந்தவாசி வட்டத்தில் உள்ள ஊராகும். இங்கு பல்லவப் பெருவேந்தன் 3 ஆம் நந்திவர்மனுக்கும் பாண்டியப் பெருவேந்தன் ஸ்ரீ மாறன் ஸ்ரீ வல்லவனுக்கும் இடையே கி.பி. 854இல் நடைபெற்றது.

பாண்டியன் ஸ்ரீமாற ஸ்ரீவல்லபன் முத்தரைய நாட்டு வழியே தெள்ளாற்றை நோக்கி படை எடுத்துச் சென்றான். பல்லவப் பெருவேந்தன் எதிர்த்தான். அப்போது இரண்டாம் பெரும்பிடுகு முத்தரையன் சுவரன் மாறன் உயிருடன் இல்லாததால் பாண்டியனை எதிர்த்துப் போர் செய்யவில்லை.

பாரதவெண்பா பாடிய பெருந்தேவனார், தெள்ளாற்றுப் போரைப் பாடியுள்ளார்.

வன்மையால் கல்வியில் மாபலத்தால் ஆள்வினையால்
உண்மையால் பாரான் உரிமையா - திண்மையால்
தேர்வேந்தர் வானேறத் தெள்ளாற்றில் வென்றானோடு
யார்வேந்தர் ஏற்பார் எதிர்.

பல்லவர்களுக்குப் பெரும்பிடுகு துணையாக இருந்ததால் இப்படியாக திங்களூர், மணலூர், கண்ணனூர், அழுந்தியூர், காரை, வெண்கோடல், புகழி, காந்தளூர், மறங்கூர், அன்னவாயில், செம்பொன்மாரி முதலிய போர்க்களங்களில் பாண்டியரையும், சேரர்களையும் வென்றதாகச் சொல்லப்படுகிறது. புகழி என்பது புகலூர் என்பதாகும்.

நாலடியார் காலம்

மல்லன்மா ஞாலத்து வாழ்பவரு ளெல்லான்
செல்வ ரெனினுங் கெடாதவர் - நல்கூர்ந்தார்
நல்கூர்ந்தக் கண்ணும் பெருமுத் தரையரே
செல்வரை சென்றிர வாதார். **- நாலடியார் 296**

நாலடியார் பெரும்பிடுகு முத்தரையர் காலமாக இருந்து இருப்பின் அது பதினெண்கீழ்க் கணக்கு நூலில் ஒன்றாக இடம்பிடித்து இருக்கமுடியாது ஏனென்றால் திராவிடச் சங்கம் வச்சரநந்தியால் கி.பி.470-இல் திருப்பாதிரிப் புலியூரில் கூட்டப் பட்டு இது பதினெண்கீழ்க்கணக்கு நூல்கள் எவை என்று அறிவிக்கப்பட்டது. அதற்குமுன்பே எழுதப்பட்டு இருந்ததால் தான் இப்படி அறிவித்து இருக்கமுடியும். ஆகவே நாலடியார் மாதவ முத்தரையர் II காலத்தில் கி.பி. 340இல் எழுதப்பட்டு இருக்கவேண்டும். அடுத்து பெரும் பிடுகு முத்தரையர் மதுரையை ஒருபோதும் ஆளவில்லை. நாலடியார் மதுரையில் சமண முனிவர்களால் மாதவ முத்தரையர் என்ற களப்பிரர் அரசர் காலத்தில் எழுதப்பட்டது. அந்த களப்பிரர் அரசர் காலத்தில் எழுதப்பட்டது. அந்த களப்பிரர் அரசர் மதுரை, உறையூர் ஆகிய இடங்களை ஆண்டார். நாலடியார் காலம் கி.பி. 340 ஆகும்.

மூன்றாம் நந்திவர்மனின் மனைவி

மூன்றாம் நந்திவர்மனின் மனைவி மாறம் பாவையார் ஒரு முத்தரைய இளவரசி ஆவாள். கண்டன் முத்தரையர் குலப் பெயர்; கண்டன் காரி, கண்டன் பொற்காரி போன்ற பெயர்களைப் போல அடிகள் கண்டன் மாறப் பாவையார் என்பது முத்தரையப் பெண்ணின் பெயர். இவள் மூன்றாம் நந்தி வர்மனின் மனைவி ஆவாள்.

இவள் தஞ்சை மாவட்டம் தஞ்சை வட்டம் திருச்சுண்ணம் பூண்டி திருக்கடைமுடீ மகாதேவர் கோயிலுக்கு திருவிழா எடுக்கப் பொன் கொடை அளித்துள்ளாள்.

தொகுதி. 2. க.எண். 523+525 மற்றும் தொகுதி 4 க.எண். 449 மூலம் அறியலாம்.

பல்லவர் அரசு காவல் தெய்வம்

அதனாலேயே இரண்டாம் பெரும்பிடுகு முத்தரையர் பல்லவப் பேரரசைத் தமது உயிர் போலக் காத்துவந்தார். அதனால் பாண்டியன் அரிகேசரி பராங்குச மாறவர்மனை ஓடஓட விரட்டினார். காவல் தெய்வமாகிப் பல்லவ அரசை பாதுகாத்து வந்தார். பல்லவப் பேரரசுக்கு முற்றிய தேங்காயின் நடுவில் உள்ள கொட்டாங்குச்சியாக விளங்கியது முத்தரையப் பேரரசு ஆகும். இரண்டாம் பெரும்பிடுகு முத்தரையன் பல்லவ அரசை கண்போல காத்துவந்தான். பாண்டியர்களின் படை யெடுப்பை பலமுறை முறியடித்து விரட்டி

அடித்தவன் இரண்டாம் பெரும்பிடுகு முத்தரையப் பேரரசன்.

தென்னாடர் காதலியர் தீநாட வாய்சிவந்த
மின்னாடு வேண்மான் மெய்.

பாண்டியர் மனைவியர் தம் கணவனை இழந்து தீயுனுள் புகுந்து தம்மை மாய்த்துக் கொண்டதாகப் பாடல்வரி சொல்கின்றது. பாண்டியரையும் சேரனையும் கொடும்பாளூர், மணலூர், திங்களூர் ஆகிய ஊர்களில் வென்று பல்லவப பேரரசைக் காத்தான். அதனால், வன்னியரின் ஒரு பிரிவாக முத்தரையர்கள் தம்மைக் கருதிக் கொண்டனர். அதனாலேயே கிறித்துவ முத்தரையர்கள் இலால்குடி வட்டம் மேட்டுப்பட்டி, வடுகூர் பேட்டை, விரகாலூர், குலமாணிக்கம், புள்ளம்பாடி போன்ற ஊர்களில் உள்ளவர்கள் தம்மை வன்னியர்கள் என்று அழைத்துக் கொண்டனர். திருமழப்பாடி, திருமானூர் பகுதிகளிலும் வாழும் கிறித்துவ முத்தரையரும்,திண்டுக்கல் மாவட்டம் முத்தரைய இந்து-கிறித்தவர்கள் தம்மை வன்னியர் என்று அழைத்துக் கொண் டனர் கோவை, ஈரோடு மாவட்டத்தாரும், தம்மை வன்னியர் என்றனர். விழுப்புரம் வேலூர் மாவட்டத்தார் வன்னியராக மாறிவிட்டனர். இதற்குச் சான்றாக ஒரு கல்வெட்டையும் கூறலாம். வன்னியர் பிற்காலத்தில் படையாட்சிகள் மட்டுமே என்ற எண்ணம் வந்தது. ''திருத்தவத்துறை சப்தரிஷி பெருந்திருப்பிராட்டியார் அம்மன் கோயிலுக்கும், சிவகங்கை மின்மண்டபத்திற்கும் 48 கால் மண்டபத்துக்கு சென்னி வளநாடு வன்னிய குலத்தின் முத்திரி யனுக்கும் தைலம்மைக்கும் மகனான அஞ்சாம் காதால் முறியன உபயம்'' என்று வன்னியர்களுக்கும் முத்தரையர்களுக்கும் உறவு பெயர் 'வன்னியர்' என்ற பெயரும் இருந்ததை அறியலாம். இது கி.பி. 7ஆம் நூற்றாண்டு முதல் தொடரும் உறவு ஆகும். இது முதலாம் மகேந்திரவர்மன் காலம் முதல் தொடரும் உறவு ஆகும். முதலாம் மகேந்திரவர்மன் உள்நாட்டு முத்தரையர்களை வைத்தே வெளிநாட்டு முத்தரையர்களை வென்று வந்தது பற்றி கூர்ந்து பார்த்தால் அறியலாம்.

பாண்டியனின் படைக்கு ஆதரவாக வந்த கொடும்பாளூர் இருக்கு வேளிர் படையை எதிர் கொண்டு அழித்தான். இரண்டாம் பெரும்பிடுகு முத்தரையன் பல்லவ பேரரசனுக்குத் துணையாக இருந்தான். கீழ்க்கண்ட வரிகளால் அறியலாம்.

பனையைப் பகடு கூடாதென்று பல்லவன் வெல்ல,
தென்னன் முனையைக் கெடச் சென்ற மாறன்.

என்ற வரிகளின் மூலம் மணப்பாறையில் பாண்டியன் படையைத் தோற்கடித்தது தெரிகிறது.

இராட்டிர கூடப் பேரரசன் அமோக வர்சன் கங்கன் ஸ்ரீபூதகன் முத்தரையனுக்கு தமது மகள் பேரழகியான 'சந்திரபலப்பை' யைத் திருமணம் செய்து கொடுத்து சமாதானம் செய்து கொண்டான். இன்னொரு மகள் 'சங்கா' என்னும் இளவரசியை மூன்றாம் நந்திவர்மனுக்குத் திருமணம் செய்து தந்தான்.

அதற்குமுன்பு 3-ஆம் நந்திவர்மன் முத்தரைய இளவரசி யையும் மாறம் பாவையார் என்பவரையும் மணந்திருந்தான். அதனாலே பல்லவ அரசுக்கு இரண்டாம் பெரும்பிடுகு முத்தரையன் காவல் தெய்வமாக விளங்கினான்.

மூன்றாம் நந்தி வர்மனுக்குப்பின் இராட்டிர கூட இளவரசி பல்லவப் பேரரசி சங்காவின் மகன் நிருபதுங்க பல்லவனுக்குப் பட்டம் கட்டினார்கள். இதனை இரண்டாம் பெரும்பிடுகு முத்தரையன் விரும்பவில்லை. பல்லவ-பாண்டிய குடமூக்குப் போரில் கலந்து கொள்ளாது ஒதுங்கி இருந்தான். பாண்டியர் பெரும் படையுடன் முத்தரைய நாட்டின் அரிசிலாற்றில் நடந்த சண்டை, குடமூக்கு போர்களில் கலந்து கொள்ளவில்லை. இன்னொரு காரணம் 2வது பெரும்பிடுகு முத்தரையனின் முதுமையாக இருக்கலாம். தனது காலடியில் நடந்த சண்டையில் பெரும்பிடுகு முத்தரையர் கலந்து கொள்ளாது விட்டதன் விளைவு! பழையாறை சோழர்கள் பல்லவர்களுக்கு வந்து உதவினார்கள். இதனால் பல்லவர்கள் முத்தரையர்களைக் கண்டு கொள்ளாமல் ஒதுக்கி விட்டனர். இதன்பிறகு முத்தரையரின வீழ்ச்சி தொடங்கி விட்டது. அங்கேயே பல்லவப் பேரரசின் வீழ்ச்சி உருவானது. விஜயாலயச் சோழனின் ஆதரவு பல்லவப் பேரரசுக்கு உதவி வந்தது.

இரண்டாம் பெரும் பிடுகு முத்தரையன் நலமோடும் வளமோடும் இருந்தவரையிலும் தஞ்சைமாநகர் முத்தரையர் வசமாக இருந்தது. செந்தலைக் கல்வெட்டில் (இரண்டாம் பெரும்பிடுகு முத்தரையனின்) கல்வெட்டில் ''தஞ்சைக்கோன்'' என்று சொல்லப்பட்டுள்ளது. அது விஜயாலயன் காலத்தில் பழையாறை சோழர்கள் கைவசம் மாறி விட்டது. இதை பல்லவப் பேரரசு நிருபதுங்கவர்மன் அரசு பாராமுகமாக இருந்து விட்டது. இதனால் அழிவு இரு அரசுக்கும் ஏற்பட்டது. இரயில்வண்டி ஓட இரு தண்டவாளங்கள் தேவைபோல இரு அரசுகளும் நிலைத்து வாழ ஒற்றுமை தேவை என்பதை நிருபதுங்கப் பல்லவன் மறந்து

விட்டான். அதனால் முதலில் வீழ்ந்தது முத்தரையர் அரசு. பின்னால் வீழ்ந்தது பல்லவப் பேரரசு. இரண்டாம் நந்திவர்மனின் மனைவி மாறம் பாவையரது நியமம் கல்வெட்டில் நியமத்தில் கோயில் பணியில் பணி செய்து மாணவராக நிலம் தரப்பட்டதும், அதே கண்டன் மாறம் பாவையார்''

தஞ்சை மாவட்டம் திருச்சுண்ணம் பூண்டியின் கல்வெட்டு கி.பி. *846-848* அந்த ஊர் திருக்கடைமுடி மகாதேவர் கோயிலுக்குத் திருவிழா எடுக்க பொன் நன்கொடை அளித்துள்ளாள். இப்படியெல்லாம் தஞ்சை, செந்தலை, நியமம் இவைகளைச் சுற்றி சுற்றி பல்லவர்கள் வந்து நன்கொடை கொடுத்தனர். 1. மாறம் பாவையார் முத்தரைய இளவரசி. 2. இரண்டாம் பெரும்பிடுகு முத்தரையனின் ஆதரவைத் தேடி பல்லவர் இரண்டாம் நந்திவர்மனும் வந்தான். பெரும்பிடுகு முத்தரையரின் யானைப் படையே பல்லவப் பேரரசிக்குப் பெரும்காவலாக அமைந்தது.

தஞ்சை மாநகரைத் தாக்கி, முத்தரைய அரசிடம் அதன் அரசன் மாறன் குவாவனிடம் இருந்து பழையாறைச் சோழர்களின் அரசன் முதலாம் விஜயலாயச் சோழன் தாக்கி கைப்பற்றிக்கொண்டான். அப்போது மூன்றாம் நந்திவர்மன் இல்லை.நிருபதுங்கவர்மன் இருந்தான். இவன் இராட்டிரக்கூடர் அமோகவர்ஷ நிருபதுங்கன் மகளான சங்காவை மூன்றாம் நந்திவர்மன் மணந்து பட்டத்து அரசியார் ஆக்கிப் பிறந்தவன் நிருபதுங்கன். அவனுக்கு முத்தரையர்கள் மேல் வெறுப்பு. அதனால் பழையாறைச் சோழர்கள் கைப்பற்றும் படி விட்டுவிட்டு ஒதுங்கி கொண்டான். அதன் விளைவு இரு பேரரசுகளும் வீழ்ந்தன. சோழப் பேரரசு எழுச்சிப் பெற்றது.

பகைவனான பாண்டியன் சீமாற வல்லவனை ஒழிக்கப் புறப்பட்டான். அப்போது அவனுக்கு பழையாறைச் சோழப் படை உதவியது. அதை பல்லவன் நிருபதுங்கனே செப்புப் பட்டையத்தில் ''முன்பு ஒருமுறை தோற்ற பல்லவப் படை இப்போது அரசனது அருளால் (நிருபதுங்கன் செலுத்தியதால்) வெற்றி பெற்றது'' என்று கூறுகின்றது.

அதே காலத்தில் பாண்டியனின் நாட்டில் கலகம் விளைவித்து சீமாறனுக்கு எதிரியாக மாயப் பாண்டியன் என்பவன் ஈழத்தைத் தேடி திரட்டி பாண்டியநாட்டின்மீது ஈழத்தரசன் படை எடுக்க, மாயப்பாண்டியனும் கூட வந்தான். இந்த நிலையில் பல்லவன்

நிருபதுங்கவர்மனின் ஆதரவைப் பெற்று சீமாறன் ஈழத்தரச ரை வென்றான் இந்த நிலையில் முத்தரைய அரசு யாருக்கும் உதவவில்லை. ஒதுங்கிக் கொண்டது. பின்னால் அதே பாண்டியன் மகன் இரண்டாம் வருகுணன் (கி.பி.862-880) மீண்டும் பல்லவ நாட்டின் மீது படைஎடுத்தான். அப்போது விஜயாலயன் (கி.பி.850-870) மகன் முதலாம் ஆதித்தச் சோழன் (கி.பி.870-907) பல்லவனுக்கு உதவினான். அவனுக்கு நிருபதுங்க சோழனின் பாட்டன் கங்க அரசனான முதலாம் பிருதி வீபதி முத்தரசனும் உதவினான்.

திரும்புறம்பயம் என்னுமிடத்தில் போர் நடந்தது. இந்த இடம் கும்பகோணத்திற்கு அருகில் உள்ளது. நிருபதுங்கன் முதியவனாக இருந்ததால் அபராசித வர்மன் பல்லவ படைக்குத் தலைமை ஏற்று வந்து வென்றான். இதில் பழையாறைச் சோழன் முதலாம் ஆதித்தச் சோழன் சோழநாட்டின் ஒரு பகுதியில் தன்னாட்சி பெற்றான். இந்தப் போர்காலத்திற்கு முன்பே இரண்டாம் பெரும்பிடுகு முத்தரையன் இறந்துவிட்டார் என்று உறுதியாகக் கூறலாம். அப்போதிருந்த முத்தரைய அரசர் மாறன் குவாவன் அல்லது மூன்றாம் பெரும்பிடுகு முத்தரையன் ஆக இருந்திருக்க வேண்டும். ஆனாலும் திரும்புறம்புயப் போரில் ஒதுங்கி இருக்கவேண்டும். பல்லவன் நிருபதுங்க வர்மன் முத்தரையப் பேரரசின் ஆதரவை விட பழையாறை சோழர் அரசு ஆதரவை நம்பியதால் இரு அரசுகளும் வீழ்ந்து போய்விட்டன. சோழப் பேரரசில் மண்டல, பெரிய அதிகாரிகளாக முத்தரையர்கள் மாறி போனார்கள். இந்தப் போரில் கங்கப் பேராசன் பிருத்வி போர்க்களத்தில் கொல்லப்பட்டான்.

முதன்மைக் கருதி இரண்டாம் பெரும்பிடுகு அரசரைப் பற்றி எழுதப்பட்டது. இப்போது கி.பி. 700 முதல் கி.பி. 880 முடிய முத்தரைய அரசர்களைச் சுருக்கமாகக் காண்போம்.

கொங்கு நாட்டு வரலாறு என்பதை விடியலில் களப்பிரர் வரலாறு என்பதில் விளக்கி உள்ளோம். பாண்டியன் முதலாம் கடுங்கோன் என்பவனும் பல்லவ சிம்மவிஷ்ணுவும் கூடி களப்பிரர்களை விரட்டிய பிறகு, வாணகோ முத்தரசர்களாக, கங்க முத்தரசர்களாக (தலைக்காடு), கங்க முத்தரசர்கள் கோலார் (குவாவளபுரம்) மரபு வழியினராகவும் தமிழ் முத்தரசர்களாக, வல்லம் (வேலூர்) முத்தரசர்களாகத் துண்டு துண்டாக உடைந்து இருக்கலாம் இதில் அடிப்படை ஒற்றுமைகள் பல இருப்பதால்

அவ்வாறு கருத இடம் தருகிறது. தலைக்காடு முத்தரசர்களில் சிலர் தம்மை முத்தரசர்கள் என்று அழைத்துக் கொண்டு இருக்கிறார்கள். சான்றுகள் :

1. மாதவ முத்தரசன் (கி.பி. 350-400)

2. முத்தரசன் துர்விநீதன் (கி.பி. 475 - கி.பி.530) இப்படி அழைத்திருக்கிறார்கள்.

கங்க முத்தரசர் மரபு இரண்டில் : 1. ஸ்ரீ புருஷ முத்தரசன் (கி.பி. 726 - 776) 2. பிருதிவீபதி முத்தரசன் (கி.பி. 850 - 870) இப்படி அழைத்துக் கொண்டார்கள். அதைப்போலவே காடவ முத்தரசர் மரபினர் தம்மை முத்தரசர் என்றனர்.

1. காடக முத்தரையன் 2. காடுவெட்டி முத்தரசர், பைந்நாக முத்தரையன் இப்படி தம்மை அழைத்துக் கொண்டனர்.

தமிழ்நாட்டு முத்தரையர் காடவ முத்தரையர்கள் தவிர செந்தலை, புதுக்கோட்டை, தஞ்சை, நியமம் ஆண்ட முத்தரையர் பற்றி விவரிப்போம். அதில் சாத்தன், சாத்தன் மாறன், மாறன், (பெரும்பிடுகு முத்தரையன் I) மாறன் பரமேசுவரன் மாறன் குவாவன், சுவரன் மாறன் (பெரும்பிடுகு முத்தரையன் II) குவாவன் சாத்தன் (விடேல் விடுகு) முத்தரையன் (பெரும்பிடுகு முத்தரையன் III) நங்கையார் நங்கை தயாநிதியார் (மனைவி) இப்படியாக முத்தரையர் அரையர் ஆட்சி மூத்தவழி - இளைய வழிஎன்று இரு பிரிவாகப் பிரிந்து தஞ்சை, நியமம், செந்தலையை மூத்த ஒரு பிரிவினரும், புத்துக்கோட்டை, கிள்ளுக்கோட்டை, திருபைஞ்ஞீலி ஆகிய இடங்களில் இளைய ஒரு பிரிவினரும் ஆண்டு வந்தனர். இந்த இருபிரிவினருக்கும் இடையில், நல்லுறவு ஒற்றுமை இருந்தது.

முத்தரையர்கள் பெயர்களால் அமைந்த ஊர்கள்

1. முத்தரசநல்லூர், 2. முத்துராசாபுரம் (இலால்குடி) திருச்சி, 3. முத்தரையபாளையம் (பாண்டிச்சேரி), 4. மூவராயன்பாளையம் (மூவானூர்), 5. குவாவன்பட்டி (குசவப்பட்டி, திண்டுக்கல்), 6. சாத்தமங்கலம் (இலால்குடி), 7. சாத்தமங்கலம் (திருமானூர்), 8. சாத்தனூர் (திருச்சி) 9. சாத்தம்பாடி (திருச்சி), 10. மாறனூர், 11. மாறம்பாடி, 12. மாறனமங்கலம், 13. குவாவன்குடி (குவளைக்குடி) (திருச்சி அரியமங்கலம் அருகில்), 14. வீரசிங்கம்பேட்டை.

ஒரு வரலாற்றுக் குறிப்புடன் ஒப்புமை

முதலாம் வரகுண பாண்டியன் படையெடுத்து வந்து சோழநாட்டில்பல ஊர்களைக் கைப்பற்றினான். இவனது ஆட்சியின் நான்காம் ஆண்டின் கல்வெட்டுகள் திருவியலூர், திருநெய்த்தானம் என்கிற ஊர்களில் காணக்கிடக்கின்றன. ஆறு, எட்டு, பத்தாம் ஆண்டின் கல்வெட்டுகள் முறையே ஆடுதுறை கும்பகோணம், செந்தலை ஊர்களிலும் பதினோராம் ஆண்டு கல்வெட்டு திருச்சி ராப்பள்ளியிலும் உள்ளன. எழுத்துக்கள் அழிந்துபோன நிலையில் திருச்சோற்றுத்துறையிலும் உள்ளது. முதலாம் வரகுணன் காலம் கி.பி.792 முதல் கி.பி. 835. இந்த காலக்கட்ட நேரத்தில் இரண்டாம் பெரும்பிடுகு சுவரன்மாறன் இல்லை. இறந்து இருக்கவேண்டும். முதலாம் வரகுணன் வஞ்சம் தீர்க்க வேம்பில் மதில் அழித்து நியமம் தங்கியதாகக் கூறுகிறது. இதைப் பாண்டியர்கள் என்ற நூலில் திரு.வை.சதாசிவ பண்டாரத்தார் பக்கம் 45-இல் கூறுகிறார். அப்போது இருந்த மன்னன் சுவரன் மாறனின் மகன் குவாவன் சாத்தன்.

❖ ❖ ❖

9. காலவாரியாக முத்தரையர் அரசர்கள்

வேள்விக் குடி செப்பேடுப்படியும் டாக்டர் மா. இராச மாணிக்கனார் எழுதிய பல்லவ வரலாறுப் படியும் களப்பிரர் என்போர் தமிழ் முத்தரையர்களே ஆவர். இதையே இரண்டாம் பிடுகு முத்தரையனின் கல்வெட்டும் ''கள்வர்க் கள்வர்'' என்று கூறி உறுதி செய்கிறது.

''தெற்கே பாண்டியர் வன்மையுடன் ஆண்டு வந்தனர். பாண்டிய நாட்டிற்கும் பல்லவ நாட்டிற்கும் இடையே சோழர், களப்பிரர் என்போர் சிற்றரசர்களாக இருந்து சில ஊர்களை ஆண்டு வந்தனர். களப்பிரர் ஒரு கால் பல்லவரையும் மற்றொருகால் பாண்டியரையும் தழுவிக் காலத்திற்கு ஏற்றாற்போல் வாழ்ந்து வந்தனர். சோழருள் ஒரு பிரிவினர் பல்லவர் துணையால் வடக்கே சென்று கடப்பை, கர்நூல் கோட்டங்களைச் சிற்றரசாக இருந்து ஆண்டு வந்தனர். அவர்கள் தம்மை ''ரே நாட்டுச் சோழர் கரிகாலன் மரபினர்'' என்று கல்வெட்டுகளில் கூறிக் கொண்டனர்'', இப்படி டாக்டர் மா. இராசமாணிக்கனார் தாம் எழுதிய பல்லவ வரலாறு நூலில் பக்கம் 91-92 இல் கூறியுள்ளார். அதன்படி திருவிக்ரமன், பூவிக்கிரமன் முதல் களப்பிரர் அரசர்களாகக் கருதி எடுத்துக் கொள்ளப் படுகிறது.

வேள்விக்குடி செப்பேட்டில் களப்பிரர்கள் ஒரே ஒரு நாளில் விரட்டபட்டனர் என்று கூறுகிறது. களப்பிரர் தலைநகரம் தலைவனபுரம். இது கோலார் (கொள்ளே காலம் பகுதியில் உள்ளது) அங்கிருந்தே ஆண்டு வந்தனர். அவர்களுடைய இளவரசர் களே தமிழ்மண்ணை ஆண்டு வந்தனர். பல்லவன் சிம்ம விஷ்ணுவும் பாண்டியன் முதலாம் கடுங்கோவனும் புரட்சி செய்து பிடித்தபோது, மெல்ல தலைவன புரம் நோக்கி களப்பிரர் சென்று விட்டனர் என்பதையே டாக்டர். மா. இராசமாணிக்கனார் நூல் காட்டுகிறது. அதனால் திருவிக்ரமன் முதலாக எடுத்துக் கொண்டு விளக்கப் படுகிறது. ஆதாரம் கொங்குநாட்டு வரலாறு ஆசிரியர்

கோ.ம. இராமச்சந்திரன் செட்டியார்.

திருவிக்ரமன்: திருவரங்கம் பட்டணத்தில் வந்து அடிக்கடி தங்கி பல சாதனைகளை செய்தவன். இவன் காலமுதல் முத்தரையர் சமூகத்தின் அரையர் சேவை என்பது தொடர்கிறது. இவர் கரிகால் சோழன் வழிவந்த மணிமுடிச் சோழன் மகளை மணந்தவன் . சோழர்குல இளவரசியை மணந்ததால் ஸ்ரீ விக்ரமனில் இருந்து திரு விக்ரமனாக மாறி மலைநாட்டு தமிழனில் இருந்து உள்நாட்டு தமிழனாக மாறினான். இவனுடைய மகன் பூவிக்ரமன் ஆவான். பல்லவன் சிம்மவிஷ்ணுவும் பாண்டியன் முதலாம் கடுங்கோவனும் புரட்சி செய்தது ஸ்ரீவிக்ரமனின் காலமே!

பூவிக்ரமன்: இவன் பட்டத்துக்கு வந்து கி.பி. 630 முதல் 680 வரை ஆண்டான். விழிஞம் பல்லவர்களோடு பல போர்கள் செய்து இருக்கிறார். இவருக்கு இருபுதல்வர்கள் உண்டு. பூவாளூர் இவனது பெயரால் ஏற்பட்டது. சிவமாறன் ஒருவன் அவன் கங்க தேசத்து அரசனாக இருந்தான். கி.பி.679-726 இன்னொரு மகன் சாத்தன் மூன்றாம் மகன் வல்லவாக்கியரையன் என்று இருந்தனர்.

சாத்தன்: தமிழ்நாட்டில் தங்கியவன் சாத்தன் ஆவான். இவரைப்பற்றி முன்னமே விளக்கப்பட்டுள்ளது காலம் கி.பி. 620-665 முடிய இவனுடைய மகனே சாத்தன் மாறன் ஆவான். சாத்தனின் மனைவி பெரும்பிடுகு பெருந்தேவி. பல்லவன் பரமேசு வரவர்மனின் மகளாக இருக்கவேண்டும். சாளுக்கியப் படை எடுப்பில் இருந்து தம்மைப் பாதுகாக்கவே சாத்தன் முத்தரையனுக்கு தன்மகளைத் தந்து தம்பக்கம் சேர்த்துக் கொண்டான் பல்லவன் பரமேசுவரன்.

சாத்தன்மாறன்: சாத்தனின் மகன். சாத்தன் காலம் முதல் பல்லவ வழக்கப் பழக்கங்கள் வடுகு, பிடுகு, விடேல் விடுகு போன்ற பட்டங்கள் தொற்றிக் கொண்டன. தம்மைத் தமிழர் என்று அறிவிக்கவே 'மாறன்' என்பதையும் இணைத்துப் பெயரிட்டனர். சாத்தனின் மனைவி சாத்தன் மாறன் தாய் பெரும்பிடுகு பெருந்தேவி திருமயம் சத்தியமூர்த்தி பெருமாள் குடைவரைக் கோயிலை புதுப்பித்தான் என்று முன்பே கூறினோம். சாத்தன் மாறனுக்கு விடேல் விடுகு விழுப்பேரதியரைசன் என்னும் விருது பெயரைப் பல்லவர் இரண்டாம் நரசிம்மன் (கி.பி.665-695) தந்தான். அதுமுதல்

பல்லவர் முத்தரையர் உறவு மிகவும் நெருக்கமாகியது.

மாறன் குவாவன் I : மலைநாடான கொள்ளேகாலத்தில் இருந்து, (கோலாரிலிருந்து) தலைவனபுரத்திற்கு இருந்து வந்ததைக்காட்டவே சாத்தன் மாறன் தன்பிள்ளைக்கு மாறன் குவாவன் என்று பெயரிட்டான். இவன் 2ஆம் நந்திவர்மன் காலத்தைச் சேர்ந்தவன். (கி.பி. 695-710) முடிய ஆண்டவன் 2ஆம் நந்திவர்மன் பல்லவன் ஆவான். மாறன் குவாவன் பற்றி ஒரு கல்வெட்டு திருக்காட்டுப்பள்ளிக் கருகில் பொன் விழைந்தான் பட்டியில் சமீப காலத்தில் கண்டுபிடிக்கப்பட்டது.

ஸ்வஸ்தி ஸ்ரீ நந்தி பன்மற்கு
யாண்டு .... டுகு முத்தரையன்
.... குவான் மணவாட்டிய்.

- திருநடன காசிநாதன் முத்தரையர் பக்கம் 59.

குவாவன் மாறன்:- மாறன் குவாவனின் மகன் இவரைப் பெரும்பிடுகு முத்தரையன் (ஒன்று) என்றும் அழைப்பர். இவரோடு உடன் பிறந்தவர் குவாவன் சாத்தன் (விடேல் விடுகு முத்தரையன்) இருவரும் உடன் பிறந்தவர்கள். மாறன் குவாவனின் பிள்ளைகள். *(காலம் கி.பி.710-கி.பி.740)*

குவாவன் மாறனின் பிள்ளைகள் மாறன் பரமேசுவரன் (இளங்கோவதி அரையன்) மாறன் குவாவன் (மாற்பிடுகு போதியரையன்) இரு பகுதிகளாகப் பிரிந்து ஆட்சி நடத்தினர். மாறன் பரமேசுவரன் மகன் இரண்டாம் பெரும்பிடுகு முத்தரையன் ஆவான்.

குறிப்பு:- தந்தையின் பெயரை முதலில் இட்டு பின்பு தன் பெயரை இட்டுக்கொள்வது முத்தரைய அரசர்களின் வழக்கம். இது இக்கால ஆங்கில முறையை ஒத்துள்ளது. உதாரணம் எஸ். ஆறுமுகம் சரவணன். சரவணன் தந்தை; ஆறுமுகம் மகன். இதைப் போலவே அமைவது வியப்புக்குரியது.

மாறன் பரமேசுவரன்:- செந்தலைக் கிளைக்கு முதல் அரசன் இளங்கோ அதி அரையன் என்பதே விதியாக மாறி உள்ளது. தனது தாய் வழி பாட்டன் சாத்தன் மாறனின் தாய், பெரும்பிடுகு பெருந்தேவியின் தகப்பன் அல்லது உடன்பிறப்பு பல்லவன்

பரமேசுவரவர்மனின் பெயராக மாறன் பரமேசுவரன் என்று பெயரிடப்பட்டது. இதையே இரண்டாம் பெரும்பிடுகு முத்தரையன் தனது தந்தை பெயரைப் பரமேசுவரன் என்பதில் சுவரன் என்பதோடு மாறன் சேர்த்து சுவரன் மாறன் என்று பெயரிடப் பட்டான். அதனால் பல்லவ நாட்டுக்குத் துணை செய்தார் இரண்டாம் பெரும்பிடுகு சுவரன் மாறன் ஆயின.

இரண்டாம் பெரும்பிடுகு முத்தரையன்:- இவரைப் பற்றி முன்னரே எழுதப்பட்டது. முத்தரையர் அரசர்களில் வலிமை மிக்க அரசன்.

மாறன் குவாவன்:- இரண்டாம் பெரும்பிடுகு முத்தரையனின் மகன் மாறன் குவாவன் என்று கருதப்படுகிறான். அது தவறு. தந்தையின் பெயர் முன்னே சேர்த்தலின் வழியே மாறன் பரமேசு வரனும், மாறன் குவாவனும் அண்ணன் தம்பிகள் ஆவர். மாறன் குவாவன் காலத்தில் புதுக்கோட்டை தனியே பிரிந்து விடுகிறது. அதற்கு முன்பு தந்தை முத்தரையர் அரசர் செந்தலை, தஞ்சையிலும் மகன் இளவரசு இளங்கோ முத்தரையர் புதுக்கோட்டை யிலும் ஆண்டு வந்திருக்கிறார்கள். இதனால் இளங்கோ இளவரசு முத்தரையர்கள் தருமம் செய்தது இளங்கோ முத்தரையர் (கி.பி. 630 - 680) என்றும், கோனாளறு முத்தரையர் என்றும் கோவிளங்கோ முத்தரையர் என்று பலருண்டு. தனித்தனியே பெயரிட்டு அழைக்கக் காரணம் ஒவ்வொரு பேரரசர் முத்தரையருக்கும் இளவரசு இளங்கோ இருந்திருக்கக்கூடும். ஆயினும் இந்த இளங்கோ புதுக்கோட்டையில் பாண்டியர், பல்லவர்களின் சிற்றரசராக இல்லாமல் தனித்து தன்னிச்சையாக ஆண்டு இருக்கிறார்கள். இந்த இளங்கோ பெயரில் உள்ள கல்வெட்டில் பல்லவப்பேரரசர் பெயரோ, பாண்டியப் பேரரசர் பெயரோ, காலங்காட்ட கூறாது. தாம் தனது பதவி ஏறிய நாளையே கூறுகிறார்கள்.

(1) கோவிளங்கோ முத்தரையரின் 18வது ஆட்சியாண்டு (கி.பி.648). (2) கோனாளறு முத்தரையரின் 13ஆம் ஆட்சியாண்டு (கி.பி.643). நார்த்தாமலைக் கல்வெட்டு தென்னவன் இளங்கோ முத்தரையன், மல்லன் விதுமன் தென்னவன் தமிழதிரையன் என்று கூறுகின்றன. இவன் நார்த்தாமலைக் கோயிலைக் கட்டியுள்ளான் என்று தெரிவிக்கிறது.

மாறன் குவாவன்:- பல்லவர் விருது பெயரான மாற்பிடுகு

பேரதியரையன் என்று அழைக்கப்பட்டான். அவனது மகன் குவாவன் சாத்தன் மாறன் குவாவனின் மகனாவார்.

சாத்தம் பழியிலி

குவாவன் சாத்தனுக்கு சாத்தம் பழியிலி என்ற ஒருமகன் உண்டு. இவன் நார்த்தாமலையில் சாத்தம்பழியிலீச்சுரம் என்னும் குடைவரைக் கோயிலை உருவாக்கினான். இதனை அங்குள்ள,

> **"கோவிசைய நிருபதொங்க விக்ரமவர்**
> **மற்கு யாண்டு ஏழாவது விடேல்விடுகு**
> **முத்தரையன் மகன் சாத்தம் பழியிலி**
> **குடைவித்த ஸ்ரீகோயில்...."**

எனத் தொடங்கும் கல்வெட்டுமூலம் அறியமுடிகிறது. இக்கல்வெட்டின்மூலம் சாத்தம்பழியிலி புதுக்கோட்டைப் பகுதியை கி.பி.9-ஆம் நூற்றாண்டின் மத்தியில் ஆண்டு வந்திருக்கிறான் என்பதை உறுதிப்படுத்தலாம். இம்மன்னனின் மகள் பழியிலி சிறிய நங்கை என்பவளாவாள். இவளை மணந்தவன் மீனவன் தமிழதியரையனான மல்லன் அனந்தன் ஆவான். இத்தகவல்களை மேற்கூறிய கல்வெட்டின் தொடர்ச்சியில் அறிய முடிகிறது.

சாத்தங்காளி

குவாவன் சாத்தனுக்கு சாத்தங்காளி என்ற ஒரு மகள் இருந்திருக்கிறாள். இத்தகவலை திருக்காட்டுப்பள்ளி ஸ்ரீ அக்னீஸ்வரர் திருக்கோயிலில் இரண்டாம் திருச்சுற்றின் தென்புற வாயிற் படிக்கட்டில் உள்ள கல்வெட்டுமூலம் அறிய முடிகின்றது. கோமாறஞ்சடையனான முதலாம் வரகுண பாண்டியனின் ஆட்சிக் காலத்தில் விடேல்விடுகு முத்தரையர் மகளான சாத்தங்காளி நேமத்தில் இருந்த ஆயிரத்தளி மகாதேவர் கோயிலில் இருந்த ஆயிரத்தளி மகாதேவர் கோயிலில் ஒரு நந்தாவிளக்கு அமைப்பதற்கென்று பத்து கழஞ்சு பொன் தானமாக வழங்கியுள்ளார். நேமத்தில் பேரரசர் சுவரன் மாறன் கட்டிய பிடாரி கோயில் இருந்ததை நாம் அறிகிறோம். அதே நேமத்தில் ஆயிரத்தளி மகாதேவர் கோயில் இருந்துள்ளதை இக்கல்வெட்டு மூலமாகவே அறியமுடிகிறது.

நேமம் பிடாரி கோயிலைப் போலவே நேமம் ஆயிரத்தளி

மகாதேவர் கோயிலும் முத்தரையர் கலைப்படைப்பாகவே இருத்தல் வேண்டும். அதன் காரணமாகவே புதுக்கோட்டை முத்தரைய அரசின் இளவரசியான சாத்தங்காளி தஞ்சைப் பகுதிக்கு வந்து தம் முன்னோர் உருவாக்கிய கலைப்படைப்பைக் காக்கும் வகையில் தானம் வழங்கியுள்ளாள்.

நேமம் பிடாரி கோயில் அழிவுற்றபோது அங்கிருந்த நான்கு கல்வெட்டுத்தூண்கள் கொண்டு வரப்பட்டு திருக்காட்டுப்பள்ளியை அடுத்த செந்தலை ஸ்ரீமீனாட்சி சுந்தரேசுவரர் திருக்கோயிலின் மகா மண்டபத்தில் வைத்து பாதுகாக்கப்பட்டன. அதைப் போலவே நேமம் ஆயிரத்தளி மகாதேவர் கோயிலும் அழிவுற்றிருக்க வேண்டும். அப்போது அங்கிருந்த சாத்தங்காளியின் தானம் கூறும் கல்வெட்டுத் தூண் நல்உள்ளம் கொண்ட சான்றோரால் கொண்டு வரப்பட்டு திருக்காட்டுப்பள்ளி ஸ்ரீஅக்னீஸ்வரர் திருக்கோயிலில் வைக்கப்பட்டிருக்கின்றது.

சாத்தம்பூதி

குவாவன் சாத்தனின் இன்னொரு மகன் சாத்தம்பூதி ஆவான். இவனே நார்த்தாமலையில் விஜயலாய சோழீச்சுரம் என்னும் கற்றளியை எடுப்பித்தவன். அங்குள்ள கல்வெட்டில் இவன் செம்பூதி என அழைக்கப்படுகின்றான். இவனுக்கு பூதிகளரி என்னும் மகன் உண்டு. பூதிகளரிக்கு அமரூன்றி முத்தரையன் என்ற பட்டப்பெயர் உண்டு. பூவாலைக்குடி என்னும் ஊரில் உள்ள புஷ்பவனேசுவரர் கோயில் என்ற குகைக் கோயிலை உருவாக்கிய பெருமை பூதிகளரியையே சாரும்.

பூதி அரிந்திகை

நார்த்தாமலையில் சிவனுக்குக் கற்றளி எடுத்து முத்தரைய வரலாற்றில் முக்கிய இடம் பெற்ற சாத்தம்பூதிக்கு பூதி அரிந்திகை என்னும் மகளும் உண்டு. இவளைக் கொடும்பாளூர் மன்னன் மறவனுக்கு சாத்தம்பூதி மணமுடித்துக்கொடுத்தான்.

வேற்று நாட்டு மன்னனின் நட்பைப் பெறுவதற்கு மணஉறவு ஒன்றே அக்காலத்தில் சிறந்த வழியாகக் கருதப்பட்டது. அந்த வகையில் தான் பூதி அரிந்திகையின் திருமணமும் நடந்தேறியது.

விழுப்புரம் மாவட்டத்தில் திருக்கோயிலூர் வட்டத்தில் கீழூர் உள்ளது. இவ்வூரிலுள்ள வீரட்டானேசுவரர் கோயிலில் பூதி

அரிந்திகை பற்றி தெரிவிக்கும் கல்வெட்டு உள்ளது. மூன்றாம் நந்திவர்மனின் காலத்தைச் சேர்ந்த இக்கல்வெட்டில் பூதி அரிந்திகை இக்கோயிலுக்கு நிவந்தம் அளித்த செய்தி கூறப் பட்டுள்ளது. இக்கல்வெட்டில் இவள் சாத்தன் மறவன் தேவி என்று குறிப்பிடப்படுகின்றாள். மூன்றாம் நந்திவர்மனாகிய தெள்ளா றெறிந்த நந்திவர்மனின் காலத்தைச் சேர்ந்தவள்.

கிள்ளுக்கோட்டை நடுகல்

புதுக்கோட்டை மாவட்டம், கிள்ளுக்கோட்டை என்னும் ஊரில் பேரரசர் சுவரன் மாறனின் வீரத்தை நிரூபணம் செய்யத்தக்க கல்வெட்டு ஒன்று காணப்படுகின்றது. மலையடிப்பட்டியிலிருந்து கீரனூர் செல்லும் சாலையில் கிள்ளுக்கோட்டை கிராமம் உள்ளது.

அக்கிராமத்தின் வயலொன்றில் காணப்படும் இந்த நடுகல் கல்வெட்டு தற்சமயம் மிகவும் சிதைவடைந்த நிலையில் உள்ளது. 1991-ஆம் ஆண்டு இந்நூலாசிரியர் கிள்ளுக்கோட்டை நடுகல்லை பார்வையிடச் சென்றபோது வீரன் ஒருவன் புலியைக் குத்துவது போன்ற உருவம் அந்நடுக்கல்லில் இருந்தது. விலங்கு ஒன்று படுத்திருப்பது போல் காணப்பட்டது. ஆனால், தற்சமயம் அந்நடுக்கல்லில் எந்தஉருவமும் தெளிவாக இல்லை. வெட்ட வெளியில் உள்ள இந்நடுகல் வெயிலாலும், மழையாலும் இன்று வெறுங்கல்லாக மாறி வருவது வேதனைக்குரிய செய்தியாகும்.

இந்நடுகல்லில் பன்னிரண்டு ஆண்டுகளுக்கு முன்பு தெளிவாகத் தெரிந்த ஸ்ரீசத்ருகேஸரி, அபிமான தீரன், ஸ்ரீகள்வர் கள்வன், வாள்வரிவேங்கை குத்தியது என்ற கல்வெட்டு வரிகளும் இப்போது தெளிவற்ற நிலையில் உள்ளன.

குறிப்பு : தமிழ்நாட்டில் பல ஆலயங்கள் முத்தரைய அரசர்களால் கட்டப்பட்டு இருக்கிறது. முறையான ஆய்வு தேவை.

❖ ❖ ❖

10. பல்லவர்கள் கால முத்தரையர்கள் பற்றி அறிய உதவும் கல்வெட்டுகள் (கி.பி.600–700, 800–850)

வ. எண்.	காலம்	முத்தரைய அரசன் பெயர்	செய்த தொண்டு ஊர், செயல்பாடு	கல்வெடடு, எண். தொகுதி
1.	கி.பி.630–கி.பி.660	இளங்கோ முத்தரையன்	நியமம் மாகாளத்துப் பிடாரியார்க்கு நிலம் தருதல்	தொகுதி 12 க.எ.74 (529)
2.	கி.பி.7ம் நூற்றாண்டு	எரிகால் முத்துராஜா	ஆந்திர மாநிலம் கடப்பை, கர்நூல், அனந்தப்பூர், ரேணாடு சிங்கக்கொடி பற்றி ஆதாரம்	Annual Report for 1937-38
3.	கி.பி.731–796	காடக முத்தரையர் (நந்தி வர்மப் பல்லவன்)	காடக முத்திரையர் சிறப்புகள் கூறும் கல்வெட்டு	காஞ்சிபுரம் வைகுந்த பெருமாள் கோயில் கல்வெட்டு
4.	கி.பி.3ம் நூற்றாண்டு	கூற்றன் கூற்றுவ நாயனார் தந்தை பெயர் சேந்தன்	63 நாயன்மார்களில் ஒருவர்	தமிழ்நாடு முத்தரையர் மாத இதழ் 15.06.1983
5.	கி.பி.643 கல்வெட்டு தொகுதி (7) 523	தஞ்சை மாவட்டம் நியமித்து அரிஞ்சிகை புரத்து இருந்த நக்கம் (காளி) தன்னாட்சி	நியமம் பிடாரி கோயில் முத்தரையர்களால் கட்டப்பட்டது. விளக்கு எரிய 12 கழஞ்சு பொன்	கோவிளங்கோ முத்தரையர் 13ஆம் ஆண்டு கல்வெட்டு எண் 523. தொகுதி 7
6.	கி.பி.643	கோனாளறு முத்தரையர் தன்னாட்சி (இளங்கோ) சுதந்திரமாக ஆட்சி செய்தவர்	சிவன்கோயிலை கட்டி, தம் பெயரிலே உத்தமதாணி ஈஸ்வரர் என்று பெயரிட்டான்	கோனாளறு ஆட்சி 13ஆம் ஆண்டு பு.க.237
7.	கி.பி.648	கோவிளங்கோ முத்தரையரின் தன்னாட்சி ஆண்டு 18ஆம் ஆண்டு	நியமித்து மகாளத்து பிடாரிக்கு திருவமுது, மணி அடிப்பவன் நந்தவனகுடிகள் மூவர்	நெல் 3 வேலி க.வெட்டு தொகுதி 4 க.எண்.448, 529
8.	கி.பி.680–720	சாத்தன் மாறன் தன்னிச்சை அரசாட்சி	புதுக்கோட்டை மா.இலுப்பூர் வ. மதியநல்லூர் பெரிய கண்மாய்	பெரிய கண்மாய் கட்டியது ஸ்ரீசாத்தன் செய்வித்த குமிழி

9.	கி.பி 774	மாறன் சடையனின் 6வது ஆட்சி ஆண்டு சாத்தன் கணபதி	சாத்தன் கணபதி என்பவரால் குகைக்கோயில் திருக்குளம் புதுப்பிக்கப்பட்டது.	க.தொ. XIV (14) க.எண்.3 (மதுரை)
10.	கி.பி.768 – 815	(பாண்டிய மன்னன் மாறன் சடையனின் கி.பி.768 – 815) நல்லூர்க் கிழவன் ஆளற்றூர் நாட்டை ஆண்டவன	நல்லூர் பெருமாள் கோயிலில் விளக்கு எரிய 100 ஆடுகளை கொடையாக கொடுத்தார்.	இதழ் 22. உ4/1992 பக்கம் 23
11.	கி.பி.731 – 796	(நந்திப் போத்தரையரின் 25 ஆண்டு) எட்டரையர்கள் ஒன்று சேர்ந்து மேநாட்டு வேடுவர்களைப் போரிட்டு வென்றது) இராஜாளி முத்தரையன்	இராஜாளிப்பட்டி கண்மாய்க் குமிழி அமைத்தது.	
12.	கி.பி.690–720	சாத்தனின் மனைவி பெரும்பிடுகு பெருந்தேவி (விடேல் விடுகு விழுப்பேரதி அரையன் தயார்)	சத்தியகிரிநாத பெருமாள் கோயில்சன்னதியில் கல்வெட்டில் புதுப்பித்ததையும், உண்ணாழிகைப் புறமாக அண்டக்குடி ஊரைத் தானமாக கொடுத்ததும் விளக்குகிறது.	பு.க.எண்.13
13.	கி.பி.812	(தென்னவன் இளங்காவதி அரையன்) மறவன் பூதிநந்திவர்மனின் 16ஆம் ஆட்சிஆண்டு கி.பி.812)	திருக்கோவிலூர் மகாதேவருக்கு நந்தா விளக்கு ஒன்று வைக்கப்பட்டது. 24 கழஞ்சு செம்பொன் விளக்கு எரிக்க	பக்கம் 38 க.எண்.925
14	கி.பி.900	அமரூன்றி முத்தரையன் (அ) பூதி களரி தனித்துச் சுதந்திரமாக ஆட்சி செய்தவன் தந்தை: சாத்தன் பூதி பாட்டன்: குவாவன் சாத்தன்	அரசமலை ஊராட்சியில் பூவாளைக்குடியில் குன்றைக் குடைந்து குடைவரைக் கோயில் கட்டினார்.	கல்வெட்டுத் தொகுதி 23ல் கல்வெட்டு எண்.142

15.	கி.பி.863-907	கொடும்பாளூர் மன்னன் மறவன் பூதிக்கு முத்தரையன் மகள் அரசி யானார். பூதி அறிந்திகை எனப் பெயர். இவள் சாத்தன் பூதியின் மகளும், அமரூன்றி முத்தரையர் தங்கை ஆவார்	திருவொற்றியூர் மகாதேவர்க்கு சங்கராந்தி தோறும் அறிந்திகை பெயரில் சதுர்வேதிமங்கலம் தென்கரை நாட்டில் நிலக்கொடை தந்துள்ளான்.	தெ.இ.க.தொகுதி 12ல் க.எ.103ம் தொகுதி 8ல் 643 660இல் விளக்கப்பட்டுள்ளது.
16.	கி.பி.8ஆம் நூற்றாண்டு	3 ஆம் கிருஷ்ணன் (கண்ணர தேவரின்) 19வது ஆட்சியாண்டு அப்போதி முத்தரையன்	திருத்தொண்டீஸ்வரர்க்கு திருநாவலூர்க் கோவிலுக்கு நந்தாவிளக்கு	க.தொ.11 பக்கம் 46 கல்வெட்டு எண். 996
17.	கி.பி.846– 870	(விஜய நிருபதுங்க விக்ரம வர்மனின் 24ஆம் ஆண்டு) அரிகண்ட பெருமான் தந்தை பெயர் காடுபட்டி முத்தரையர்	கோயிலுக்கு விளக்குப்போட சீயபுரத்து சபையோர் 30 கழஞ்சு பொன் 3 மண்சாடியும் எண்ணெய் 180 நாழியும்	கல்வெட்டு தொகுதி 12ல் கல்வெட்டு எண்.75
18.	கி.பி.720-750	கோ மாறன்சடையாரின் 10ஆம் ஆண்டு விடேல் விடுகு முத்தரையன் காலக் கோயில்	கிடாவன் காத்தான் நியமத்து கோயிலுக்கு நந்தா விளக்கு	SII தொகுதி 4. க.எ446
19.	கி.பி.731-796	(மாறன் குவாவன் எனப்பட்டவனே குவாவன் என்று தந்தை பெயரை விடுத்து அழைக்கப்படுகிறான்) அதுவும் புதுக்கோட்டையை தன்னிச்சையாக ஆண்டுள்ளான்.	குவாவன குணநீர ஏரியை அமைத்து நீர்வளம் பெருக்க கல்குமிழி கட்டினான் தனது தந்தை சாத்தன் பெயரில் மகாசாத்தான் ஐயனார் சிற்பம் வடித்து வழிபட்டான்.	ஆவணம் இதழ் 2 4/1992 திரு. கி.ஸ்ரீதர் பக்கம். 16
20.	கி.பி.811-860	ஸ்ரீமாற ஸ்ரீ வல்லபன் (கி.பி. 811-860) சத்ரு பயங்கர முத்தரையன் அல்லது இருப்பைக் குடிக் கிழவன் அரசியல் அதிகாரி.	நெல்லை மாவட்டம் செவலப்பேரி மற்றும் விருதுநகர் மாவட்டம் அழகர் கோயிலுக்கு விளக்கு எரிய வைத்தல், ஏரி, குளங்கள் வெட்டுதல்.	SII Vol. 14 க.எ.ண்.44

21.	கி.பி.880 - கி.பி. 920	(கோ. ராஜகேசரி பன்மரின் 20வது ஆண்டு) ஏறாவக் கோமகள் நங்கை, முத்தரையர் அரசியாவாள்	இவள் பெரும்பிடுகு முத்தரையரின் அரசி, கொடும்பாளூர் விக்கிர கேசரியின் மகள், இலுப்பூர் வட்டம் குடுமியாமலை மேலூர் கோயில் குடவரையில் கட்டுதல்.	புதுக்கோட்டைக் கல்வெட்டு எண். 31
22.	கி.பி.865 - கி.பி.872	கோவிசைய நிருபதுங்க வர்மனின் கி.பி.865	விடேல்விடுகு முத்தரையர் மன்னரின் மகன் சாத்தன் பழியிலி. இவன் அரசன் நார்த்தாமலையைக் குடைந்து கோவிலைக் கட்டினான்.	புதுக்கோட்டை கல்வெட்டு எண்.19
23.	கி.பி.850	திருச்சி மாவட்டம் திருவரங்கம்	திருமங்கையாழ்வார் தெய்வப் பக்தர் இவர் சோழநாட்டிடில் ஆலி நாட்டைஆண்ட சிற்றரசன். நாலாயிர திவ்ய பிரபந்தம் பாடியுள்ளார்.	திருவரங்கத்தில் முத்தரசன் குறடு உருவாக்க திருப்பணிகள் செய்துள்ளார்
24.	கி.பி.840	நந்திவர்மனின் (3) 5ம் ஆண்டு திருச்சி, மாற்பிடுகு பேரரையன் திருச்சி, ஆலம்பாக்கம் கம்பஅரையன் மாற்பிடுகுவின் உடன்பிறந்தவன்	மாற்பிடுகு பேரரையனின் தந்தை விடேல் விடுகு விழுப்பேரரையன் ஆலம்பாக்கம் ஏரியை வெட்டினான் பொதுவரலாற்றில் 3ம் நந்தி வர்மன் வெட்டியதாக கூறப்படுகிறது.	ஆலம்பாக்கம் கல்வெட்டு
25.	கி.பி.865 - கி.பி.906	நிருபதுங்கவர்மன் காலம் காடவதி அரையர்களின் வழி வந்த பூமி தீரன்	முத்தரையர் நாடு மீக் கூற்று விளா நாட்டுக் கூகூர் பற்றிய கல்வெட்டு, இங்கு விஜய நல்லூழான் காடவதியரையனாகிய பூதி தீரனுக்கு சிறு நாடு வழங்கப்பட்டது. முத்தரையர்க்குத் தனி நாடு இருந்ததை அறியலாம்.	S.II.Vol. IV எ.எண்.368
26'.	கி.பி.849	முத்தரையர் மன்னன் குவாவனின் மகன் குவாவன் சாத்தன் காலம் நந்திப் போத்தரையரின் 3வது ஆண்டு	புதுக்கோட்டை, குளத்தூர், குன்றாண்டார் கோயில் கட்டுதல் குவாவன் சாத்தனே குன்றை குடைந்து கட்டினான்.	பு.க. 15
27.	கி.பி.4ஆம் நூற்றாண்டு	தந்தை: நாகன் வேடர்குல மன்னன் திருக்காளத்திமலை.	கண்ணப்பர் குல வலையர் முத்தரசர் 63 நாயன்மார்களில் ஒருவர்.	பெரியபுராணம்

11. பிற்காலச் சோழர்கள் (கி.பி. 850–1200) காலம்

வ. எண்.	கல்வெட்டுக் காலம்	அரசர் பெயர் முத்தரைய அரசன் பெயர்	செய்த தொண்டு ஊர், செயல்பாடு	கல்வெட்டு, எண். தொகுதி
1.	கி.பி.911–கி.பி. 907+4=911	முதலாம் பராந்தகச் சோழனின் 4வது ஆட்சி கி.பி.907 +4=911 அரையன் அய்யர் அடிகள்	திருச்சி, இலால்குடி, திருத்தவத்துறை கோயில் சொந்த ஊர், ஓவச்சேரி திருத்தவத்துறை மகாதேவருக்கு நந்தா விளக்கு எரிய 90 செம்மறி ஆடுகள் 15 கழஞ்சி பொன் தானம்.	தனது மூதாதையார் நினைவாக தந்தது. பெற்றோர் ஓவரையர் முன்னோர் குவாவன் திருவடி நினைவு தொகுதி 19ல் க.எண்.112
2.	கி.பி.945	முதலாம் பராந்தகனின் 38வது ஆட்சியாண்டு பெயர்: அறிஞ்சிகைப் பிராட்டியார் சிற்றரசர் பெரும்பாணர்குல அரசியாவார்.	சங்க நாட்டை ஆண்ட முத்தரசர் மரபில் வாணகோ முத்தரசர்,பெரும்பாண முத்தரசர் இருவர் உண்டு திருவிடைமருதூர் கோவிலுக்கு நந்தா விளக்கு.	க.வெட்டுத் தொகுதி 23ல் க.எண்.252
3.	கி.பி.956 – 957	முதலாம் பராந்தகச் சோழனின் 33வது ஆட்சியாண்டு கொடும்பாளூர் மன்னன் பூதி விக்கிரமகேசரி.	பூதி ஆதிச்ச பிடாரி என்ற அரசமகள் திருச்செந்துறைக் கோயிலைக் கட்டி சூசி வித்தை ஊர்த்துவ ஜானு போன்ற ஆடல் கலைகள் சிற்பங்கள், காட்டப்பட்ட சிற்பங்கள் பெண்களே மேளம் அடித்து தாளம் இசைத்து ஆடியும் இருக்கிறார்கள்.	தினமணி 07.08.89 ..... Dr. கலைக்கோவன் தந்த செய்தி
4.	கி.பி.973	உத்தமச் சோழன், தஞ்சை, பாபநாசம், புள்ளமங்கைபசுபதிகோயில் சுந்தரச் சோழ முத்தரையர் கணக்கன்	கோயிலுக்கு நிலம் வாங்குதல்	தெ.இ.க.தொ.19 க.எண்.63
5.	கி.பி. 967	சுந்தரசோழனின் 11வது ஆட்சி ஆண்டு வேலூர் வட்டம் செங்கம் மாவட்டம் அரசியல் தலைவர் வேட்டுவதி வானகோவரையரின் பணியாள்	பசுக்களைக் கொள்ளையடித்துச் சென்றபோது எதிர்த்து தேக்கிய வேம்படி என்பவன் இறந்துபட்டதை இக்கல் வெட்டு தெரிவிக்கிறது.	தொகுதி 13.க.எ.ண.268

6.	கி.பி.959	ஆதித்திய கரிகாலன் 3ம் ஆட்சி ஆண்டு, சாத்தையரின் மகன் திருவூரல், பெரியாள் முத்தரையன் காரி	வீரன் கொட்டுப் பூசல்போய் தொறுமீட்டுப் பட்டான் என்று நடுகல் கல்வெட்டு கூறுவது பசு நிரை கவர்தல்.	தமிழரசு மாத இதழ் 1.4.1993
7.	கி.பி.1012	கி.பி.985-1012க்குள் ஆண்ட ஸ்ரீஇராச இராச தேவரின் 27ஆம் ஆண்டு செம்மை அரங்கன் பழுவூர் நக்கன் முத்தரையர் இவனை கேரளாந்தக வளநாட்டு விளத்தூர் நாட்டுத் தண்டுறை உடையான் எனப்பட்டான்.	திருப்பைஞ்ஞீலி மையக் கோயில் திருமஞ்சனம் முழுக்காட்டவும் பரிக்கச்சம் கட்டவும் திருஆராதனை செய்யும் அந்தணருக்கு அரைக்கால் பொன்னும் எட்டு அந்தணர்களுக்கு உணவும் கொடுக்கவும் கொடை.	ஆவணம் இதழ் 2 அரையாண்டு இதழ் 4.1992 பக்கம் 34
8.	கி.பி.1004	முதலாம் இராசஇராசன் 19ம் ஆட்சி. பருகல்லுடையான் அணுக்கள் பிரிதிவலி கொடை, பணியன் நம்பூரன், முத்தரையன் ஆரூரு, பணியன் மருதன் கொடை 90.	திருமுனைப்பாடி மேலூர் நாட்டு திருநாவலூர் திருத்தோணீசுவரத்து மகா தேவருக்கு நந்தா விளக்கு போட.	க.வெ.தொகுதி 2 பக்கம் 44 க.எ.987இல்
9.	கி.பி.993-994	முதலாம் இராசஇராசனின் 9வது ஆட்சியாண்டு அவரது அரசியார் பஞ்சவன் மாதேவி வானகோரையார் மனைவி பொற்காளி.	திருவிடைமருதூர் உமா படாரகியார்க்குப் பல பரிசுகளை வழங்கியது.	க.தொ.எண்.23 க.எண்.278
10.	கி.பி.1005	முதலாம் இராசஇராசன் நஞ்சுண்டியான் நெற்குப்பை அரையன் புதுக்குடி ராசேந்திர சோழ மண்டலத்து காவல் காணியுடைய பெருமான் அழகனான மணவாள முத்தரையன் எழுதிய எழுத்து.	நந்தாவிளக்கு பூசைக்குக் காணி இறையிலி வழங்கியது.	திருவானைக்காவில் க.வெட்டு
11.	கி.பி. 1929 - 1030	முதலாம் இராசேந்திர சோழனின் 18 ஆவது ஆட்சியாண்டு கி.பி.1029-30 மலைத்தாங்கி கம்பன் உதையன் முத்தரையர் கொடை.	பரகேசரி முத்தரையன் என்று அழைக்கப்படும் இவன் சித்தூர் காலகத்திற்கு நந்தா விளக்கு பசுகொடை செய்துள்ளான்.	க.தொ.எண்.17 க.எண். 309
12.	கி.பி.1139	2ஆம் குலோத்துங்கச் சோழன் 6ஆம் ஆண்டு சூற்றி மகன் கொங்கன் செல்ல முத்தரையரும் படபுலியன் வேட்டைக்கு போய் தவறாக அம்பு பட்டு பட புலியன் இறப்பு.	காஞ்சி மாவட்டம் செய்யாறு வட்டம் பிரம்ம கர்த்தி தோஷம் கழிக்க திருவொத்துடையார் சாமிக்கு 16 பசு நன்கொடை	க.தொகுதி II பக்கம் 5 க.எண்.85

12. முக்காலம் தொட்டுநிற்கும் முத்தரையர்

முக்கனி, முத்தமிழ், முப்பால், மும்மூர்த்தி, மும்மலம், முக்காலம், மும்மணி, மூவேந்தர், மூணாறு, மூவானூர், முத்தரச நல்லூர் என்கிற வரிசையில் முத்தரசர், முத்தரையர், முத்திரியர் என்றும், மூன்று என்ற எண்ணால் அழைக்கப்படுகிறனர். தலையாலங்கானம் போரில் பாண்டியன் நெடுஞ்செழியனுடன் போரிட்டவர்கள் 1. சேரர், 2. சோழர், எருமையூரான், வேங்கடவன், நன்னன், எழினி, எவ்வி, ஏறைக்கோன், ஆதனுங்கன் முதலிய எழுவராகிய குறுநில மன்னர்கள் கூடி சண்டையிட்டனர். வெற்றி பாண்டியனுக்கே! அதனால் தலையாலங்கானத்துச் செருவென்ற பாண்டியன் நெடுஞ்செழியன் என அழைக்கப்பட்டான். அதில் இருவர் எருமையூரான், வேங்கடவன்.

இங்கெல்லாம் அரசர்களுக்குத் துணையாகக் காலாட்படை, குதிரைப்படை, யானைப்படை, தேர்ப்படையில் இருந்து மறவர்கள் எதிரும் புதிருமாக நின்று சண்டை இடுகிறார்கள். அந்த மறவர்களில் பெரும்பான்மையோர் முத்தரையர்களே ஆவார். அதுபோல பழந்தமிழ்நாட்டில் நடந்த போர்க்களங்களில் பெரும்பான்மையோர் முத்தரையர்களே ஆவார். மறவனூர்,மாறம் பாடி, வீரகாவலூர் (விரகாலூர்), விராலிமலை (வீரராளும் மலை) வீரசிங்கம்பேட்டை, வீரராக்கியனூர், விராலிபட்டி, இங்கே யெல்லாம் முத்தரையர்களே அதிகம் வாழ்கிறார்கள். எதையும் யோசிக்காமல் போர்க்களத்தில் சண்டையிடும் பண்பு முத்தரையர் களிடம் நிறைய உண்டு.

இதை வைத்தே அச்சுதன், சுதன் என்று அழைக்கப்படும் களப்பிரர் அரசன் ஸ்ரீமத் கொங்கனிவர்ம தர்ம மகாதிராயன் கங்க வம்சத்து முதல் அரசன் ஆவான். இவனுடைய காலம் கி.பி.180 என்று கொங்குதேச சரித்திரம் கூறுகிறது. சகம் ஆண்டு 101 என்பதோடு 79 ஆண்டைக் கூட்டி கி.பி.180 என்கிறது. உண்மையில் கி.பி. 225 ஆக இருக்கலாம். விஜய ஸ்கந்தபுரம் என்ற நகரில் இருந்து ஆண்டான்.

அங்கிருந்து அச்சுதன்களை(மண்டல சிற்றரசர்கள்) நியமித்து தமிழ்நாட்டை ஆண்டான். இவனிடமே சேர, சோழ, பாண்டியர்கள் கைதாகி இவனைப் புகழ்ந்து பாடி விடுதலைப் பெற்றனர்.

அதனால் இவனது யானைக் கொடியில் சேரரின் வில், சோழரின் புலி, பாண்டியரின் மீன் யானையின் காலடியில் கிடப்பதாக இருந்தது. அவனது காசிலும் இது போல சின்னம் அமைந்தது. இவனுடைய மகன் தன்னை மாதவ மகாதிராயன் முத்தரசன் என்று அழைத்துக் கொண்டான். சேர, சோழ, பாண்டியநாட்டை ஒரு யானைக்கொடியின்கீழ் ஆண்டதாக இருக்கலாம். அதுமுதல் அந்த அரசர்கள் 'முத்தரசன்' என்று தம்மை அழைத்துக் கொண்டனர். அரிவர்மன் முத்தரசன், மாதவ முத்தரசன் துர்வீநீதன முத்தரசன், பூதுகண் முத்தரசன், ஸ்ரீ புருஷ முத்தரசன், முதலாம் பிருதிவீபதி முத்தரசன் என்று அழைத்து கொண்டனர். தலைக்காடு என்று சொல்லப்படும் தலைவனப் புரத்தில் இருந்து ஆண்டனர்.

அதைப்போல தமிழ்நாட்டு முத்தரையர்கள் தம்மை முத்தரையர்கள். என்றே அழைத்துக் கொண்டனர். தொடக்கக் கால முத்தரையர்கள் தன்னிச்சையாக, தன்னாட்சியோடு ஆண்டிருக் கிறார்கள். இளங்கோ முத்தரையன்,எரிகால் முத்துராஜா, கூற்றன், கோனாளறு முத்தரையர், சாத்தன், சாத்தன்மாறன் போன்றவர்கள் யாரிடமும் திரை செலுத்தாமல், கப்பம் கட்டாமல் ஆண்டிருக் கிறார்கள். பிறகு பல்லவரையோ பாண்டியரையோ, சோழர் களையே முன்னிலைப்படுத்தி, அவர்களது சிற்றரசர்கள் என்று சொல்லாமல் சொல்லிக் கொண்டு ஆண்டனர். கோமாறன் சடையன், வர்மன், வரகுணப் பாண்டியன், இரண்டாம் நந்திவர்மன், மூன்றாம் நந்திவர்மன், நிருபதுங்கவர்மன் போன்ற பல்லவர்கள், ஆதித்த கரிகாலன், சுந்தரசோழன், முதலாம் பராந்தக சோழன், உத்தமச்சோழன் போன்றவர்களுக்கு கப்பம் கட்டியும் ஆண்டு வந்து இருக்கிறார்கள். சாத்தன் கணபதி, தென்னவன் இளங்கோவதி அரையர், அரிகண்ட பெருமான் போன்றவர்கள் சிற்றரசர்களாகவும் வாழ்ந்துள்ளனர். ஆக களப்பிரர் காலத்தில் உச்சத்தில் இருந்த முத்தரசர்கள் மெல்ல மெல்ல அரசநிலையில் இருந்து தாழ்ந்து கீழிறங்கி பல்லவர்கள் காலத்தில் இணை யரசர்களாக, சிற்றரசர் களாகக் கீழிறங்கி தரம் தாழ்ந்து நிலைதாழ்ந்துள்ளனர்.

களப்பிரர் காலத்தில் தாமே ஏகப் பேரரசர்களாக (சக்கரவர்த்தி களாக) இருந்து வந்தவர்கள். தாழ்ந்து பல்லவர் பேரரசைப் பாதுகாக்கும் குறுநில மன்னர்களாக மாறி இருக்கிறார்கள். களப்பிரர்கள் (கங்கர்கள்) தம்மை முத்தரசர் என்று அழைத்துக் கொண்டனர்.

அப்போது களப்பிரர் (கங்கர்) அரசர்கள் பேரரசர்கள். ஒருக்கால் தமிழ் முத்தரையர்கள் தலவனப்புரத்து களப்பிரப் பேரரசர்களுக்குத் தமிழ்நாட்டில் இருந்து ஆண்டுவந்த சிற்றரசர் அல்லது மண்டலப் பிரதிநிதிகளாக இருந்து இருக்கலாம். களப்பிரப் பேரரசன் அச்சுதன் சுதன் மண்டல சிற்றரசர்கள் 1. சேர மண்டல அச்சுதன் 2. பாண்டிய மண்டல அச்சுதன் 3. சோழ மண்டல அச்சுதன் 4. தொண்டை மண்டல அச்சுதன். என்று நாலு அச்சுதன்கள் அச்சுத சுதனின் கீழ் ஆண்டனர். அச்சுத சுதன் தலைவனப் புரத்தில் இருந்து ஆண்ட முத்தரசப்பேரரசர்கள். இதைத் தலைக்காடு(தலைவனப் பேரரசர்கள்) பெயர்களிலே அறிந்து கொள்ளலாம். இங்கிருந்து (தமிழ்நாட்டில்) இருந்து ஆண்ட தமிழ்முத்தரையர்கள் தம்மை 'முத்தரசர்' என்று அழைத்துக் கொள்ளவில்லை. 'முத்தரையர்' என்று அழைத்துக் கொண்டனர்.

பல்லவர், பாண்டியர்கள் தமிழகத்தைக் கைப்பற்றியவுடன் சிற்றரசர்களாக இருந்த முத்தரையர் அப்படியே பல்லவருக்கும் பாண்டியருக்கும் இணை அல்லது துணை அல்லது குறுநில மன்னர்களாக இருந்து அவரவர்களுக்கு அரச விசுவாசிகளாக மாறி நடந்து இருப்பது கல்வெட்டுகள் மூலம் அறியலாம். கப்பம், திறை செலுத்தி வந்து இருக்கலாம். இன்ன பல்லவ அரசர் காலம் இன்ன பாண்டிய அரசர் காலம், என்று போடாத சிற்றரசர் முத்தரையர்கள், தன்னாட்சி செய்த முத்தரையர்கள் கல்வெட்டுப்படி மிகவும் குறைவு.

பல்லவப் பேரரசில் பல்லவன் சிம்ம விஷ்ணு முதல் முதலாம் நரசிம்மன் காலம் முடிய, தமிழக வரலாற்றில் முத்தரசன், முத்தரையர் என்ற அடைமொழிப்பெயரையேக் காணோம். அது கி.பி. 575 முதல் கி.பி. 670 முடிய முத்தரையர் அடிச்சுவடே இல்லை.

ஆனால் இந்த காலக்கட்டத்தில் தமிழகத்தை விட்டு வெளியில் துர்விநீதன், முத்தரசர் என்ற கங்கன், பூவிக்கிரமராயன் கங்கன்

ஆண்டிருக்கிறார்கள். ''பாண்டிய நாட்டுக்கும் பல்லவர் நாட்டுக்கும் இடையில் இருந்த 'சோழர்', 'களப்பிரர்' என்போர் சிற்றரசர் களாக இருந்து சில ஊர்களை ஆண்டு வந்தனர். களப்பிரர் ஒருகால் பல்லவரையும் மற்றொருகால் பாண்டியரையும் தழுவிக் காலத்திற்கு ஏற்ப வாழ்ந்து வந்தனர்''.

ஆதாரம் : நன்றி : பல்லவர் வரலாறு. டாக்டர் மா. இராச மாணிக்கனார் பக்கம் 92, வரி 1 முதல் 5 வரை.

அதே காலக்கட்டத்தில் கி.பி.640 முதல் கி.பி.680 முடிய அவருள் நான்காம் பாண்டிய அரசனான அரிகேசரி பராங்குசன் என்ற நெடுமாறன் ஆண்டு வந்தான். இவன் சேரரையும் பிற தென்னாட்டுக் குறுநில மன்னனையும் அடக்கித் தெற்கே பேரரசனாக இருந்தவன். இவன் சோழனிடம் பெண் கொண்டிருந் தான். கொடும்பாளூரை ஆண்ட களப்பிரர் இவனுக்குட்பட்டு இருந்தனர். சுருங்கக் கூறின் ''இவன் தெற்கே சேர, சோழ, களப்பிரர்களை அடக்கி ஆண்ட பாண்டியத் தலைவன்'' எனக் கூறலாம். பல்லவ வரலாறு - டாக்டர் மா. இராச மாணிக்கனார். பக்கம் 114.

அதே பக்கம் ''நரசிம்ம வர்மன் சேர, சோழ, பாண்டிய, களப்பிரருடன் போரிட்டான். என்று 'கூரம்' பட்டயம் கூறுகின்றது.'' என்று டாக்டர் மா. இராசமாணிக்கனார் கூரம் செப்பேடு பற்றி விளக்குகிறார். இங்கெல்லாம் முத்தரையர் என்ற பேச்சே இல்லை. களப்பிரர் என்றே கூரம் செப்பேடு கூறுகிறது. அந்த முத்தரசன் என்ற பெயர் அடைமொழியைப் போட்டு வந்தவர்கள் கங்கர்கள் (களப்பிரர்கள்) தலைக்காட்டு முத்தரைய கங்கர்கள், கோலார் கங்க முத்தரையர் இருவரும் போட்டு வந்து இருக்கிறார்கள்.

'களப்பிரர்' என்று எண்ணும்போதே சிறுமையாக நினைக்கும் இக்கால முத்தரையர்கள் இதைப் பெருமையாகக் கொள்ள வேண்டும். சேர, சோழ, பாண்டியர்களை அடக்கி ஒரு சேர, ஒரு கொடியில் யானைக்கொடியின் கீழ் ஆண்டனர் என்பதைப் பெருமையாகக் கொள்ளவேண்டும். களப்பிரர் படைஎடுப்பு நேரத்தில் கன்னட மொழி உருவாக்கப்படவில்லை. களப்பிரர் என்பார் மைசூரை (எருமையூர்) ஆண்ட எருமையூரானின் வழிவந்த பேரர்கள். மலைநாட்டுத்தமிழர்களேஆவார். கொடுந்தமிழ்ப்பேசிய மக்கள் ஆவார். மகிஷாசுர வதம், சூரன் வதம் இவையெல்லாம் களப்பிரர் காலத்தில் ஏற்பட்ட புராணக் கதைகள் ஆகும்.

கொடி

கரிகால்வளவன், கோப்பெருஞ்சோழன் கிள்ளிவளவன், கோச்செங்கண்ணான், கோப்பெரு நற்கிள்ளி, நல்லுருத்திரன், நல்லடி, புகழ்ச் சோழர், மணிமுடிச்சோழன் போன்ற எவரும் தம்மை இலக்கியவழியிலோ, கல்வெட்டு மூலமாகவோ தம்மை முத்தரசர் என்றோ முத்தரையர் என்றோ அழைத்துக் கொள்ளவே இல்லை. பிற்காலச் சோழர்களோ, இடைக்காலப பாண்டியர் களோ, பிற்காலப் பாண்டியர்களோ, கொங்கு சோழர்களோ, தம்மை 'முத்தரசர்' என்று அழைத்துக் கொண்டதற்குச் சான்றுகள், இலக்கியச் சான்றுகளோ இல்லை.

கங்கர் (களப்பிரர்) அரசர்களில் முதலாம் அரசன் கோக்கலி கொங்கணி வர்மனைப் பற்றி யாப்பருங்கலக் காரிகையில் ஒரு பாடல் அவரது சிறப்பைக் கூறுகிறது. இது சான்றுபாடல்.

''அடுதிறல் ஒருவநிற் பரவுதும் 'எங்கோன்
தொடுகழல் கொடும்பூண் பகட்டொழில் மார்பில்
கயலொடு கலந்த சிலையுடைக் கொடுவரிப்
புயலுறழ் தடக்கைப் போர்வெல் அச்சுதன்
தொன்றுமுதிர் கடலுலகம் முழுதுடன்
ஒன்றுபு திகிரி உருட்டுவோன்' எனவே.''

என்று விளக்கத்தனார் பாடிய பாடல் மூலம் சேர, சோழ, பாண்டியரை வென்று ஒரு கொடியில் ஆண்டான் என்று அறியலாம்.

பொருகுடை வளாகம் ஒருகுடை நிழற்றி
இருபிறப் பாளர்க்கு ஈந்து மனமகிழ்ந்து
அருள்புரி பெரும்புகழ் அச்சுதக் கோவே!
நந்தி! நிற்பரவுதல் நாவலர்க் கரிதே!

இந்த பாடல் மூலம் ஒரு குடையின் கீழ் தமிழ் மண்ணைக் கொண்டு வந்தான் என்றும், '' ஒரு தனி யாழி உருட்டுவோன் எனவே'' என்ற சிலம்பின் வரிகளைப் போல, ''ஒன்றுபு திகிரி உருட்டுவோன்'' எனவே அமைந்து அச்சுதன்சுதன் பெருமையைக் கூறுகிறது. இவனே முத்தரசன்களின் முதல்வன் என்பது சிலர் வாதம். அப்போது கன்னடம் உருவாகாத காலம் கொடுந்தமிழ்ப் பேசிய மலைநாட்டு அரசன் ஆவான். இவன் கரிகால் பெருவளத்தானின் ஏதோ ஒருவகை உறவில் வந்த மூன்று நான்கு தலைமுறைக்கு

அப்பால் வந்த ஓர் அரசன் ஆவான். அதனால் யானைக்கொடியைக் கொடியாகக் கொண்டான்.

களப்பிரர்களின் கொடி யானைக்கொடி
சோழர்களின் கொடி புலிக்கொடி
தமிழ்முத்தரையர்களின் கொடி சிங்கக்கொடி
சேரர்களின் கொடி வில்கொடி
பாண்டியர்களின் கொடி மீன்கொடி
பல்லவர்களின் கொடி வராகக்கொடி
ரே நாட்டு சோழர்களின் கொடி சிங்கக்கொடி.

களப்பிர முத்தரசர்கள் யானைக் கொடிக் கொணடு ஆண்டு வந்தனர். தமிழ் முத்தரசர் சிங்கக் கொடியை ஆண்டு வந்தனர். ''வெங்கட் பொருகயல் சேர்வேல் கொடியோன்'' இரண்டாம் பெரும்பிடுகு முத்தரையன் செந்தலைக் கல்வெட்டுக்களில் கூறிக் கொள்கிறான். பாண்டியரை வென்றதால் மீன்கொடியைத் தன் கொடியாகக் கொண்டிருக்கலாம். ரேணாட்டு சோழர் முத்தரையர் கொடி சிங்கக் கொடி!

சாத்தனின் வழிவழி முத்தரைய அரசர்கள்

முதல் பெயர் தமது தந்தையின் பெயர்; 2-வது பெயர் தமது பெயராகக் கொண்டனர் தமிழ் முத்தரைய அரசர்கள்.

1. சாத்தன் - பெரும்பிடுகு பெருந்தேவி (பல்லவ இளவரசி)
2. சாத்தன் - மாறன் I
3. மாறன் - குவாவன் I
4. குவாவன் - மாறன் I (பெரும்பிடுகு முத்தரையன் I)
5. மாறன் - பரமேசுவரன் (இளங்கோவதி அரையன்)
6. சுவரன் - மாறன் (பெரும்பிடுகு முத்தரையன் II)
7. மாறன் - குவாவன் III (பெரும்பிடுகு முத்தரையன் III)

2-வது வகையறா (2வது கரை)

1. மாறன் - குவாவன் II (மாற்பிடுகு பேரதியரையன்) இவன் குவாவன் மாறன் பெரும்பிடுகு முத்தரையனின் மகன்

2. குவாவன் - சாத்தன்। (விடேல் விடுகு முத்தரையன்)

3. (அ) சாத்தன் - பூதி (விடேல் விடுகு இளங்கோவதியரையன்)

(ஆ) சாத்தன் - காளி

(இ) சாத்தன் - பழியிலி

4. (அ) பூதி - களரி (அமரூன்றி முத்தரையன்)

(ஆ) பூதி - அரிந்திகை (சாத்தன் மறவன் (எ) விடேல் விடுகு இளங்கோ வேளார்

3-வது வகையறா (2வது கரை)

5. பழியிலி - சிறிய நங்கை (மல்லன் அனந்தன் (எ) மீனவன் தமிழதியரையன்)

6. (அ) மல்லன் - விதுமன் (எ) தென்னவன் தமிழதியரையன்

(ஆ) மல்லன் - வேட்டுவதியரையனாயின வேங்கடவன்.

முத்தரைய மக்கள் வாழிடம் சிறிய ஓர் ஆய்வு

அக்காலத்தில் தஞ்சை, கரந்தை, திருவையாறு, கண்டியூர், செந்தலை, கருப்பூர், கண்டமங்கலம், ஒன்பத்துவேலி, பூதலூர், திருக்காட்டுப்பள்ளி, நேயம் போன்ற ஊர்களில் முத்தரையர்கள் மிகுதியாக வாழ்ந்திருக்கிறார்கள். கி.பி. 850 இல் விசயாலயன் காலத்தில் தஞ்சையைக் கைப்பற்றியதும் மேற்கு பகுதி நோக்கி முத்தரைர்கள் திருச்சி, திண்டுக்கல் பகுதிக்கு இடம் பெயர்ந்து உள்ளனர். திருப்பண் துருத்தியில் வீரமாக தீரமாகத் தங்கி இருந்துள்ளனர். திண்டுக்கல் முத்தரையர்கள் எங்களது பூர்வீகம் தஞ்சை, திருச்சியில் உள்ள சிற்றூர்கள் என்று கூறுகிறார்கள்.

❖ ❖ ❖

13. பல்லவர் பெயரில் முத்தரையர்கள்

1. பரதன் வியான கஜ பல்லவ அரையன் காலம் கி.பி. 980-கி.பி. 1000 உடையார் குடி கல்வெட்டு
2. பல்லவ முத்தரையன் விழுப்புரம் திருநாவலூர் மேலூர் கல்வெட்டுகாலம் கி.பி.1003.
3. காடுவெட்டி முத்தரையன் தொ. க.எண் 12ல் க.எண். காலம்4.4 நிருபதுங்க பல்லவன் - இடம்திருக்கூடல் கி.பி. 870.
4. அருளாளன் தந்தை நூற்றெண்ம முத்தரையன் கல் தொகுதி க.எண்2 க.எண் 29. காலம் இரண்டாம் இராச இராசன் சோழன்.
5. எட்டி சாத்தன் அல்லது இருப்பைக் குடி கிழவன்.

முத்தரையர்களுக்கு மாறன் பெயர் வரக் காரணம்

மாறவர்மன் அரிகேசரி என்பவன் கி.பி.640இல் பட்டத்திற்கு வந்தவன். இவனை 'நின்றசீர் நெடுமாறனின் பேரன்' என்று திருவிளையாடல் புராணம் சொல்லும். சமண சமயத்தைச் சார்ந்தவன். இவனுடைய மனைவி சோழர்குல இளவரசி 'மங்கையர்க்கரசி' என்று கூறப்படுகிறது. திருஞானசம்பந்தரால் சைவனாக்கப்பட்டவர். இந்த மாறவர்மன் அரிகேசரியின் தாயோ அல்லது தமக்கையோ முத்தரையர் சாத்தனின் தகப்பனுக்கு அல்லது சாத்தனுக்கு உறவாக அமைந்து இருக்க வேண்டும். ஒருக்கால் மாறவர்மன் அரிகேசரியின் தமக்கை சாத்தனின் தாயாக இருக்கக் கூடும். அதனால் தமது, பேரனுக்குத் தமது குலப்பெயர். 'மாறன்' என்பதைச் சூட்டி இருக்கலாம். தகுந்த சான்று இல்லை.

சோழ முத்தரையர்கள்

1. முடிகொண்ட சோழ முத்தரையன் காலம் முதலாம் இராச

இராசன் ஆட்சி ஆண்டு 27, கி.பி.1045. மண்டல ஆட்சித் தலைவன்.

2. கருணாகரச் சோழ முத்தரையன் காலம் விக்கிரமச்சோழனின் ஆட்சியாண்டு 12. கி.பி. 1129-30 இல் கல்வெட்டு தொகுதி 27-ல் க.எண். 188.

3. சுந்தரச் சோழன் முத்தரையன் தஞ்சை மாவட்டம் பாபநாசம் வட்டம் புல்லமங்கை பசுபதி கோயில் பராந்தகச் சோழ முத்தரையன் என்ற கல்வெட்டு தொகுதி 19. க.எண். 63.

4. சேக்கிழான்சக்தி மலையன் சோழமுத்தரையன் கோப்பரகேசரி பன்மர் 3வது ஆண்டு கி.பி.1125. இடம் திருச்சோற்றுத் துறை கி.பி.1125. க.தொ. க.எண். 19 க.எண். 72,78.

5. குல மாணிக்க முத்தரையன் ஆதித்த கரிகால்சோழன் ஆட்சி ஆண்டு 5ஆம் ஆண்டு கி.பி. 968-69. க.தொ. 22 பாகம் 1இல் க.எ. 203.

பாண்டிய நாட்டு முத்தரையர்

1. அஞ்னூற்றுவ முத்தரையன் கன்னியாகுமரி தொல் ஆய்வு. தொடர் எண். 1969-ல் (38H)

2. பாண்டி முத்தரையன் அரட்டவதி அரையன் காள ஈசுவரம் கோயிலைக் கட்டியவன்.

3. அரையன் திருவரங்கி காலம் பாண்டியர் சடைய மாறனின் 8 ஆம் ஆண்டு கி.பி. 966.

4. சித்த குட்டி மாதவன் முத்தரையன் காலம் ஸ்ரீ வல்லபன் 11வது ஆண்டு கி.பி. 1112 தொகுதி 14 க.எண் 229 A+B.

❖ ❖ ❖

14. பல்லவர்களும், முத்தரையர்களும் கால ஒப்புமை

வ. எண்.	காலம்	பல்லவர்கள்	முத்தரையர்கள்
1.	கி.பி.575 கி.பி.600	சிம்ம விஷ்ணு கி.பி. 575- கி.பி.600 காஞ்சியில் பல்லவர் ஆட்சி	களப்பிரர்கள் முடிவு திரு விக்ரமன்
2.	கி.பி.600 கி.பி.630	முதலாம் மகேந்திர வர்மன் குடைவரைக் கோயில்கள் '600-630) (சாளுக்கிய படை எடுப்பு)	திரு விக்கிரமன் (தலைக்காடு) பூவிக்கிரமன் (தலைக்காடு) வல்ல வாக்கியரையன் (வல்லம், செந்தலை) பொன் மாந்தனார் (வாணவக் கோயரையர்)
3.	கி.பி.630 கி.பி.668	முதலாம் நரசிம்மவர்மன் 630-668 பல்லவ சாளுக்கியப் போர் வாதாபி படை எடுப்பு.	பூவிக்கிரமன் (தலைக்காடு) கி.பி.629 - கி.பி.670) சாத்தன் (வல்லம், செந்தலை) இளங்கோனாளறு முத்தரையன் வானவக் கோயரையர் (வேலூர் வல்லம்)
4.	கி.பி.668 கி.பி.670	இரண்டாம் மகேந்திர வர்மன் 668 -670	சாத்தன் -பெரும்பிடுகு பெருந்தேவி கி.பி.620-665 பெரும்பாண முத்தரசர் (வேலூர் வல்லம்)
5.	கி.பி.670 கி.பி.695	முதலாம் பரமேசுவரன் வர்மன் பல்லவ - சாளுக்கியப் போர் 670 -695	சாத்தன் மாறன் (செந்தலை, தஞ்சை) கி.பி.660-700 இளங்கோவதியரைன் கி.பி.665 - கி.பி.695)
6.	கி.பி.695 கி.பி.722	இராசசிம்மன் இரண்டாம் நரசிம்மவர்மன் 695 -722	மாறன் குவான் க. கி.பி.695 கி.பி.710 குவாவன் மாறன் பெரும்பிடுகு முத்தரையன் க கி.பி.710 - கி.பி.740
7.	கி.பி. 722 கி.பி.730	இரண்டாம் பரமேசுவரன் கி.பி.722-730 (கங்க மன்னன் சீபுருஷன் என்பவனால் கொல்லப்பட்டான்)	இளங்கோவதி அரையன மாறன் பரமேசுவரன் (புதுக்கோட்டை சுவரன் மாறன் இரண்டாம் பெரும்பிடுகு முத்தரையர்)

வ. எண்.	காலம்	பல்லவர்கள்	முத்தரையர்கள்
8.	கி.பி.730 கி.பி.795	நந்திவர்ம பல்லவ மல்லனை (இரண்டாம் நந்திவர்மன்) 730–795 காடக முத்தரையன் மக்கள் விருப்பத்திறகேற்ப அரசனாக்கினான். முத்தரையர் மகளை மணந்தவன். நந்திவர்மன் மாறம் பாவையாரை மணந்தவன்.	காடக முத்தரையன் (கி.பி.760–கி.பி.810 மக்கள் விருப்பத்திற்கே பீமராயன் வழியில் வந்த நந்திவர்மனை அரசனாக அமர்த்தினான். அதனால் பல்லவர் – முத்தரையர் உறவு நெருங்கியது. இரண்டாம் பெரும்பிடுகு முத்தரையன் சுவரன் மாறன் பாதுகாத்து வந்தான்.
9.	கி.பி.796 கி.பி.846	நந்திவர்மன் இராட்டிர கூட அரசன் தந்தி தூர்க்கன் மகளை மணந்தவன்	பேரரசர் இரண்டாம் பெரும்பிடுகு முத்தரையன் சுவரன் மாறன் முத்தரையன் சுவரன் மாறன் முத்தரையன் பாதுகாப்பு. (கி.பி.780 –கி.பி.835) திருச்சி இலால்குடி ஆலம்பாக்கம் ஏரி வெட்டிய மாற்பிடுகு போதியரையன்.
10.	கி.பி.846 கி.பி.869	மூன்றாம் நந்திவாமன் நந்தி கலம்பகம் பாடப்பட்ட அரசன் தெள்ளாறு எறிந்த நந்திவர்மன்.	மாறன் குவாவன் 11 (கி.பி.835 – கி.பி.860) இரண்டாம் பெரும்பிடுகு முத்தரையனின் மகன் தஞ்சாவூர் இழப்பு விசயலாயச் சோழன் கைப்பற்றுதல்.
11.	கி.பி.869 கி.பி.895	நிருபதுங்கவர்மன் பல்லவன் இராட்டிர கூடன் (அமோகவர்சனின் மகள் வயிற்று பிள்ளை)	பெரும்பிடுகு முத்தரையன் III (கி.பி.860 – கி.பி.880) குமரியான் மலையில் உள்ள கல்வெட்டு மனைவி நங்கையார் தயாநிதியார் இவர் கொடும்பாளூர் அரசனின் மகள்.
12.	கி.பி.895 கி.பி.913	அபராஜித வர்மன் பல்லவர் தந்தை மகன் பதவி போட்டி தந்தை நிருபதுங்க வர்மனை விரட்டி ஆட்சிக்கு வந்தது.	சாத்தன் பூதி சாத்தன் காளி (கி.பி.880 – கி.பி.920
13.	கி.பி.846 கி.பி.881	(பிற்காலச் சோழர்கள் தலை எடுத்தல்) பூதிகளரி அமரூன்றி முத்தரையன் பூதி அரிந்திகை முத்தரையன் தென்னவன் இளங்கோ (மிகச் சிறிய குறுநில மன்னர்களாக ஆகுதல்) பரகேசரி விசயாலயன் சோழன்)	

15. முத்தரையரின் தமிழுணர்வும், தமிழ்ப்பற்றும்

கடைச்சங்கக் காலத்திற்குப் பின்னால் எழுந்த அரசில் நல்ல தமிழுணர்வுடன் விளங்கிய அரசு முத்தரைய அரசாகும். அவர்கள் தங்களுக்கு இட்டுக் கொண்ட பெயர்களே சான்று.

1. வானகோ முத்தரையர், 2. கோ இளங்கோ முத்தரையர், 3. திருமங்கை ஆழ்வார், 4. இடங்கழி நாயனார் (சிவனடியார்) 5. எதிரில்லாதானான சோழ முத்தரையர் 6. சேக்கிழான் அரையன், 7. முடிகொண்ட சோழ முத்தரையன் 8. வேட்டைக்கார சோழ முத்தரையன் 9, மும்முடிச் சோழ முத்தரையர் 10. நானூற்றி முத்தரையன்.

பாண்டிய நாட்டு முத்தரையர்கள்

1. அஞ்நூற்றுவ முத்தரையன் 2. பாண்டி முத்தரையன் அரட்டவதி அரையன் 3. வளவ முத்தரையசாமி 5. சாமி மூப்பன், 6. இருப்பைக்குடி கிழவ ன் போன்ற பெயர்கள்.

பல்லவ முத்தரையர்

1. காடுவெட்டி முத்தரையன் 2. அருளாளன், 3. தென்னவன் இளங்கோமுத்தரையன், 4.பூதிகளரி அமரூன்றி போன்ற பெயர்கள்.

வடுகு கலந்த தமிழ்ச்சொற்கள்

1. பெரும்பிடுகு முத்தரையர், 2. சாத்தன் மாறனின் தாயார் பெரும்பிடுகு பெருந்தேவி, 3. குவாவன் சாத்தன் 11 அனந்தன் காரியான் பராந்தக முத்தரையன், 4.கம்பன் அரையன் தம்பி விஜயன் நல்லூழான் இப்படி நல்லத் தமிழ்ப் பெயர்களையே சூட்டிக் கொண்டனர்.

முத்தரையர்கள் கரிகால்சோழன், கோப்பெருஞ்சோழன்,

பல்தேர் பஃறுளி, கோச்செங்கண்ணான், மணக்கிள்ளி போன்ற சோழப்பரம்பரையின் வழியில் வந்து இருந்ததால்தானே என்னவோ நல்லத் தமிழ்ப் பெயர் சூட்டி ஆண்டு கொண்டு இருக்கலாம். முத்தரையர் ஆட்சியில் பாமரர்கள்கூட நல்லத்தமிழ்ப் பெயர்களைச் சூட்டியுள்ளனர்.

ஒருக்கால் களப்பிரர்கள் பரம்பரையின் வழியில் வந்து இருக்கவில்லை என்று எண்ண இடமுண்டு. கங்கர் வழி களப்பிரர்கள் பெயர்களான கொங்கணி வர்மன், விஷ்ணு கோபன், அவநீதன் துர்விநீதன், முஷ்கரன், ஸ்ரீ விக்ரமன், பிருத்வி, முத்தரசன் இவர்களின் பெயர்கள் பிராகிருத பெயர்களாக முதலில் இருந்து கடைசி வரை உள்ளன. இவர்களிலிருந்து முத்தரையர் வந்து இருந்தால் பிராக்ருத பெயர்களையே சூட்டி இருக்க வேண்டும். அப்படி செய்யவில்லை. பாண்டிய நாட்டில் சாத்தன் என்ற முத்தரைய முன்னோடி அரசன் கி.பி. 630 கி.பி. 650 முடிய ஆண்டுகளில் ஆண்டு இருக்கலாம். இவன் தந்தை பாண்டியனின் பரம்பரையில் வந்த இளவரசியை மணந்ததால் தனது பேரனுக்கு 'மாறன்' என்றே பெயரிட்டான். அதுமுதல் 'மாறன்' தொடர், சாத்தன் மாறன், மாறன் குவாவன், பரமேசுவரன் மாறன், மாறன் குவாவன் என்று பெயரிட்டுக் கொண்டனர்.

அதே காலகட்டத்தில் பல்லவர்கள் தங்களது பெயர்களைத் தமிழ்ப்படுத்திக் கொள்ளவே இல்லை. 1. சிம்ம விஷ்ணு 2. முதலாம் மகேந்திரவர்மன், 3. முதலாம் நரசிம்மவர்மன், 4. இரண்டாம் மகேந்திரவர்மன், 5. இரண்டாம் நரசிம்ம வர்மன் 6. பரமேசுவர வர்மன் என்று வடமொழிப் பெயர்களாக இட்டு வந்தனர்.

இதே காலகட்டத்தில் பல்லவர்கள் தமது ஆட்சி மொழியாகத் தமிழை வைத்துக் கொள்ளவில்லை. பல்லவர்களின் ஆட்சி மொழி பிராகிருதமே ஆகும். பரத்வாஜ் கோத்திரம் என்று தம்மை வடமொழியோடு தொடர்புபடுத்தியே ஆட்சிப் புரிந்தனர். சிம்ம விஷ்ணு, மகேந்திரவர்மன், நரசிம்ம வர்மன், பரமேசுவர வர்மன் என்று தமது பெயர்களை வடமொழி தொடர்புபடுத்தியே வைத்துக் கொண்டனர். அதே காலக் கட்டத்தில் ஆண்ட முத்தரையர்கள் தமிழில் பெயரிட்டுக் கொண்டனர். தமிழில்தான் கல்வெட்டுக்களை அச்சிட்டு வெளியிட்டனர். ஆட்சி மொழி தமிழாக இருந்தது. இதற்குக்காரணம் பாண்டிய நாட்டு மணஉறவு! பல்லவன் பரமேசு வரன் காலத்தின் குவாவன் மாறன் பல்லவன் மகளை மணந்ததால்

தமது மகனுக்குத் தந்தையின் பெயர் பரமேசுவரன் என்று வைத்து இருக்கிறாள் பல்லவ இளவரசி, முத்தரைய அரசியார் மற்றபடி தொடர்ந்து தமிழிலே பெயரிட்டு வந்து இருக்கின்றனர். மாறன் பரமேசுவரனைத் தவிர யாரும் கடவுள் தெய்வத்தின் பெயர்களை இட்டுக் கொள்ளவில்லை.

வாதாபி படையெடுப்பின்மூலம் கணபதி (சிறுதொண்டர் மூலம்) பிள்ளையார் வணக்கம் அறிமுகமாகி இருந்தாலும் அக்காலத்தில் முத்தரைய அரசர்கள் யாரும் கணபதி பெயரை இட்டுக் கொள்ளவே இல்லை. பிள்ளையார் கோயிலுக்குத் தானம் கொடுக்கவில்லை. காரணம் சமணம், பௌத்தம் சமயங்களில் இருந்து மனம் திரும்பி பிடாரி, செல்லியம்மன், உலகாயி, நாச்சியார், போன்ற பெண் தெய்வங் களையே முதன்மையாக்கி வணங்கி வந்துள்ளனர். பிற்காலச் சோழர்களின் தாக்கத்தால் வங்கார முத்தரையரின் ஆவணம் போன்றவற்றில் ஸ்வஸ்திஸ்ரீ என்பதை இட்டு உள்ளனர். பாமரர்கள் தங்களது வகையறா, கரைகாரர், கொத்து இவற்றில் சுட்ட இன்பத்தான் கரை, கல்ப்பூரான் கரை, காரி கரை, சோம்பிக்கரை, கூத்தன் கரை, சுளுஞ்சான் கரை, சிராயன் கரை இம்மண் ஆண்டார் கரை (இம்மாண்டான் கரை) கருவன் கரை, தோழன் கரை, கச்சிராயன் கரை, காடயன் கரை, சாளுவன் கரை, தேனிகரை, கெண்டையன் கரை, மழவரையன் கரை, அதிகாரி கரை, சேவுகன் கரை, பூசாரி கரை, அம்பலக்காரன் கரை, சேர்வைகாரன் கரை, பூதன்கரை, பிடாரன் கரை, மயிலாடி கரை, வல்லத் தரையன் கரை, தள்ளான் கரை, மணவாளன் கரை என்று தங்களது பரம்பரையைப் பாமர மக்கள் அடையாளப்படுத்தி இருக்கிறார்கள். இது புதுக்கோட்டை மாவட்டத்தில் இன்றுவரை வழங்கும் வம்சாவளி (கரை) பெயர்களாகும்.

இவற்றில் மருந்துக்குக் கூட வடமொழி கலக்க வில்லை. இதைப் போல குளத்திற்கும், ஏரிக்கும், கண்மாய், வேட்டைக் காரன் ஏந்தல், முத்திரிக் கண்மாய், அம்பலக்காரன் கண்மாய், பெரிய காடன்ஏந்தல், கருப்பணம் பலம் ஏந்தல், அரையன் குளம் வலையன் பெரிய குளம், பூசாரி பிச்சன் ஏந்தல் என்று தமிழில் பெயரிட்டுள்ளனர்.

இதனால் கடைச்சங்கக்காலம் தொட்டு அதற்கு முன்னும் பின்னும் வாழ்ந்த முத்தரையப் பாமரமக்கள் நல்லத் தமிழ்ச்

சொற்கள், பெயர்களையே பயன்படுத்தி வந்துள்ளனர். பழங்கால முத்தரையர் தொல் தமிழ் பூர்வீகக் குடியினர்களே ஆவார் என்று அறிந்து கொள்ளலாம். முத்தரையர்களைப் பற்றிக் கூறும் போது

முத்தரையர்கள் தமிழ்நாட்டின் மண்ணின் மைந்தர்களே ஆவார். குளங்களுக்கும், ஏரிகளுக்கும், கண்மாய்களுக்கும் மிகப்பழங் காலத்திலே தமிழில் பெயரிட்டு உள்ளனர். அதனால் இதுவே சான்றாக அமையும்.

திருச்சி மாவட்டம் இலால்குடி வட்டம் இடையாற்று மங்கலம் பிடாரி கோயிலுக்குப் பூங்காவு குடிச்சி அம்மன் என்று நல்ல தமிழில் பெயரிட்டு உள்ளனர். இது சங்ககாலம் முதல் இருந்து வரும் பெண் தெய்வமாகும். அந்த கோயில் உள்ள இடம் மாவடி மங்கலம் ஆகும்.

உறையூரில் கடைச் சங்கக் காலம் முதல் முத்தரையக் குடியிருப்புகளே இருந்து உள்ளன. இன்று வரை அப்படியே தொடர்கிறது. இங்கு வாழ்பவர்கள் அனைவரும் முத்தரையர்கள் ஆவார். நாச்சியார் என்பது செட்டியார்களின் பெண்களுக்கு இடப்படும் பெயராகும்.

சிலப்பதிகார காலத்தில் இந்த நாச்சியார் கோயில் செங்கல் சுதையால் கட்டப்பட்டு, பிறகு கற்றளியாக மாறி இருக்க வேண்டும். நாச்சியார் என்பது செட்டிப் பெண் கண்ணகியைக் குறித்து இடப்பட்ட பெயராகும். மதுரையை ஒருமுலையை திருகி எறிந்து தீயூட்டி கொளுத்தி நாசம் செய்தவள் நாச்சியார். கண்ணகிக்குக் கொடுத்த சிறப்புப் பெயராகும். இந்தக் கோயிலைச் சுற்றி வாழும் மக்கள் முத்தரையர் ஆவார்.

❖ ❖ ❖

16. முத்தரையர் பற்றி பிற நூல்களும், அறிஞர்கள் கருத்துக்களும்

செய்தி 1

பல்லவர் வரலாறு என்ற நூலில் டாக்டர் மா. இராசமாணிக்கம் கூறும் கருத்துக்கள்.

சோணாட்டில் களப்பிரர்

தஞ்சைக்கு அடுத்த செந்தலையில் (சந்திரலேகா) என்னும் ஊர் முத்தரையர் காலத்தில் சிறந்த நகரமாக இருந்திருத்தல் வேண்டும். அங்குள்ள கோயில் மண்டபத் தூண்களில் இருக்கும் கல்வெட்டு களில் முத்தரையர் பரம்பரையைக் காணலாம்.

பெரும்பிடுகு முத்தரையன் I அல்லது குவாவன் மாறன்

↓

இளங்கோவதி அரையன் (அல்லது) மாறன் பரமேசுவரன்

↓

பெரும்பிடுகு முத்தரையன் II (அல்லது) சுவரன் மாறன்

இந்த மூன்றாம் அரசன் ஸ்ரீ மாறன், ஸ்ரீ கள்வர் காவலன், ஸ்ரீசத்ரு கேசரி, ஸ்ரீ களப்ரகாவலன் என்று பலவாறு அழைக்கப்பட்டான். இம்மரபினர் பாண்டியரை வென்றவுடன் 'மாறன்' என்றே பெயரிட்டுக் கொண்டனர். 'முத்து அரையர்' முத்துக்கள் கிடைக்கும் பகுதிக்கு (பாண்டியநாட்டுக்கு) அரசர் என்று தம்மை அழைத்துக் கொண்டனர். இன்றேல் சேர, சோழ, பாண்டியரை வென்றனராகலின் முத்தரையர் (மு+தரையர்) எனப்பெயர் கொண்டனர் எனினும் பொருந்தும். 70

70க்கு R. Gopinatha Rao's ariticle in Sen Tamil Vo.116.

71க்கு M.S.R. Iyengar's "Studies in S.I. Jainism PP 53-55. என்று சொல்லப்பட்டுள்ளது.

பாண்டிய நாட்டில் முத்தரையர் அரசு செலுத்தியபோதுதான் கி.பி. 470 இல் சமண சங்கம் மதுரையில் கூட்டப்பட்டது. இதை திகம்பர தரிசனம் என்ற சமணநூல் குறிக்கிறது. நாலடியாரும் பழமொழியும் அப்போது பாடப்பட்டவையாக இருக்கலாம். நாலடியாரில் முத்தரையர் புகழ்ப்பட்டுள்ளனர்.

யாப்பருங்கல விருத்தி உரையால் தமிழ் முத்தரையர் கோவை ஒன்று இருந்ததாகத் தெரிகிறது. இம்முத்தரையர் (களப்பிரர்) சமணத்தை ஊட்டி வளர்த்தனர் என்பது நாலடியார் போன்ற (செ. 200, 243, 293) பாடல்களால் நன்குணரலாம். பல்லவர் வரலாறு பக்கம் 42.

செய்தி 2

கி.பி.5ஆம் நூற்றாண்டின் இறுதியில் அல்லது 6ஆம் நூற்றாண்டின் தொடக்கத்தில் இடைக்காலப் பல்லவருள் ஒருவனான புத்தவர்மன் கடல்போன்ற சோழர் (களப்பிரர்) சேனையை நடுங்க வைத்தான்.1

செய்தி 3

சிம்ம விஷ்ணுவின் பெயரனான முதலாம் நரசிம்மவர்மன் (கி.பி. 630-660) இக்களப்பிரர்களுடன் போரிட்டான். கி.பி. 7ஆம் நூற்றாண்டு கடைசியிலும் எட்டாம் நூற்றாண்டு இடையிலும் சாளுக்கியர் இக்களப்பிரரைக் கண்டுள்ளனர். வடக்கே பல்லவ ராலும் தெற்கே பாண்டியராலும் அடிக்கடி தாக்குதல் பெற்று வலிகுன்றிய இக்களப்பிரர்கள் கி.பி. 7, 8ஆம் நூற்றாண்டுகளில் தஞ்சைக்கு அருகிலும் கொடும்பாளூரிலும் முத்தரையர் என்னும் பெயருடன் சிற்றரசர்களாக, பல்லவர்களுக்கும் பாண்டியருக்கும் அடங்கி நடந்தனர்.[2]

இக்களப்பிரர்கள் அடிக்கடி பல்லவரோடு போரிட்டு வந்திருக்க வேண்டும். இவர்களைக் காஞ்சியினின்றும் துரத்த தொண்டை மண்டலம் முழுவதையும் கைப்பற்ற இடைக்காலப் பல்லவரும் இடருற்றவர் ஆதல் வேண்டும்.[3]

(67) சோணாடு கி.பி. 5ஆம் நூற்றாண்டு இறுதியில் சோழர் வசம் இல்லை. சோழர் இக்காலத்தில் தனித்து படை எடுத்தனர் என்பது பொருந்தாது. தொண்டைநாடும் சோணாடும் வடபகுதி யில் களப்பிரர் வசம் இருந்தது என்பதைப் புத்ததத்தர் கூற்றால்

அறியலாம்.

1. D.S.K. Aiyaaga's Int to the Pallavas to Kanchi 22.
2. Ibid P 23
3. Ibid.

பல்லவராலும் பாண்டியராலும் கி.பி. ஆறாம் நூற்றாண்டு முதல் 9ஆம் நூற்றாண்டுவரை வலிகுன்றிச் சிற்றரசர்களாக இருந்தனர். தஞ்சையை ஆண்ட களப்பிரர் பல்லவர்க்கும் அடங்கியவர். கொடும்பாளூரை ஆண்ட களப்பிரர் பாண்டியர்க்கும் அடங்கியவர். கி.பி. 9 ஆம் நூற்றாண்டின் இடைப்பகுதியில் சோழப் பேரரசை நிலைநாட்டிய விஜயாலய சோழன் தஞ்சையைக் களப்பிரர் அரசனிடமிருந்து மீட்டான்.1

கி.பி. 8ஆம் நூற்றாண்டினரான திருமங்கையாழ்வார் சோழ நாட்டின் ஒரு பகுதியான ஆலிநாட்டை ஆண்ட சிற்றரசர். அவர் கள்ளர் மரபினர் என்று திவ்விய சூரி சரிதம் செப்புகிறது.[2]

இன்றும் திருச்சி கோட்டத்தில் முத்தரையர் ஜமீன்தார்களாக உள்ளனர். தெலுங்குநாட்டில் முத்து ராசாக்கள் என்னும் ஜமீன்தார்கள் இருக்கின்றனர். மதுரை கோட்டத்தில் உள்ள மேலூரில் முத்தரையர் அம்பலக்காரர் எனப்படுவர். இவர்கள் எல்லோரும் இக்காலத்துக் கள்ளர் வகுப்பினர் ஆவார் என்பர் ஆராய்ச்சியாளர்.[3]

1,2. M.R. Aiyangar's Alwargal Kalanilai PP 118-119 ஆழ்வார்கள் காலநிலை

3. K.A.N. Sastry's Pandian Kingdom P. 84-85

டாக்டர் மா. இராசமாணிக்கனார் தம் கருத்தாகச் சொல்லவில்லை. பிறர் கருத்தையும் சொல்லி, தம் கருத்தையும் கூறி இருக்கிறார்.

'முத்தரையர்' என்ற சொல்லின் பொருள் குறித்து டாக்டர் இரா. நாகசாமி கூறும் கருத்துக்கள் :

''ஏறக்குறைய கி.பி. 550லிருந்து 600க்குள் ஆண்டவன் கங்க மன்னன் துர்விநீதன் என்பவன் மிகச் சிறந்த தீரனாகவும் அறிவாளியாகவும் திகழ்ந்தவன் இவன். கங்க துர்விநீதன் ''முத்தரையர் என்றால் என்ன பொருள் என்றும் தன் செப்பேட்டில்

கூறி இருக்கிறான். இவனது செப்பேடு இரு மொழிகளில் உள்ளது. முதல்பகுதி சமஸ்கிருதம். இரண்டாம் பகுதி பழைய கன்னடத்தி லும் உள்ளது. (பழைய கன்னடம் என்பது பெரும்பாலும் தமிழாகவே இருக்கும்) சமஸ்கிருதப் பகுதியில் துர்விநீதன் தன்னை கொங்கணி விருத்தராஜன். (ஸ்ரீமத் கொங்கணி விருத்தராஜனே துர்விநீத நாமதேயன்) என்று குறிக்கின்றான்.

இதே பகுதியைக் கன்னடத்தில் கூறும்போது (ஸ்ரீ கொங்கணி முத்தரசரு) என்று கூறுகின்றான். இதிலிருந்து முத்தரசர் என்ற சொல்லுக்கு நேர் சமஸ்கிருதச் சொல்லாக விருத்த ராஜன் என்ற மொழி பெயர்ப்பு உள்ளது. ஆதலின் முத்தரசர் என்ற சொல் மூத்தக்குடி என்பதன் பொருளே உண்மையில் முது அரசர் என்பதே முத்தரசர் என்று வந்துள்ளது. முத்தரசர் என்று குறிக்கப்படும் துர்விநீதன் முதுகுடியைச் சேர்ந்தவன். இதுபோல சிவமாறன் என்ற கங்க மன்னனும், 8ஆம் நூற்றாண்டில் ஆண்ட கங்கன் ஸ்ரீபுருஷன் என்பவனும் சமஸ்கிருத பகுதியில் 'விருத்தராஜா' என்றும் கன்னடப் பகுதியில் முத்தரசர் என்றும் அழைக்கப்படுகின்றனர். ஒன்றல்ல! இரண்டல்ல! பல கல்வெட்டு களும், செப்பேடுகளும் கங்கர்களை முத்தரசர் என்று அரசுப் பட்டயங்கள் குறிக்கின்றன. இதிலிருந்து முத்தரையர் என்ற சொல் எவ்வாறு தோன்றியது என்றும் கங்க அரசர்களே முத்தரையர் என்றும் தெளிவாகப்பட்டுள்ளது. ஆதாரம்:- இரா. நாகசாமி முத்தரையர். கட்டுரை தினமணி 28.10.88 நன்றி.

மாமன்னர், சுவரன் மாறன் இரண்டாம் பெரும்பிடுகு முத்தரையர் ஆசிரியர் பெ. இராமலிங்கம் எம்.ஏ. டாக்டர் மொ.அ. துரை அரங்கசாமி அவர்கள் சங்க கால சிறப்புப் பெயர்கள் என்ற நூலில் முத்தரையர் குறித்து கீழ்க்காணும் கருத்தைத் தெரிவிக்கிறார்.

சங்க நூல்களில் காணும் பிறகுறிப்புகளிலிருந்து முத்தரை யரும் தொண்டையரும் ஒருவரே என்பது தெளிவாகின்றது. (பெரும் பாணாற்றுப்படை வரி 3) பல்வேல் திரையன் என்பவன் காஞ்சிபுரத்தைத் தலைநகரமாகக் கொண்டு ஆண்டு வந்தான். இவன் தொண்டையர் குடியில் தோன்றிய திரையனே ஆவான். இவ்வரசனே இளையதிரையன் எனக் கொள்ளப்பட்டான்.

வேங்கட மலையில் உள்ள மூத்த திரையனிடமிருந்து காஞ்சிபுரத்திலுள்ள இளைய திரையன் தன் கன்று ஈன்ற பைங்கண்

யானைகளுக்கு முற்றாத மூங்கில் முளையைக் கொண்டு வந்தான். என காட்டூர் கிழார் மகனான கண்ணனார் என்பவர் தன் 85 ஆம் பாடலில் கூறியுள்ளார். காலப்போக்கில் மூத்த திரையன் முத்தரையன் ஆனான் எனக் கொள்ளப்படுகிறது.

டாக்டர் இரா. பன்னீர் செல்வம் அவர்களின் கருத்து

களவர நாட்டினராகிய கங்கர்கள், களப்பிரர் என்றும் முத்தரையர் என்றும் சிறப்புடன் வாழ்ந்து வந்துள்ளனர் என்பதும் களவர நாடு மைசூர்ப்பகுதியில் உள்ளதால் அவர்களின் தாயகம் ஆகலாம் என்றும் வழங்குவதாயிற்று என்பதும் தெளிவாக அறியக் கிடக்கின்றன.

முத்தரையர் பெயர்க் காரணம் பற்றி உயர்திரு. கே.ஜி. கிருஷ்ணன் அவர்கள் கூறுவதாவது

The etymology of Name yields several meanings of which Mu+thriyar (Lords of three teritories) Seems More reasonable and May well fit into the historical context of times. one other important title of this family as kalavara or kalvara Kalavara which recalls the name kalabhra.

முன்னாள் தொல்பொருள் ஆய்வுத்துறை இயக்குநர் திரு.நடன காசிநாதன் அவர்களின் கருத்து

தொடக்கம் முதல் களப்பிரர்கள் பல்லவர்களுக்கு எதிரிகளாகத் தான் இருந்திருக்கிறார்கள். ஆனால் முத்தரையர்கள் ஆரம்ப காலமுதல் பல்லவர்களுக்கு உதவுபவர்களாகச் சிற்றரசர்களாக இருந்திருக் கின்றனர் என்று தெரிந்து கொள்ளலாம்.

வரலாற்று வித்தகர் பேராசிரியர் ம.இராஜசேகர தங்கமணி அவர்கள் உரைப்பது

இவர் தனது பாண்டியர் வரலாறு (1978) என்ற நூலில் 'எனவே களப்பிரரும், முத்தரையரும் ஒருவரே எனக் கொள்ளுதலே பொருத்தமுடையது'' என்று குறிப்பிட்டிருந்தார். ஆனால் அண்மைக்காலத்தில் இவர் தனது கருத்தை மாற்றிக் கொண்டுள்ளார். முத்தரையரைக் களப்பிரர் எனக் கருதமுடியாது இவர்கள் தமிழ்நாட்டையே தமது பூர்வீகமாகக் கொண்ட தனித்தமிழ் குடியினரே என்பது கருதலாம் இவர்களைப் பாண்டியரின்

கால்வழியினர் அல்லது பாண்டியரின் கிளைக் குடியினர் எனக் கருதுவதே பொருத்தமுடையது. செந்தலைக் கல்வெட்டில் இரண்டாம் பெரும்பிடுகு முத்தரையன் ''பொருகயல் சேர்வேல் கொடியோன்,'' என்று குறிப்பிடப் பெற்றிருப்பதால் இக்கருத்து உறுதி பெறுகிறது. அடுத்து மாறன், தென்னவன், மீனவன் - முதலான முத்தரையரது விருதுப் பெயர்களும், இவர்கள் பாண்டியருடன் உறவுடையவர் என்பதனை உறுதிபடுத்துகின்றன.

திரு. செந்தமிழ்செல்வன் அவர்களின் கருத்து

தொண்டை நாட்டை ஆண்டதாகக் கருதப்படும் சோழ நாயனாரையே வடபுலக்கோன் என்று திருமங்கையாழ்வார் கூறுவதால், சோழ நாட்டிற்கு வடக்கேயுள்ள ஊரையே வடபுலம் என்று பண்டையோர்கூறினர். அக்கருத்திலேயே ஒரு வேளைகரிகால் சோழனால் குடியேற்றப்பட்டு பின்னர் அவர்கள் தமிழ்நாட்டில் தமிழ்மன்னர்கள் தமிழகத்தை ஆரியமயமாக்கிக் கொண்டிருந்த செய்கையினை எதிர்த்துப் புரட்சி செய்து தமிழகத்தைக் கைப்பற்றி இருக்கலாம். அவ்வாறு கைப்பற்றிய தொண்டைநாட்டுத் திரையரே முத்தரையர் என ஆனார்கள் என்பதை சான்றுகள் உறுதிப்படுத்தலாம்.

மெக்கன்சியின் கையெழுத்துப் பிரதிகளின் தொகுப்பான பாளையப்பட்டுக்களின் வம்சாவளியில் காணப்படும் தலைய நாட்டு பட்டக்காரர் வள்ளல் கவுண்டர் கைமீது கூறுவதாவது

வேடர்குல சாதியில் காள அஸ்தி பிற தேசங்களுக்கு இராசாவாக இருக்கப்பட்ட வம்ச பரம்பரையிலே முத்து ராசாக்கள் கூட்டமொன்று பிற சுத்துப் பட்டுயிருக்கும் நாளையில் முத்துராசா சாதியென்றும் மேற்பிற கத்திபட்டவற்களாயின. அந்த இராச்சியத்தில் பாளையப்பட்டு கற்களாகியிருக்கும் நாளையில் நிமிர்ந்தபட்டி நீலியப்பகவுண்டன் வமிசாவளி கைபீடு மேலேக் கண்டவாறு கூறியது.

வரலாற்றுப் பேரறிஞர் ஆய்வர் மு.அருணாசலம் என்பவர் கூறும் கருத்துக்கள்

களப்பிரர் என்பவர் ''சதவாகனர் என்னும் மக்களில் எஞ்சிய

கூட்டத்தார் அல்லர். அவர்கள் கங்கையருடைய வழிவந்தவர் அல்லர். அவர்கள் கங்கையருடைய வழிவந்தவர் அல்லர். கடல் வழியாக வந்தவரும் அல்லர். அவர்கள் கள்வர் கோமான் புல்லியின் வழி வந்தவர்கள் அல்லர். வடுகரோ அல்லர். அவர்களுடைய பூர்வீகம் வேங்கடம் அன்று; எருமை நாடும் அன்று. அது தெற்கத்திய சமண,சமயம் தோன்றிய இடம் சிரவண பெல கோலா '' என்ற இடத்தைச் சுற்றியுள்ள இடமாகும். அவர்கள் ஒருஅரச குடும்பத்தைச் சேர்ந்தவர் அல்லர். ஆயினும் அவர்கள் பிராகிருத மொழி கன்னட மொழி பேசிய கொள்கைக் கூட்டம் ஆகும்.

ந.மு.வேங்கடசாமி நாட்டார் கூற்று

ஏறத்தாழ கி.பி. 575இல் பல்லவன் சிம்ம விஷ்ணு சோழ நாட்டைக் களப்பிரரிடம் இருந்து வென்று கைப்பற்றினான். பிறகு சோழநாடு 10ஆம் நூற்றாண்டு வரையில் பல்லவர் ஆட்சிக்கு உட்பட்டு இருந்தது. பள்ளன் கோயில் செப்பேடு கூறுகிறபடி பல்லவன் சிம்ம விஷ்ணு வென்று தோற்கடித்த சோழநாட்டுச் சிம்ம விஷ்ணுவே களப்பிர அரசன் சிம்மவிஷ்ணுவே என்று கூறினார்.

டாக்டர் மா. இராசமாணிக்கனார் அவர்களின் நேரிடையான கருத்துக்கள்

வடக்கே பல்லவராலும் தெற்கே பாண்டியராலும் அடிக்கடி தாக்குதல் பெற்று வலிகுன்றிய இக்களப்பிரர் கி.பி. 7, 8 ஆம் நூற்றாண்டுகளில் தஞ்சைக்கு அருகிலும் கொடும்பாளூரிலும் முத்தரையர் என்னும் பெயருடன் சிற்றரசர்கள் ஆகிப் பல்லவர்க்கும் பாண்டியர்க்கும் அடங்க வாழ்ந்து வந்தனர். இப்படி முத்தரையர்களும் களப்பிரர்களும் ஒருவரே என்று உடன்படுவோர் : 1. டாக்டர். இரா. நாகசாமி 2. டாக்டர் மா. இராசமாணிக்கனார், 3. டாக்டர் இரா. பன்னீர் செல்வம், 4. முதலில் ஆதரவாகப் பேசி மறுத்தார். இராசசேகர தங்கமணி, 5. உயர்திரு. கே.ஜி. கிருஷ்ணன் உடன்பட்டு ஆங்கிலத்தில் கூறியுள்ளார். முத்தரையர்கள் வேறு களப்பிரர்கள் வேறு என்று கூறுபவர்கள் : 1. டாக்டர். நடன காசிநாதன் 2. இராசசேகர தங்கமணி 3. செந்தமிழ்ச்செல்வன்.

புதுக்கருத்து கூறுபவர்

டாக்டர் மொ.அ. துரை அரங்கசாமி, ஆய்வு அறிஞர் மு. அருணாசலம். ''கி.பி. 846இல் விஜயாலயன் முத்தரையரைத்

தோற்கடித்துத் தஞ்சையைக் கைப்பற்றினான். அதன்பின்னர் தஞ்சையே சோழன் தலை நகரானது'' என்று அ. இராமசாமி தமது தமிழ்ப் பேரரரசுகளின்சரிவும், வீழ்ச்சியும் என்ற நூலில் கூறியுள்ளார். ''கி.பி. எட்டாம் நூற்றாண்டில் இருந்த முத்தரையன் தஞ்சை க்கோன், எனவும் தஞ்சை நற்புகழாளன் என்று கல்வெட்டுக்களில் குறிக்கப்பட்டு உள்ளதால் தஞ்சைமாநகர் கி.பி. ஒன்பதாம் நூற்றாண்டில் சோழர்தலைநகராவதற்கு முன்னர் முத்தரையர்குரிய சிறந்த நகரமாக இருந்தது என்பது நன்கு வெளியாகின்றது.'' என்று சதாசிவ பண்டாரத்தார் தமது பிற்கால சோழர் சரித்திரம் என்னும் நூலில் கூறி இருக்கிறார்.

மறவர் என்பவர் யார்?

"மறமானம் மாண்ட வழிச்செலவு தேற்ற
மெனநான்கே யேமம் படைக்கு"

- படைமாட்சி 77, பாடல் 766

மறம் - வீரம், மானம், நல்வழி செல்லல், தெளிவு ஆகிய நான்கு குணமும் படைக்கு அரணாகும். இது குறளின் பொருளாகும். அக்காலத்தில் வீரர்களை மறவர் என்றே கூறி அழைத்தனர். படைவீரர்கள் எல்லாம் மறவர்தாம். அவ்வழியில் ''வீர முத்தரையர் மறவராக'' அழைக்கப்பட்டனர். சத்திரியர் என்ற சொல்லுக்கு மறவர், அரையர், வீரர் என்ற பொருள் உண்டு. 'மறவர்' என்ற சொல் இக்காலத்தில் ஒரு சாதியாகக் கருதப்படுகிறது. பழங்காலத்தில் சண்டையிடும் படை வீரர் அனைவரும் மறவர். வீரமுத்தையர் படைவீரர், வாழ்ந்த ஊர்கள் : 1. மறவனூர், 2. மறப்பட்டி, 3. மறத்தான்குலம். மறவர் என்ற சொல் பொதுச் சொல்லாகும். வீரர்களைக் குறிக்கும்.

❖ ❖ ❖

17. முத்தரையர்கள்

சோழர்களா? களப்பிரர்களா? வேறுவகையினரா?

நிலநூலின் வழியில் ''முத்தரையர் = மூன்று+தரையர்;'' தொழிலியல் வழியில் ''முத்து இராசா அல்லது முத்து இராஜா''. முத்துக்களை ஆழ்கடலில் மூழ்கி எடுத்து வரும் வலையர்களின் அரசர்கள் என்ற பொருள் கிடைக்கும் அரசியல்:- மாதவ முத்தரசன், அவிநீத முத்தரசன் துர்விநீதன் (களப்பிர அரசர்கள்) கூறும் சொல் முத்தரசன். சேர, சோழ, பாண்டியரை அடக்கி ஒரு கொடையின் கீழ் (மூவேந்தரையும் அடக்கி) ஆண்ட அரசர் → முத்தரசர்

முத்தரையர் = மூன்று +தரையர் = இந்த முத்தரைய அரசர் சேர, சோழ, பாண்டிய அரசர்களை அந்த நிலையில் அடக்கி ஆளவில்லை. பரம்பரையில் வந்தவர்கள் என்பதை ஏற்றுக் கொள்ளலாம். ஆனால் அவர்கள் ஆட்சி அமைவிடம் மூன்று மண்டலங்களும் (சேர, சோழ, பாண்டிய நாடுகள்) சேரும் தரைப் பகுதியில் இருந்ததால் முத்தரையர் என்று அழைக்கப்பட்டு இருக்கலாம். நிலவியல் முறையில் சேர, சோழ, பாண்டிய நாடுகள் சேரும் தரைப்பகுதியில் உள்ள சத்திரியர்குல மக்கள் தம்மை முத்தரையர் பேச்சுவழக்கில் அமைத்துக் கொண்டு இருக்கலாம்.

அரையர்கள் பற்பலவாறு அழைக்கப்பட்டு இருக்கிறார்கள். பல்வேல் திரையன், சாலை இளஞ்திரையன், பழுவேட்டரையன், முத்திரையன் என்று அழைக்கப்பட்டது. 'முத்திரியர்' ஆகவும் 'முத்தரையர்' ஆகவும், அழைக்கப்பட்டு இருக்கிறார்கள். ஆனால் முதலாம் பெரும்பிடுகு முத்தரையன், இரண்டாம் பெரும்பிடுகு முத்தரையன் என்றே அழைக்கப்பட்டு இருக்கிறார்கள்.

'முத்தரசன்' என்பதில் முழு தமிழ்ச் சொல்லாக 'முத்தரையன்' என்று எடுத்து கையாண்டு இருக்கிறார்கள். 'அரசர்கள்' என்போர் தனி இலட்சினை வைத்து காசு அச்சிட்டு வெளியிடும் திறன் படைத்தவர்கள். 'அரையர்கள்' என்போர் அரசர்களின் ஆதரவில்

சிற்றரசர்களாக இருந்து வந்தவர்கள். இவருக்குக் காசு அச்சிட்டு வெளியிடும் உரிமை இல்லை. மணிமுடியை தன்னிச்சையாகத் தரித்துக்கொண்டு தன்னிச்சையாக அரசாள முடியாது. முதலில் அரசர்களாக, களப்பிரர் அரசர்களாக இருந்தவர்கள், முத்தரசர், மாகதிராயன் என்ற பெயர்களுடன் மணி முடி தரித்து பல சிற்றரச ர்களைத் தமது கொடியின்கீழ் திறை செலுத்த செய்து அரசாண்டு வந்தார்கள். அப்படி முத்தரையர்கள் பல சிற்றரசர்களை அடக்கி ஒரு கொடியின் கீழ் அரசாண்டதாகத் தெரியவில்லை.

ஆனால் இரண்டாம் பெரும்பிடுகு முத்தரையன் என்ற சுவரன் மாறன் பல அரசர்களை வென்று அடக்கியதாக நியமம் கல்வெட்டு நாலும் கூறுகின்றன. ஆனாலும் காசு வெளியிட்டது பல்லவ அரசே ஆக இருக்கலாம்.பல்லவப் பேரரசுக்குப் பக்கமாக இணைப் பேரரச ாகத் தான் விளங்கியது.

தன்னிச்சையாகச் சாத்தன், சாத்தன் மாறன், இளங்கோ வதி அரையன், கோனாளறு முத்தரையன், தென்னவன் இளங்கோவதி யரையன், அமரூன்றி முத்தரையன், மறவன் பூதி போன்ற முத்தரையர்கள் தன்னிச்சையாக நாட்டை ஆண்டு இருக்கிறார்கள். இவர்கள் வெளியிட்ட கல்வெட்டுகளில் மட்டும் பல்லவர் அல்லது பாண்டியர் ஆட்சி ஆண்டு என்று எதுவும் குறிக்கப்பட வில்லை. பதிலாக இவர்களது ஆட்சியாண்டே இவர்கள் கூறி கல்வெட்டு செய்துள்ளனர். ஆனாலும் அந்தக் காலம் ஒரு பக்கம் பல்லவர் ஒரு பக்கம் பாண்டியர் பிடித்துக் கொண்டு ஆண்டுவர மீதி களப்பிர இறுதி ஆட்சியாக இருக்கலாம். காலம் கி.பி. 600-700 ஆகும். அதன்பின்னால் கி.பி. 700-கி.பி. 850 முடிய உள்ளவர்களில் இரண்டாம் பெரும்பிடுகு முத்தரையன் பல்லவப் பேரரசரைத் தமது கண்ணுக்குள் வைத்து காத்து வந்தான். அப்போது மூன்றாம் நந்திவர்மனின் மனைவி, நியமத்துப் படாரி கோயிலுக்கு எல்லாம் உபயம் செய்து முத்தரையர்களுடன் 'நல்லுறவு' வைத்து இருக்க, முத்தரையர்களும் பெருந்துணைப் புரிந்து இருக்கிறார்கள். அதனால் 1. தெள்ளாறு எறிந்த நந்திவர்மன், 2. காடவர்கோன் கழற் சிங்கன் என மூன்றாம் நந்திவர்மன் போற்றப்பட்டான். நந்திவர்மன் மேல் கலம்பகம் பாடி 'நந்திக் கலம்பகம்' என்று பாடிப் புகழ்ந்துள் ளார்கள்.

அரையர் நாடு என்று இருந்தது.அது தொண்டை நாட்டுக்கு வடக்குப்பகுதியில் இருந்தது. அது அரசர்தமது பதிலியைக்கொண்டு

ஆளும் நாடாகும். கரிகால் சோழன் தமது பதிலியான சாலை இளந்திரையன் தொண்டைமானைக் கொண்டு ஆண்டதுபோல ஆகும். அரையர் நாடே 'ரே நாடு' ஆக மாறியது. சோழர்களுக்கும் சதவாகனர்களுக்கும் அடங்கிய நாடாக இருந்ததால் அரையர் நாடு என்று ஆனது. அதில் ஆண்ட அரசர்கள் அரையர் எனப்பட்டனர். ஒருபோது சோழர்களும் ஒருபோது சதவாகனர்களும் ஒருநேரம் பாண்டியர்களும் தமது பிரதிநிதியால் ஆண்டனர். அதுவே அரையர் நாடு ஆனது. இதை யுவாங் சுவாங் சீனயாத்திரிகர் சூலிநாடு என்றார்.

முத்தரைய அரசு அப்படி இல்லை. சிற்றரசு ஆக இருந்து திறைசெலுத்தி ஆண்டு வந்தனர். ஒருநேரம் பல்லவருக்கும் ஒரு நேரம் பாண்டியருக்கும் சிற்றரசாக அமைந்து திறை செலுத்தி வந்தனர். ஆனால் களப்பிரர் அரசு அப்படி யாருக்கும் அடங்கி ஒருபோதும் சிற்றரசாக இருந்ததில்லை. தொடக்கக் காலத்தில் சேர, சோழ, பாண்டியர்களை வென்று அடக்கிய காலம் முதல் சோழர்களையும் பாண்டியர்களைத் தலை எடுக்க விடாமல் ஆண்டனர். இடையில் புகழ்ச் சோழர் ஆண்டதாகக் கூறப்படுகிறது. அவரையும் வென்று களப்பிரர் அடக்கிவிட்டனர். கி.பி. 210 முதல் கி.பி. 850 முடிய பழையாறைச் சோழர்கள் தலை எடுக்கவே இல்லை. விஜயலாயன் காலத்தில் மெல்ல சோழர்கள் உருபெற்று எழுகிறார்கள்.

கங்கர்-களப்பிரர் பேரரசுக்கு முத்தரையப் பேரரசு தொடர்பு இல்லை என்று சில செய்திகள் உள்ளன. 1.இரண்டாம் பெரும்பிடுகு முத்தரையன் செந்தலைக் கல்வெட்டுக்களில், ''வெங்கட் பொருகயல் சேர்வேல் கொடியோன்'' என்று கூறுகிறான். அதனால் பாண்டியர்களின் கிளைக்குழு என்பதுபோல அமைகிறது. மீன் சின்னமே கொடியின் சின்னமாக அமைகிறது. ஆனால் இரண்டாம் பெரும்பிடுகு முத்தரையன் இடைப்பகுதியில் ஆண்டு வந்தவன். அவனுக்கு முன்பு இருந்த சாத்தன், சாத்தன் மாறன், மாறன் குவாவன், குவாவன் மாறன்(பெரும்பிடுகு முத்தரையன், மாறன் பரமேசுவரன்,மாற்பிடுகு போதியரையன் இவர்களுக்குப் பின்பு ஆட்சிக்கு வந்தவன். முன்னால் சொன்ன முத்தரையர்களின் கொடி எப்படிப்பட்டது என்று அறிய வழி இல்லை.

இரண்டாவது இடர்ப்பாடு செய்தி: முத்தரையர்கள் தம்மை

'மாறன்' என்று அழைத்துக் கொண்டது. இது பாண்டிய சிற்றரசர் களுக்குக் களப்பிர பேரரசன் பெண் கொடுத்து இருக்கலாம். அல்லது களப்பிர பேரரசன் பாண்டியர்களிடம் இருந்து பெண் பெற்று இருக்கலாம். இதனால் 'மாறன்' என்ற பாண்டியர் பெயர் தொடரக்கூடும். தலைக்காடு, (தலைவனபுரம்) கங்க மரபு முத்தரசர்களில் வல்லவாக்கியரையும் மகன் சிவமாறன் (670-715) முடிய அதே காலத்தில் அவன்தம்பி துக்கமாறன் இருவரும் 'மாறன்' என்ற பெயர் பெற்றுள்ளனர். கங்க முத்தரசர் II பகுதியில் சிவமாறன் கி.பி. 778-817 முடிய , முதலாம் மாறசிம்மன் (880-914) இரண்டாம் மாறசிம்மன் என்று 'மாறன்' பெயரை தாங்கி உள்ளனர். இவர்களுக்கும் பாண்டியர்களுக்கு சம்பந்தமே இல்லை.

அதனால் பாண்டியர்களின் வழியில் வந்தவர்களை சொல்ல முடியுமா? முடியாது அல்லவா! அதைப் போல தமிழ்நாட்டு முத்தரையர் அரசர்களின் மாறன் என்ற பெயரும் இருக்கக்கூடும். தமிழ் முத்தரையர்களுக்கும் பாண்டியர்களுக்கும் தொடக்கக் காலம் முதல் பெரிய போராட்டமே ஏற்பட்டு உள்ளது. போர்க்களத்தில் இருகட்சிகளின் மீன் கொடிக்கும் சண்டை, அடையாளம் காண்பது எப்படி? இரண்டாம் பெரும்பிடுகு முத்தரையன், மாமங்கை, மணப்பாறை, திங்களூர் போன்ற ஊர்களில் வரகுணபாண்டியன், மாறன் இராஜசிம்மன், சீமாற சிவல்லபன் மூவருடனும் சண்டையிட்டு உள்ளான். பாண்டியர்களுடன் போரிட்டு வென்று மீனவக் கொடியைத் தனதாக்கி இருக்கக் கூடும்.பாண்டியருக்குத் துணை செய்த கொடும்பாளூர் முத்தரையரை வென்றான் என்று சொல்லுதல் சிறப்பாகும்.

ஆக முத்தரையர்கள் என்பவர் பாண்டியர்கள் இல்லை. 'ரேநாடு' (அரையர் நாடு, ரேணாண்டு) என்று கூறப்படும் தெலுங்கானா மாநிலம் கடப்பை, கருநூல், அனந்தப்பூர் பகுதிகளில் குடியேறிய தமிழர் தெலுங்கராக மாறி இருக்கின்றனர். நெல்லூர், திருப்பதி மக்கள் இன்றும் தமிழராகவே உள்ளனர். இவர்களின் அரசன் எரிகால் முத்துராஜா என்னும் அவனது மகன் எரிகால் முத்துராஜா புண்ணிய குமாரன் என்ற சிறப்புப் பட்டத்துக்கு வந்தனர். இவர்களின் கொடி சிங்க கொடியுடன் இப்பகுதியில் ஆட்சி செய்தனர்.

முத்தரையர் சிங்கக் கொடி கொண்டவர் என்பதை எபிசி ராபிகா இண்டிகா தொகுதி பக்கம் 337 INS 35 Mala Padu Plates 56 புண்ணியகுமாரா.

காகதீயர், பொத்தப்பிச் சோழர், ரே நாட்டு சோழர் தம்மைக் கரிகாலன் மரபினர் என்று அழைத்துக் கொள்வர். அதுபோல கங்க முத்தரசர் மரபினரும் தம்மைக் கரிகாலன் மரபினர் என்பர் கங்க முத்தரசன் துர்விநீதனின் தேவி ஒரு சோழ இளவரசி ஆவாள். உரகபுரி ஆண்ட கரிகாலச்சோழனின் வழி, பரமசத்திரியனுமான சோழ அரசனின் பெண்,அதையே பிராகிருத செப்பேடு '' உரகபுராதிப் பரமசத்ரிய சோழகுல திலக தக்க சரண பிரகசுதா'' என்கிறது.

துர்விநீதனின் பெயரன் திருவிக்ரமன் மனைவி சோழர் குல இளவரசி ஆவாள்.'சோழர்குல வமிச சோழநிருபதி புத்ரி' என்று புகழப்படும் அந்த அரசி வழியில் வந்தவர் தமிழ் முத்தரையர் ஆவார். உண்மையாக்கும் சாலிவாகன சகாப்தம் *1400* (கி.பி. *1478*) தமிழ் விஜய ஆண்டு ஐப்பசி மாதம் 9ஆம் வழங்கப்பட்ட புதுக்கோட்டை மாவட்டம் திருவரங்குளம் செப்பேடு என்று கூறுகிறது. இந்த சோழர்குல இளவரசி வழியில் வந்த முத்தரையர் தமிழ் முத்தரையர்களே ஆவார். அதனாலே கி.பி. *210* முதல் கி.பி. *850* முடிய சோழர்குலம் கங்கர்களுக்குள், முத்தரையர்களுக்குள் முடங்கி இருந்துள்ளது. பல்லவர் தலை எடுத்தும் பாண்டியர்கள் தலை எடுத்தும் (கி.பி.575இல்) சோழர்குலமும் கங்கர்குலமும் (களப்பிரர்களும்) ஒருவருக்கொருவர் பின்னி பிணைந்திருந்ததால் கிட்டத்தட்ட ஆறு நூற்றாண்டுகள் முடிய தனித்த சோழர் ஆட்சி தலை எடுக்கவே இல்லை.

இலங்கையை நோக்கி களப்பிரர் படை எடுத்த போதும், புத்ததத்தர் காஞ்சியை நோக்கி படை எடுத்த போதும், பல்லவர் சிம்மவிஷ்ணு காஞ்சியைக கைப்பற்றியபோதும் களப்பிரர்கள் ஆண்டு கொண்டிருந்தும் களப்பிரர் படை என்று கூறவில்லை. சோழர்ப் படை என்றே வரலாற்று நூல்கள் மகாவம்சம் உள்பட மகாவம்சமும் கூறின. சீனாவில் இருந்து வந்த சீனப் பவுத்தப் பயணி யுவாங் சுவாங் சூ-லி-யே (Chou-li-ye) என்ற சோழநாடாக தெலுங்கு சோழ நாட்டையே காட்டினார். அவர் தமிழகம்வந்த காலம் கி.பி.640 ஆகும். தங்களைச் சோழர்கள் என்று கூறினர்.

> **"தினகரன் குலத்தினராகிய மந்தார மரத்திற்குரிய**
> **காவிரி தேசத்திலிருந்து வந்த திரை ராஜ்யர்களாகிய**
> **கரிகாலன் வழிவந்த காஸ்ய கோத்திரக்காரர்கள்"**

என்று கூறிக் கொண்டனர். **ஆதாரம்:** மாமன்னர் சுவரன் மாறன் இரண்டாம் பெரும்பிடுகு முத்தரையர். ஆசிரியர் பெ. இராமலிங்கம் 2. திரை ராஜ்யம்:- முத்தரையர் நாட்டைக்குறிக்கும் திரு. க.செந்தமிழ் செல்வம் அவர்கள் கருத்து. சாளுக்கிய கண்ட திரை ராஜ்யம் (முத்தரைய நாடு) கட்டுரை முத்தரையர் முரசு மாத இதழ் 15-02-1975.

களப்பிரர்தான் முத்தரையர் என்பதற்குச் சில சான்றுகள்

1. கூரம் செப்பேடு, '' முதலாம் நரசிம்மவர்மன் சேர, சோழ பாண்டிய, களப்பிரருடன் போரிட்டான்.'' என்று கூறகிறது. இங்கே களப்பிரர் என்போர் தமிழ்முத்தரையரும், வானவக்கோரையரசரும் தான் 2. இலங்கையை நோக்கி படைஎடுத்துப் போன சோழர்ப் படை களப்பிரர் படையே! கி.பி. 480இல் தமிழகத்தை ஆண்டவர் களப்பிரர்களே ஆவார். 3. ''கோவிசைய நரைசிங்க பருமற்கு யாண்டேழ்வது மேற்கோவலூர் மேல்வாணகோ முத்தரசர்நாடு பாவிதஞ் சிற்றப்படிகளை பொன்மாந்தனார் மேற்வந்த ஞான்று பொன்மாந்தனார்க் காய்ப்பட்டான். கடுக வந்தையார் மகன் விற்சிரைகள் வாணக்கோடமர்'' (செங்கம் நடுகற்கள் கல்வெட்டு த.நா.தொ. எண் 1971-68) நரசிம்மவர்மர் காலத்தில் புதுக்கோட்டை பக்கம் சென்று தன்னாட்சி நடத்தி இருக்கின்றனர். அப்போது இருந்த முத்தரையன் தென்னவன் இளங்கோ முத்தரையர் பட்டத்தரசர் யாராக இருக்கக் கூடும்? ஏனெனில் பெயர் தென்னவன்; பட்டம் பெறாத இளவரசன் இளங்கோ காலம் கி.பி. 630-கி.பி.670) முடிய இவருடைய தந்தையார் பூவிக்ரமன் ஆவார். பூவிக்ரமன் இவரது தந்தை திருவிக்ரமன் காலத்தில் முதலாம் கடுங்கோனும் சிம்ம விஷ்ணு பல்லவனும் புரட்சி செய்யவே மீண்டும் தலையணைபுரம் (தலைக்காடு) சென்று பாதுகாப்பாக இருந்திருக்கக் கூடும் குறுநில அரசர்கள் எல்லாம் அவரவர் இடத்தில் இருந்து ஆண்டிருக்கிறார்கள். அப்போது இருந்த குறுநில மன்னர்கள்.

1. தஞ்சை முத்தரையர்கள் (நியமம்) 2. வானகோவரையர்கள் (வேலூர்வல்லம்), 3.கொடும்பாளூர் வேட்டரையன், 5.கொங்கு நாட்டு முத்தரையர், 6. காஞ்சி முத்தரையர், 7. பளுவேட்டரையன் என்றவாறு அப்படி அப்படியே கங்க அரசருக்குக் கீழ் (களப்பிரர் களுக்கு) பிரதிநிதியாக சிற்றரசர்களாகத் தொடர்ந்து ஆண்டு வந்தனர். வேள்விக்குடி செப்பேடுப்படி கங்க (களப்பிரர்)ப் புரத்திற்குச் சென்று விட்டான். அவன் தான் ஸ்ரீ விக்ரமன் அல்லது

திருவிக்ரமன் அங்கே தொடர்ந்து அவனுக்குப் பிறகு பூவிக்ரமன் தலைவனப்புரத்தில் (தலைக்காடு) (ஸ்கந்தபுரம்) ஓசையில்லாமல் ஆண்டு வந்தான். இதில் திருமங்கை ஆழ்வார் ஆண்ட நீலி நாடு ஒன்றாகும். பாண்டியநாடு தன்னிச்சையாகப் பாண்டியர்களால் ஆளப்பட்டது. அதைப் போல பல்லவநாடு பல்லவர்களால் ஆளப் பட்டது. பல்லவர்கள் பக்கம் தஞ்சையும், புதுக்கோட்டையும் சாய்ந்தன. மேலும் பொன்பாண வானகோரையர் நாடும் பல்லவர் பக்கமே இருந்தது என்பதற்கு இந்த கல்வெட்டுக்களே சான்று.

''கோவிசைய மயீந்திர பருமற்கு பதினெட்டாவது மீ வேணாட்டு ஆந்தைபாடி ஈகை பெரும் பாணரைசரு மருமக்கள் பொற்சேந்தியாஞ் சேவகரு தொருக் கண்ட ஞான்று மீட்டுப் பட்டான் வேணாட்(டு) நந்த (யார்) கல்க'' (செங்கம் நடுகல் த.மநா. தொ.ஆ. தொ எண் 1971-77 ஆகவே களப்பிரர் பக்கம் இருந்த பெரும்பாண அரசர் பல்லவர் பக்கம் சாய்ந்து விட்டதற்கான சான்று கல்வெட்டு. மலைபோல இருந்த கங்க(களப்பிர) அரசு சிறு சிறு குண்டான் கற்களாக மாறியது நன்கு புலனாகிறது. அதில் ஒன்று முத்தரையர் அரசு.

மெல்ல மெல்ல பரப்பிலும் உருவத்திலும் சிறுக சிறுக சிறிதாகத் தொடங்கியது. அதற்கு இன்னொரு காரணம் கொடும் பாளூர் இருக்கு வேளூர் முத்தரையர் அரசு பாண்டியர் பக்கம் சாய்ந்தது. இதனால் முத்தரையர்களுக்குள் ஒற்றுமை இல்லாமல் போனது. இருக்கு வேளிர் முத்தரையர்களுக்குள் இருந்த முத்தரைய பெருநிலக்கிழார் அம்பலக்காரர், அம்பலம், சேர்வை, என்று உள்பிரிவுகளாக மாறினர். புதுக்கோட்டைப் பகுதியில் சேர்வை என்றும் திண்டுக்கல், கரூர் பகுதிகாரர் முத்தரையர், வன்னியகுல சத்திரியர் என்றும் மாறினர். புதுக்கோட்டை, நியமம், தஞ்சை, திருபைஞ்ஞீலி ஆண்ட குறுநில அரசர், பெருநிலக்கிழார், மக்கள் முத்தரையர் காவல்காரன் ஆக மாறிப் போயினர். மறவர் குல மக்களான முத்தரையர்கள் போர் இல்லாத காலங்களில் காட்டிற்கு வேட்டையாட பரிவாரங்களுடன் சென்றனர். அதனால் வேடர், வேட்டுவக் கவுண்டர் ஆயினர். சிலர் வலைகளை எடுத்துக் கொண்டு மீன் பிடிக்க உள்நாட்டு நீர்நிலைகளான ஆறு, ஏரி, குளம், குட்டை பக்கம் குடியேறினர். அதனால் 'வலையர்' ஆனார்.

தற்போது உயர்ந்த சாதியினரால் ''வலப்பசங்க'' என்று இழித்துக்

கூறக் கேட்டுள்ளோம். அதே வலையர்கள் மற்ற முத்தரையர்களை சாதியில் இருந்து தள்ளி வைத்த செயல்பாடு புதுகோட்டையில் ஒன்று உண்டு.

தேவேந்திர முத்தரையன்

காலம்: மேலைக் கூவ தேவேந்திர முத்தரையன் கல்வெட்டு பு.க.எண் 847, இடம்: புதுக்கோட்டை மாவட்டம் இலுப்பூர் வட்டம். இப்பகுதியில் வாழ்ந்த முத்திரியர்கள் பிற சாதியினரின் சாவுக்கு முக்காடு போட்டு பிணத்திற்கு முன்னே செல்லுதல், மறுநாள் கடாத்துதல் போன்ற இழிவான தொழில்களைக் கட்டாயத்தின் பேரில் செய்துள்ளனர்.

அப்போது இப்பகுதியில் வாழ்ந்த வலையர்கள் தங்கள் சாதி இழிவாய் நடத்தப்படுதைப் பார்த்து அந்த முத்தரையர்களிடம் அவ்வாறு செய்ய வேண்டாம் என்று வேண்டிக் கொண்டனர். கட்டாயத்தின் பெயரில் தொடர்ந்து செய்யவே அந்த முத்தரையர் களைச் சாதிநீக்கம் செய்தனர். ஆட்சியாளர்களைக் கண்டு போராடி னார்கள். அதில் இனி முத்தரையர் சாவுக்காரியங்களில் அப்படி செய்யவேண்டாம் என்று கூறி கல்வெட்டு வெட்டி வைத்தனர்.

இப்படியான இழிநிலைக்குக் காரணம் இந்த அரச முத்தரையர்கள் கி.பி. 700 - 850 முடிய அரையர்களாக இருந்து அதிகாரம் செலுத்தியவர்களை நாயக்கர் காலத்தில் பழிவாங்கவே அப்படி செய்யச் செய்தனர். அவர்களது உடன்பிறப்பு அரையர்கள் போரில் இறந்தபொழுது எப்படி நடந்து கொள்வார்களோ அப்படியே நடந்து கொள்ள செய்து அதையே சம்பிரதாயமாகக் கொள்ள சமுதாயத்தில் செய்துவிட்டனர்.

கி.பி. 700 - 850 முடிய முத்தரைய மக்கள் (வலையர்) பட்டுக் கொள்ளாமல் இருந்ததால் சம்பிராயத்தில் இருந்து நீக்கிவிட்டனர் விடுவித்து விட்டனர். ஆனால் வலையர்கள் தமது உடன்பிறந்தார் இழிவாக நடத்தப்படுவதை விரும்பாமல் போராடினார்கள். இதனால் தமது இனம் முத்தரையர்களை அப்படி செய்ய வேண்டாம் என்று வேண்டினார்கள். முடியாத காலத்தில் இழிவான காரியம் செய்த முத்தரையர்களை 'சாதிநீக்கம்' செய்து புரட்சி செய்தனர். பல போராட்டங்களுக்குப் பின்னால் அந்த இழிசெயலை செய்ய வேண்டாம் என்று வேண்டி கல்வெட்டுகளில் பொறித்து

கொண்டனர். இதனால் வலையர்கள், முத்தரையர் இருவரும் ஒரே இனத்தவர்கள் என்று அறியலாம்.

சேர, சோழ, பாண்டியர்களை வென்று தமது ஒரே கொடியின் கீழ் வைத்து அரசாண்டார்கள் களப்பிரர் (கங்கர்); மிகப்பெரிய பேரரசர்களாக விளங்கியவர்கள்; பின்னால் சுடுகாடு வரை முக்காடு போட்டு வேலைகளைச் செய்துள்ளனர். வாழ்வு ஒரு காலம்! தாழ்வு ஒரு காலம்! ஒரு காலத்தில் பேரரசனாக இருந்தவர் இன்று ஆண்டியாகி விட்டனர்.

களப்பிரர் காலத்தில் பேரரசன் அல்லது சக்ரவர்த்தியாக இருந்தவர்கள் மெல்ல மெல்ல இழிநிலைக்கு கி.பி.1450இல் தள்ளப்பட்டனர். கி.பி. 350இல் அரசாண்ட மாதவ முத்தரசன் மிக உயர்ந்த நிலை. துர்வீநீதன் முத்தரசன் மிக உயர்ந்த நிலை. பேரரசர்கள். தமிழகத்தை மிகப் பெரிய பேரரசர்கள் விவரம் அடுத்த இதழில் தரப்பட்டுள்ளது.

❖ ❖ ❖

18. முத்தரையப் பட்டம் பதவிகள்

தமிழ்கூறும் நல்லுலகம் அதற்கும் அப்பால் படை எடுத்துச் சென்று ஆண்டப் பேரரசர்கள்

1. கரிகால் பெருவளத்தான் (சான்று தெலுங்கு, கொங்கு சோழர்கள் என்ற அரச இனங்கள் தோற்றம்) காலம் கி.மு. 250- கி.மு. 210
2. சேரமான் பெருஞ்சோற்று உதயன் சேரலாதன் (காலம் பஞ்ச பாண்டவர் - மகாபாரதக் காலம்)
3. பாண்டியன் பல்யாகசாலை முதுகுடுமி பெருவழுதி (புறநானூறு, வேள்விகுடி செப்பேடு) (கி.மு. 300)
4. பாண்டியன் ஆரியப்படை கடந்த நெடுஞ்செழியன் (புறநானூறு, சிலப்பதிகாரம்) காலம் கி.பி. 80 முதல் கி.பி. 120 முடிய.
5. கரிகால் பெருந்திருமாவளவன் (இரண்டாம் கரிகாலன்) புறநானூறு) காலம் கி.மு.11 முதல் கி.பி. 20 முடிய.
6. சேரன் செங்குட்டுவன் (சிலப்பதிகாரம்) (கி.பி. 130-170)
7. புகழ்ச்சோழர் : கி.பி. 250 முதல் 280 முடிய.

இவர்கள் அனைவரும் கடைச் சங்கக் கால அரசர்கள்; மாபெரும் அரசர்கள். கீழ்க்கண்ட அரசர்கள் சங்கம் மறுவிய காலம்; களப்பிரர் காலம்.

1. கோக்கலி கொங்கணி வர்மன் காலம் (கொங்கு தேச ராசாக்கள் ஏட்டுச் சுவடிபடி) கி.பி. 189-முதல் கி.பி. 242 முடிய.
2. மாதவன் முத்தரசன்। கி.பி. 242-கி.பி. 270
3. ஹரிவர்மன் கி.பி. 270-288
4. விஷ்ணு கோபன் முத்தரசன் கி.பி. 288 - கி.பி. 306

5. மாதவன் முத்தரசன் II கி.பி. 306-335

6. கொங்கணி கிருஷ்ணவர்மன் முத்தரசன் (கி.பி. 335-366)

7. கொங்கணி அவிநீதன் முத்தரசன் (கி.பி. 366-கி.பி. 400)

8. துர்விநீதன் முத்தரசன் (கி.பி.400-கி.பி. 470)

9. முஷ்கரன் (கி.பி. 430 - கி.பி. 470)

10. ஸ்ரீ விக்ரன் (கி.பி. 470- கி.பி. 480)

மேற்கண்ட பேரரசர்கள் முத்தரசர்களாக சக்கரவர்த்திகளாக ஆட்சி செலுத்தினார்கள். பிறரிடம் கப்பம் வாங்கி கொண்ட பேரரசர்கள்.

பல்லவப் பேரரசர்கள்

1. முதலாம் மகேந்திர வர்மன் கி.பி. 615-630

2. முதலாம் நரசிம்ம வர்மன் கி.பி. 630-680

சோழப் பேரரசர்கள்

1. முதலாம் இராசஇராசன் (கி.பி.995-கி.பி.1018)

2. முதலாம் இராசேந்திரசோழன் (கி.பி.1018-கி.பி.1068)

3. முதலாம் குலோத்துங்கச்சோழன் (கி.பி.1090-கி.பி.1140)

இவர்களில் கடல் கடந்து போய் நாடு பிடித்த பெருமை முதலாம் இராசஇராசன், முதலாம் இராசேந்திரன் ஆகிய இருவருக்கு மட்டும் உண்டு. பழங்காலத்தில் சேரன் செங்குட்டுவன் கடற் கொள்ளையர்களை அடக்கினான். இன்னும் சிலர் யாருக்கும் கப்பம் கட்டாது சில அரசர்கள் ஆண்டு வந்தனர்.

முதல் நிலை : பேரரசர்கள் பலர் ஆண்டு வந்தனர். இவர்கள் முதல்நிலை பேரரசர்கள். 1. அதிகமான் நெடுமான் அஞ்சி, 2. மலையமான், 3. இரண்டாம் பெரும்பிடுகு முத்தரையன். இன்னும் பின்னால் பல்லவ அரசர்கள் முதலாம் மகேந்திரன் முதலாம் நரசிம்மன் தவிர மற்றவர்கள்; சோழப் பேரரசர்கள்; இதுபோல இரண்டாம் பெரும்பிடுகு முத்தரையன் தமது ஆட்சியை சுதந்திரமாக ஆண்டுவந்தான். முத்தரையர் அரசர்களில் இரண்டாம் பெரும்பிடுகு முத்தரையன் பல்லவப்பேரரசையே கட்டி காத்து

வந்தான்.

இரண்டாம் நிலை : அரசர்கள் மற்ற முத்தரைய அரசர்கள் 1. சாத்தன் 2. சாத்தன் மாறன், 3. இளங்கோவதி அரையன் 4. குவாவன், 5.கோனாளறு முத்தரையர், 6.கோவிளங்கோ முத்தரையர் ஆகியோர் பிற மன்னர்களுக்கு திரை, வரி, கப்பம் செலுத்தாமல் சுதந்திரமாக ஆண்ட மன்னர்கள்.

மூன்றாம் நிலை: பிறருக்கு கப்பம் செலுத்தாமல் முத்தரையர் கள் சிலர் ஆண்டனர். புதுக்கோட்டையை ஆண்ட முத்தரைய மன்னர்கள்.

நான்காம் நிலை : பிறருக்குக் கப்பம் திறை செலுத்தி சிற்றரசர் களாக ஆண்டு வந்தனர். அவர்கள் பின் வருமாறு: 1. மாறன் குவாவன் (மாற்பிடுகு போதியரையன்) சாத்தன் காளி, பூதி அரிந்திகை, பூதி களறி, அமரூன்றி முத்தரையன், போன்றவர்கள் பல்லவப் பேரரசிற்கும்,பாண்டியப் பேரரசிற்கும், சோழப் பேரரசர்களுக்கு வரி, திறை, கப்பம் செலுத்தினர். எந்த அரசர் களுக்கும் கப்பம் செலுத்தாமல் ஆண்டால் அவர்கள் மூன்றாம் நிலைக்கு உரிய சுதந்திர அரையர்கள்.

ஐந்தாம் நிலை: கப்பம் கட்டி சிற்றரசர்கள் நிலையில் இருந்து இன்னும் கீழே போனவர்கள் அதிகாரிகளாக,ஜமீன்தார்களாக மாறினர். சிலர் அம்பலம், அம்பலக்காரர்களாக மாறினார்கள். 1. கண்டராதித்தன் முத்தரையன், 2. கண்டன் காரிமுத்தரையன் (சோழப்படையில் குதிரைப்படைவீரன், 3. கண்ணன் நக்கன் (பெருநிலக்கிழார்), 4. கரிகால்சோழப் பல்லவராயன் (பெருநில கிழார்), 5.கோவன் நக்கன் (படையிலும் வெளியிலும் அதிகாரியாக இருந்தவர். 1. களப்பிரர் காலம் பேரரசர் காலம், 2. பல்லவர் காலம் அரசர், அரையர் காலம், 3. சோழர் காலம் (850-1200) அலுவலர் காலம் (அம்பலம், அம்பலகாரர், காவல்காரன், வரிதண்டுவோர், தலையாரி)

ஆறாம் நிலை: பாமர நிலை; போர் இல்லாத காலத்தில் உழவராகவும், கல்சிற்பியாகவும், வலையராகவும், வேடர் களாகவும், வேட்டுவக்கவுண்டர், ஊராளிக்கவுண்டர், அம்பலம், அம்பலக்காரர்களாக மாறி பாமர மக்களாக வாழ்ந்து வருவது பாமர நிலை ஆகும். இந்தநிலை தொடக்கக் காலம் முதல் இன்று வரை

உள்ளது. ஒன்று முதல் ஐந்து நிலைகள் பேரரசர், அரசர், அரையர், பெருநிலக்கிழார் என்று மெல்ல மெல்ல கடைச் சங்கக்காலம், சங்கம் மறுவிய காலம் முதல் பிற்காலச் சோழர்கள் காலம் வரை உயர்நிலையில் இருந்து இறங்கி கீழ்நிலைக்கு இறங்கி உள்ளார்கள். ஆனால் பாமர நிலையில் எந்த மாற்றமும் இல்லை. பாமர நிலையில் மற்ற நிலைகாரர்கள் இறங்கி வந்து கலந்து இருக்கக்கூடும்.

முடிவு

களப்பிரர்களும் சோழர்களும், பாண்டியர்களும் ஒன்றாகக் காலவெள்ளத்தில் கலந்து போனார்கள். ஒன்றுபட்ட முத்தரையர்கள் ஆனார்கள்.

சான்றுகள்

களப்பிரர் அரசர்களில் பலர் முத்தரசர் என்று தம்மை அழைத்துக் கொண்டனர்.

1. ஸ்ரீ மதுராஜக் களவர திரு. ராஜ்யதல் மள்ளே கவுண்டரும் சாவா காவுண்டுரு துயிநாத (துர்விநீதன்) என்றும்,

2. கொங்கணி முத்தரச ஸ்ரீ புரஷ,

3. கொங்கணி முத்தரசர் அயிசதே,

4. ஸ்ரீ கற்கடக முத்தரையந் கங்க,

5. ஸ்ரீ மாதவ முத்தரசர் என்று தம்மை அழைத்துக் கொண்டது. இரண்டாம் பெரும்பிடுகு முத்தரையர் தம்மை ஸ்ரீ கள்வர்கள் என்றும், கங்கர் பூர்வீக இடம் கொள்ளேகாலம் அல்லது கோலகலபுரி அல்லது குவாவம். அதனால்தான் குவாவன் என்று முத்தரைய அரசர்கள் அழைத்துக் கொண்டனர்.

6. கள்வனாஇன கோக் கண்டனி ரவி

7. ஸ்ரீ இரவிகோதை கோக்கலி மூர்க்கரு என்று களப்பிரர் களோடு கொங்கு நாட்டு முத்தரையர்கள் தமதுத் தொடர்பைக் காட்டியுள்ளனர்.

8. ஏதோ நிலையில் பாண்டிய நாட்டு அரசர்களோடு மண உறவு கொண்டதால் 'மாறன்' என்று அழைத்துக் கொண்டிருக் கிறார்கள்.

9. கரிகால் சோழகுல இளவரசியை மணந்து களப்பிரர் அரசன் சோழர்களோடு கலந்து விட்டான்.

10. கி.பி. 250 முதல் கி.பி. 850 முடிய சோழப்பரம்பரை தலை எடுக்கவே இல்லை! ஏன்? ஆனால் பல்லவர்களும், பாண்டியர்களும் 300 ஆண்டுகளிலேயே தலை எடுத்தனர். தமது ஆட்சியை கி.பி.575 இல் கைப்பற்றி கொண்டனர். ஏன் அப்போது சோழர்கள் தலை எடுக்க வில்லை? ஏன் கைப்பற்றவில்லை? காரணம் கரிகால் வழி சோழர்களும் களப்பிரர்களாகவும், கள்ளர்களாகவும், கவுண்டர் களாவும் மாறி விட்டார்கள். பின்னால் கள்ளர்களே பழையாறை சோழர்களாக மாறி முத்தரையரிடம் தஞ்சையைக் கைப்பற்றினர். கவுண்டர்கள் வேட்டுவக்கவுண்டர், ஊராளிக் கவுண்டர் என்றும் கவுண்டர், கவுடா (கருநாடக மாநிலம்) என்றும் பிரிந்தனர்.இதில் வேட்டுவக் கவுண்டர், ஊராளிக் கவுண்டர் முத்தரையர் பட்டியலில் இடம்பெற்று வருகிறார்கள்.

மதுரை மாவட்டப் பகுதியில் முத்தரையர்கள் அம்பலம், அம்பலக்காரர் என்று அழைத்துக் கொண்டனர். எல்லோரும் ஒரு கொடியில் பூத்த மலர்கள். களப்பிரர் பேரரசு வீழ்ந்தபோது சிற்றரசர்களே தனித்தனியே பாண அரசர்களாகவும், கொங்கு சோழர்களாகவும், தமிழ் முத்தரையர்களாகவும், கொங்கு கங்க முத்தரசர்களாகவும் பிரிந்தனர்.

அதுபோல சாதியில் முத்தரையர், கவுண்டர், கள்ளராகவும் பிரிந்தனர். பின்னர் முத்தரையர்கள் 1.முத்தரையர், 2.அரையர் அம்பலம், 3.அம்பலக்காரர் மூப்பர், 4.மூப்பனார், 5.முதுவரையர், 6.காவல்காரர், 7.சேர்வை, 8.சேர்வைகாரர், 9.பூசாரி, 10.வல்லம்பர், 11.முத்துராசா, 12.முதிராஜ், 13.முத்துராஜா, 14.முத்திரியன், 15.ஊராளி, 16.முத்தரையக் கவுண்டர், 17.வேட்டுவக் கவுண்டர், 18.ஊராளிக் கவுண்டர் என்று துணைப் பிரிவு முத்தரையர்களாகப் பிரிந்தனர். மக்கள் இப்படி ஆக களப்பிரர் காலம் முதல் தொடங்கி, பல்லவர் காலம், சோழர் காலம் முடிய பிரிந்தனர். சங்க காலத்தில் அந்தணர், அரசர், வணிகர், வேளாளர் என்று நான்கு வர்ணங்களே தொல்காப்பி யத்தில் காட்டப்படுகின்றது. இதில் அரசர் என்போர் மக்கள் முழுமையும் அரசராக இருக்க வாய்ப்பில்லை. ஆனால் சத்திரியர் என்போர் மக்களில் ஒரு பகுதியினர். அதனால் அரசக் குடும்பத்தில் முதல் மகனுக்கு மட்டுமே அரசர் பட்டம் மற்றவர்கள் அரசக் குடும்பத்தினர். பின்னால் மக்களோடு மக்களாக

மாறிவிட்டனர்.

அதனால் அரசக் குடும்பத்தினர் - ராயர்கள் - அரையர்கள் - மறவர்கள்-வீரர்கள் - சத்திரியர்கள் எல்லாம் ஒரே நிலையினரையே குறிக்கும். போர் இல்லாத போது சத்திரியர் வேளாண்மை செய்து வாழ்வர். அப்போது சத்திரியர் வேளாளர். கிழார் - கிழவர் - வேளாளர் - வேளாண்குடிமக்கள் போர் இல்லாத போது சத்திரியர் மீன்பிடித்து விற்பனை செய்து வாழ்வர். அவர் 'வலையர்'. வளவர் என்ற சொல்லே வலையர் என்றுகூட மாறி இருக்க வாய்ப்புண்டு.

சத்திரியர் அல்லது மறவர் வேட்டையாடி வாழ்வர். அப்போது வேட்டுவர். களப்பிரர் சேனை ஒரு காலக் கட்டத்தில் கடல் போன்றது அது பல்லவ புத்தவர்மன் எதிர்த்து போரிட்ட போது களப்பிரர் சேனை கடல்போல இருந்ததாகக்கூறுவர். அந்த சேனை முத்தரைய மக்களோடு கலந்து போனது. தமிழகத்தின் எல்லைப்புறமான மைசூர், (எருமையூர்) கொல்லாகாலம், போன்ற பகுதியில் இருந்துவந்த மலைநாட்டு தமிழ்மறவர், இங்குள்ள சோழ நாட்டு, பாண்டிய நாட்டு மறவர்களுடன் ஒன்று கலந்தனர். அதுவே முத்தரையர், கவுண்டர், கள்ளர், படையாட்சி, தேவர் என்று தனித்தனி சாதிகளாக உடைந்து பிரிந்தனர்.

தமிழ்முத்தரையர் அரசர்கள் தம்மை 'மாறன்' என்று அழைத்துக் கொண்டது போல் கங்கநாட்டு முத்தரையர்களும் தம்மை துக்க மாறன், சிவமாறன் என்று அழைத்து கொண்டனர். தமிழ் முத்தரையர் பல்லவர்களோடும் பாண்டியர்களோடும் பட்டத்தாலும் விருதுகளாலும் பெயராலும் இணைத்து உறவுபோல் கொண்டாடி இருக்கிறார்கள். முத்தரைய அரசு பிற்கால சோழஅரசிற்குள் அடங்கிப் போன பிறகு மதுரை திண்டுக்கல் பகுதி முத்தரையர் தம்மை அம்பலம், அம்பலகாரர், சேர்வை, வன்னியர் என்று அழைத்துக் கொண்டனர்.

ஆகவே 350 ஆண்டு களப்பிரர்கள் ஆட்சியில் மலைநாட்டுத் தமிழர் (கங்கர்) (கொங்கர்) தமிழ் முத்தரையர், தொண்டைநாட்டு தமிழர், பாண்டியநாட்டு தமிழர் என்று பல பிரிவுகளாக ஒன்று கலந்து வாழ்ந்து வந்தனர். களப்பிரர் ஆட்சி வீழ்ந்ததும் துண்டு துண்டுகளாக வன்னியர் (படையாட்சி) வன்னிய குல சத்திரியர் (முத்தரையர், அம்பலம், அம்பலக்காரர், சேர்வை, கவுண்டர், வேட்டுவக்கவுண்டர், ஊராளிக் கவுண்டர்) கள்ளர், தேவர், மறவர்

மூப்பர் என்று பிரிந்தனர். எந்த விதத்திலும் களப்பிரர்களுடன் தமிழ் முத்தரையர்களுக்குத் தொடர்பு இல்லை என்று தள்ளிவிட முடியாது. அதுபோல பழங்கால சோழப் பேரரசுக்கும் முத்தரையர் களுக்கும் தொடர்பு இல்லை என்றும் கூறமுடியாது. இருவழி தொடர்புண்டு.

தலை, இடை, கடைச் சங்கக் காலத்தில் இருந்து வந்த மறவர் கூட்டம், சத்திரியர் கூட்டம், முத்தரையர் கூட்டம். அந்த கூட்டத்தினர் : 1.அரையர், 2.அம்பலம், 3.அம்பலக்காரர், 4.மூப்பர், 5.மூப்பனார், 6.முதுஅரையர், 7.காவல்காரர், 8.சேர்வை, 9.பூசாரி, 10.வல்லம்பர், 11.அரைசர், 12.மூத்தஅரையர், 13.முத்தரையர், 14.முதிராஜ், 15.முத்துராஜா, 16.முத்துராஜன், 17.முத்துராசா, 18.முத்திரியர், 19.ஊராளி, 20.முத்தரையமூப்பர், 21.முத்தரைய ஊராளி, 22.முத்தரையப்பிள்ளை, 23.முத்தரையக்கவுண்டர் 24.முத்தரைய ஊராளிகவுண்டர், 25.தலையாரி, 26.முத்திரிய கவுண்டர், 27.வன்னிமுத்துராஜா, 28.பாண்டியபூசாரி, 29.சோழப் பூசாரி, 30.மீனவர், 31.வலையர், 32.கண்ணப்பகுல வலையர் முதலியவையாக உடைந்தன.

தமிழ்நாடு முத்தரையர் சங்கங்கள் போராடி வேண்டிக் கொண்டதனால், தமிழ்நாடு அரசு முத்தரையர் மரபு வழியில் பெயர்களாக 29 பட்டப் பெயர் வழங்கு பெயரில் உள்ளதை அரசு ஆணையாக வெளியிட்டது. அரசு ஆணை எண் 15. பிற்படுத்தப்பட்டோர் மற்றும் மிகவும் பிற்படுத்தப்பட்டோர் நலத்துறை நாள் 22.02.1996 வெளியிட்டது. அரசு ஆணையில் உள்ள மரபு வழக்குப் பெயர்கள்.

1. முத்தரையர், 2. முத்துராஜா, 3. அம்பலக்காரன், 4.சேர்வை, 5. சேர்வைக்காரன், 6. வலையர், 7. கண்ணப்பக் குல வலையர், 8. பரதவ வலையர்/பார்த்தவ வலையர், 9. பாளையககாரர் 10. காவல்காரர், 11. தலையாரி, 12. வழுவாடியார், 13. பூசாரி, 14. முதிராஜ், 15. முத்தரைய மூப்பர், 16. முத்தரைய மூப்பனார், 17. முத்தரைய நாயுடு, 18. முத்திரைய நாயக்கர், 19. பாளைக்கார நாயுடு, 20. பாளையக்கார நாயக்கர், 21. குருவிக்கார வலையர், 22. அரையர், 23. அம்பலம், 24. பிள்ளை போன்றவை 29 முத்தரையர்களின் உட்புரிவுகள் தமிழ்நாடு அரசால் ஏற்றுக் கொள்ளப்பட்டன.

❖ ❖ ❖

19. பட்டங்கள், விருதுகள்

முத்தரைய அரசர், அரையர், குறுநில மன்னர்கள், கிழார் இவர்களுக்கு வழங்கியப் பட்டங்கள்

சங்க காலத்தில் நிலத்தின் அடிபபடையில் மக்கள் அழைக்கப்பட்டனர். மருத நிலம்: கிழவன்-கிழத்தி, குறிஞ்சி நிலம்: குறவர், குறத்தியர், பாலை: எயினர், எயிற்றியர், நெய்தல்: நுளையர், நுளையத்தியர், முல்லை: ஆயர், ஆய்ச்சியர். இப்படி மக்கள் அழைக்கப்பட்டதைத் தொல்காப்பியம் கூறும் கடைச்ச ங்கக் காலத்தில் அரசர்கள் தமது மக்களுக்கு எட்டி, காவிதி, ஏனாதி, மல்லன் போன்ற பட்டங்களைத் தந்து சிறப்பித்தனர்.

ஆனால் பல்லவர்கள் காலத்து பட்டங்கள் வேறுவிதமாக இருந்தன. முதலாம் மகேந்திரவர்மனுக்கு 'பகா பிடுகு' என்ற பட்டம் மக்களால் வழங்கப்பட்டது. பல்லவர்களின் பொற்காசு களில் துளையிட்டு உள்ளனர். ''விடேல் விடுகு துளைப் பொன்'' என்று திருஞானசம்பந்தர் தேவாரத்தில் பாடி இருக்கிறார்.

பல்லவர்கள் முத்தரைய அரசுகளைத் தம்பக்கம் இழுத்துக் கொள்ள, 'பெரும்பிடுகு' விடேல் விடுகு, மாற்பிடுகு, விழுபோத் தரையன் போன்ற பட்டங்களை முத்தரைய அரையர்களுக்கும், மக்களுக்கும் வழங்கி இருந்தனர்.

இதே பட்டங்கள் பல்லவப் பேரரசர்களுக்கும் கூறப்படு கின்றன. இதனால் முத்தரைய அரையர்கள் செய்த திருப் பணிகள் கூட பல்லவப் பேரரசர்கள் செய்ததாகப் பல்லவ வரலாற்றில் எழுதும்படி ஆனது. சான்றாக ஆலம்பாக்கம் (திருச்சிக்குக் கிழக்கில் 20 கல் தொலைவில்) என்ற ஊரில் (இலால்குடி வட்டம்) 'மாற்பிடுகு ஏரி' என்ற ஒன்றை மாற்பிடுகு பேரதியரையன் என்பவன் வெட்டியதை தந்திவர்மன் வெட்டியதாக வரலாற்று ஆசிரியர்கள் எழுதி விட்டனர். அதுபோல அவனது தம்பி கம்பன் அரையன் (ஆலப்பாக்கம் நல்லூழன் தம்பி) வெட்டிய ''மாற்பிடுகு பெருங்கிணறு'' வை நந்திவர்மனின் ஐந்தாம் ஆட்சியாண்டில் வெட்டியதாகக் கூறிச் சென்றனர்.

தமிழ்	பிராகிருதம் (தெலுங்கு)
பிடுங்கு	பிடுகு
இரண்டு	இரடு (தெலுங்கு)
பிடுகு	இடி (பிராகிருதம்)
பகாபிடுகு	பிரிக்கமுடியாத பேரிடி
பெரும்பிடுகு	பேரிடி

'பிராகிருதம்' - தெலுங்காக மாறுவதற்கு முன் 'பிடுகு' என்று பிராகிருதத்தில் ஏற்பட்ட சொல்லாகும். விடேல் விடுகு = விடேல் பிடுகு. 'பிடுகு' என்பதன் தமிழ் திரிபுச் சொல்லாகும். விடு+ஏல் = விடேல்; விடை+ஏல் = விடேல் = இடிபோல் தொடர்ந்து விடாமல் தொடர்ந்து வெற்றி பெறும் வேந்தன் (இடி).

முதலாம் பரமேசுவரன் (பல்லவ வேந்தன்) கூரம் செப்பேடு படி பாலாற்றிலிருந்து வெட்டப்பட்ட கால்வாய்க்குப் பெரும் பிடுகு கால்வாய் என்று பெயர் சூட்டியதாகத் தெரிகிறது. இது ஒருக்கால் முத்தரைய மாமன்னன் பெரும்பிடுகு முத்தரையன் வெட்டி இருக்கலாம். இதைக் கல்வெட்டு அறிஞர் திரு. ஓ.எ. கிருஷ்ணன் முதலாம் பரமேசுவரனுக்குப் பெரும்பிடுகு பட்டம் இருந்திருக்கக்கூடும் என்கிறார். பகாபிடுகு என்பதைத் தமிழ்படுத்தி பெரும்பிடுகு என்று கூறியிருக்கக்கூடும். அக்கால அரசர்களில் (பல்லவர்) முத்தரைய அரசர்கள் கல்வெட்டுகள், மற்றும் ஆவணங்கள் எல்லாவற்றையும் தமிழ்ப்படுத்தியே வெளியிட்டனர். தமிழ்வழியே ஆட்சி செய்தனர் என்பதற்கு செந்தலைக் கல்வெட்டே சான்றாகும்.

பெரும்பிடுகு - பெரும் (தமிழ்ச்சொல்) பிடுகு (பிராகிருதம்) பெரும்பிடுகு பெற்றவர்:-

1. சாத்தன் என்கிற பெரும்பிடுகு முத்தரையர் அவனது மனைவி பெரும்பிடுகு முத்தரையர் பெருந்தேவி.

2. குவாவன் மாறன் பெரும்பிடுகு முத்தரையர் I

3. சுவரன் மாறன் பெரும்பிடுகு முத்தரையர் II

4. பெரும்பிடுகு முத்தரையர் III

விடேல் விடுகு

1. சாத்தன் மாறன் விடேல் விடுகு விழுப் பேரதியரைசன்
2. குவாவன் சாத்தன் விடேல் விடுகு முத்தரையன்
3. சாத்தன்பூதி விடேல்விடுகு இளங்கோ வதியரையன்
4. பூதி அரிந்திகை (சாத்தன் மறவன் என்கிற) விடேல்விடுகு இளஙகோ வேளாளர்

மாற்பிடுகு

மாற்பிடுகு = எதிரிகளுக்கு இடி போன்றவன். மாறன் குவாவன் மாற்பிடுகு பேரதியரையன்; விழுப்பேரரையர், விழு = விழுமிய = சிறந்த; விழுப்புரம் ஊர் உருவாக்கம்; இந்த மன்னர்களில் சாத்தன் மாறன் என்கிற விடேல் விடுகு விழுப்பேரதியரைசர் ஒருவர்தான். இவர் மட்டுமே அரசர் அல்லது அரைசர்.

கீழ்க்காணும் பெயர்கள் மன்னர் இல்லை. பதிலாக மெல்ல மெல்ல சோழர் ஆட்சியிலும், பாண்டியர் ஆட்சியிலும் அலுவலர், அதிகாரிகளாக ஆனவர்கள், (பிற்காலம் காலம் கி.பி. 1000 முதல் கி.பி. 1300 முடிய).

பிற்காலச் சோழர்காலம் (சரிந்து போன காலம்)

1. முதலாம் இராசேந்திர சோழனின் திருமந்திர ஓலைநாயகம் அருள்மொழி தேவ வளநாட்டு நென்மலிநாட்டு உத்தமசோழன் நல்லூருடையரன் பாவூரம்பலத்தாடியான முடிகொண்ட (ஓர் அலுவலர்)

2. பரகேசரி விழுப்பரையன்.

முத்தரையரின் கொடியில் மீன் சின்னம்

செந்தலைக் கல்வெட்டில் முத்தரையரின் கொடிச்சின்னம் கயல் எனக் காணப்படுகிறது. பொருகயல் சேர்வெல் கொடியோன் என்று பாண்டியரின் மீன் சின்னம் அமைவதால் முத்தரையர் பாண்டியரின் கிளைக்குடியாக இருந்திருக்கவேண்டும் என்ற கருத்து மேலோங்கி உள்ளது. இவர்களின் கொடும்பாளூர் வேளிருடன் நெருங்கிய தொடர்பு கொண்டிருந்தவர்களாகவும் இருக்கவேண்டும். ஏனெனில் இவ்விரு மரபினரும் திருமண உறவு கொண்டிருந்த

செய்தியினைக் குடுமியான் கல்வெட்டு தெரிவிக்கிறது. முத்தரையர் பற்றிய செய்திகளை அறிந்துகொள்ள பிற இடங்களைவிட நிறைந்த அளவு கல்வெட்டுகளும் கோயில்களும் புதுக்கோட்டை மாவட்டத்தில் காணப்படுகிறது.

– ஜெ. இராஜா முகமது புதுக்கோட்டை

வரலாறு

இதுபோல செய்தி நந்தி முத்திரையுடன் மீன் பொறிக்கப் பட்டுள்ள காசுகளும் ஸ்ரீபரன், ஸ்ரீநிதி என்று காணப்படுகின்றன. மீன் பாண்டியர்களுக்கே உரியது. இராசசிம்மன் காலத்தில் பாண்டிய மன்னனாக இருந்தவன் கோச்சடையன் இரணதீரன் என்பவன். இவன் பெரியபுராணம் கூறும் நின்றசீர் நெடுமாற னுக்கும் மங்கையர்க்கரசியாருக்கும் பிறந்தவன். இவன் மகன் இராசிம்மன் எனப் பெயர் பெற்றான். இதைக் கொண்டும் மீன்கொடி பல்லவர் காசுகளில் இருத்தலைக் கொண்டும் கோச்ச டையன் இரணதீரன் மகள் இராசிம்மனின் தங்கை பல்லவனை மணந்து பிறந்த குழந்தைக்குப் பல்லவ இராசிம்மன் (கி.பி. 666-705) (மாமன்) பெயரை இட்டிருக்கலாம். அதனால் பல்லவ - பாண்டியர் திருமண உறவின் அடிப்படையில் இராசசிம்மம் பாண்டியன், இராச சிம்மப் பல்லவன் என்று அமைந்ததுபோல பல்லவர் காசிலும் மீன்கொடியுடன் ஸ்ரீபரன் என்று அமைந்தது. இதை போலவே சாத்தன் என்ற பெரும்பிடுகு முத்தரையருக்கு முன்பு பாண்டியர்களுடன் திருமணத் தொடர்பு இருந்திருக்கலாம். அதனால் மாறன் என்ற சொல் வந்திருக்கும்.

மறவன் = சத்திரியன்; மாறன் = மாற்+ஆன் = மாறான் பண்பில் மாறாதவன். வழுதி = வழு = குற்றம்; வழுதி = குற்ற மில்லாத தமிழ்ப் பண்புடையவன். சத்திய குணத்தில் மாறாதவன் மாறான் மாறன். ஆனால் முத்தரையர் தொடக்கத்தில் பல்லவர் திருமண உறவால் உறவோடு இருந்ததை விடப் பகையாக இருந்த காலமே மிகுதி. பரமேசுவரன் காலத்துக்கு பிறகு முத்தரையர் பல்லவர்களோடு பகையாகச் சண்டையிட்டதே இல்லை. எப்போதும் உறவு! அதற்குப் பதிலாக முத்தரையர்கள் சாத்தன் முத்தரையருக்கு பிறகு கடைசிவரை மீன்கொடி பாண்டியருடன் உறவே இல்லை. எப்போதும் எல்லாவிடங் களிலும் பெரும் பகைதான் ‘‘உன் மீன்கொடி சின்னத்தை யான்எடுத்துக் கொண்டேன். உன்னால்

முடிந்ததைப் பார்'' என்று பாண்டியருடன் பகைக் கொண்டு கூட அணிந்திருக்கலாம்.

சுவரன் மாறன் கிள்ளுக்கோட்டை கல்வெட்டில் புலி ஒன்று படுத்திருப்பதாகக் கூறுகின்றனர். புலியைத் தவறாக முத்தரையர் களின் கொடி சிங்கக்கொடி என்று தற்காலத்தில் கூறுகின்றனர். தெலுங்குச் சோழர் (ரேணாண்டு சோழர்) கொடி சிங்கக் கொடி! பல்லவர்களின் காசுகளில் மீன் கொடி! முத்தரையர் கொடியில் சிங்கக் கொடி! இந்த இரண்டுக்கும் ஏதோ தொடர்பு இருக்கக் கூடும்.

❖ ❖ ❖

20. முத்தரையர் நிலை

(கி.பி. 1000– 1800)

களப்பிரர் காலத்தில் பேரரசர்! பல்லவர் காலத்தில் கப்பம் கட்டும் அரசர் அல்லது அரையர்! சோழர் காலத்தின் தொடக்கம் சிற்றரசன்.பின்னால் அதிகாரிகள். அதன் பின்னால் தாழ்ந்து போன பாமரன்! சிலர் நாயக்குகள், பாளையக் காரர், பாளையப்பட்டு! தரம் தாழ்ந்த பாமர முத்தரையன் தாய்மொழி தமிழ்; வந்து இங்கு நாடு பிடித்த நாயக்குகள், பாளையகாரர் பாளையப்பட்டுகளின் தாய்மொழி தெலுங்கு, கன்னடம்.

வ. எண்.	அரசர் பெயர்	முத்தரையர் பெயர்	கல்வெட்டு செய்தி, காலம்	கல்வெட்டு எண்.
1.	கண்டராதித்தன்	சேக்கிழான் அரையன் பின்னால் பெரிய புராணம் ஆசிரியர் சேக்கிழாரின் முன்னோர்	நிலதானம்	885 - 920
2.	உத்தமச்சோழன்	பூதிகளறி ஆயின அமரூன்றி முத்தரையன்	குகைக்கோயில், குடைவறை கோயில் கட்டியது கி.பி.974	கி.பி.974
3.	முதலாம் இராசஇராசன் சோழன் 17ஆம் ஆண்டு	நக்கன் முத்தரையன் நில ஆவணங்களில் கையெழுத்திடும் அலுவலர் மகாசபை அலுவலர்	நிலம் உரிமை செய்து தரும் அலுவலர் கி.பி. 1002	ஆவணம் இதழ் 2.4/1992
4.	முதலாம் இராசேந்திரன் சோழன் 18வது ஆண்டு	மலைதாங்கி கம்பன் உதையன் (பரகேசரி முத்தரையன்)	சித்தூர் மாவட்டம் காளகத்தி பசு தானம் கி.பி.1034	
5.	முதலாம் இராசேந்திரன் சோழன் கி.பி.1064-1068	இராசமல்லன் முத்தரையன் வங்காளத்தின் படையெடுப்பு படைதளபதி	போரில் இறப்பு	
6.	இரண்டாம் இராச இராசன்	இராசஇராச வங்கார முத்தரையன்	அர்த்த சாம பூசைப்படி தானம்	க.தொ.3 க.எண்.285

வ. எண்.	அரசர் பெயர்	முத்தரையர் பெயர்	கல்வெட்டு செய்தி, காலம்	கல்வெட்டு எண்.
7.	மூன்றாம் குலோத்துங்கன் கி.பி. 1070 - 1120	இராசஇராச வங்காரன் முத்தரையன்	கோயில் தானம் கி.பி.1070-1120	க.தொகுதி. 3 க.எண்.287
8.	13ஆம் நூற்றாண்டு	முத்தரையர்கள் காவல்காரர்	விழுப்புரம் திரக்கோயிலூர் வட்டம் எவை வனாசூர்	தெ.இ.221ல் 155
9.	முதலாம் குலோத்துங்க சோழன் 47ஆம் ஆண்டு 1116-1117	சிங்களாந்த முத்தரையன்	புதுகை மாவட்டம் திருமயம் கோட்டூர் குளக்கரையில் பாசனக்குமிழி அமைப்பு	தொகுதி. 23 க.எ.ண155
10.	ஆர்க்காட்டு நவாப்பு	பாளையப்பட்டு ஆதிகேசவலு நாயுடுமகன இளவரசா் சின்னராஜ் சென்னைப்ப நாயக்கர்	படைதிரட்டி ஆதிகேசவபெருமாள் கோயில் பாதுகாப்பு	
11.	ஆங்கிலேயர் அரசு கி.பி.1638	முதிராஜ் முத்தரையன் செயிண்ட் ஜார்ஜ்கோட்டை கட்ட நிலம் அளித்தல்	சென்னையை விற்றல் பின்னால் Madras என்று மாறுதல்	க.தொகு.22 பகுதி பகுதி 1 க.எண்.262

21. தனித்தமிழ் ஆதிக்கம்

கி.பி. 700 முதல் கி.பி. 1000 முடிய பல்லவ,பாண்டியர்கள் காலத்து முத்தரையர் செய்த (ஆலயம் எழுத) நிலம் தானம், விளக்கு எரிக்க நிலதானம், நந்தா விளக்கு எரிக்க ஆடுகள் தானம், ஏரிகளில் கண்மாய், குமுளி அமைப்பு இவைகளைப் பற்றிய கல்வெட்டுகளை உற்று கவனித்தால் ஓர் உண்மைப்புரியும். முத்தரையர் சாதி, இன கிளைப் பெயர்கள் தனித்தமிழில் மட்டுமே அமைந்து ஒளிர்கின்றன. கி.பி. 1000 முதல் கி.பி. 1400 முடிய முத்தரையர் கிளைப் பெயர்கள் தனித்தமிழாய், தனிதமிழராய் இருப்பினும் அலுவலர் பெயர்களாக கீழே இறங்கி ஒளிர்கின்றன.

கி.பி. 1400 கி.பி. 1700 முடிய முத்தரையர் கிளைப் பெயர்கள் தெலுங்கு, கன்னடம் கலந்து ஒளிர்கின்றன. கி.பி. 700 முதல் கி.பி. 1000 முடிய முத்தரையகிளை பெயர்கள்:(தனித்தமிழ்)

1. முத்தரையர், 2. அரையர், 3. களப்பாளர், 4.விழுப் பேரதியரையர், 5. பண்ணைக்காரர், 6. சேர்வை, 7, சேர்வைகாரர், 8. முத்திரியர், 9. பூசாரி, 10. கிழவன், 11.இம்மண்ணாண்டார், 11. பல்லவராயர், 12. சென்னிப் பேரரையர், 13. காவல்காரன், 14. கடம்பராயர், 15. உலகளப்பனையன், 16. வலையர், 17. வேடுவர், 18. கண்ணப்பக் குல முத்துராஜா, 19. பல்லவராயன் கலிமூர்க்கன், 20. பெரும்பிடுகு முத்தரையர், 21. காடக முத்தரையர், 22. காடன் முத்தரையர், 23. காடு வெட்டி முத்தரையர், 24. வீரமுத்திரி, 25. பெரும்பாண முத்தரையர், 26. வானகோ அரையர், 27. பொன் மாந்தனார், 28. வலையர், 29.வீரசோழப் பேரரையன், 30. சோழமுத்தரையன், 31. கலிமூர்க்க முத்தரையன், 32.முத்தரையன், 33. கலிமூர்க்க இளவரையன், 34. களப்பாளராயன், 35. முத்தரி காடகதிராயர், 36. வீர முத்திரி, 37. காரி, 38. காரிகண்டன், 39. கிழான் அரையன், 40. கங்க முத்தரசர்.

இம்மாதிரி பெயர் பல்லவப் பேரரசில் துணைப் பேரரசாக விளங்கிய காலத்திலும், பிற்காலச் சோழர்களின் ஆட்சியில் அலுவலர்களாக சுருங்கிய காலத்திலும் நல்ல தமிழ்ப் பெயர்களோடு தனித் தமிழராகவே முத்தரைய இன கிளைப் பெயர்கள்

விளங்கக் காணலாம். பிற்காலச் சோழர்களின் ஆட்சியில் சபை நடவடிக்கை நடக்க நடுவர்களாக, கைக்கோள் படைத்தலைவன் பாண்டியர் அரசியல் தலைவர், சோழர் அரசியல் தலைவர், வங்கப் படை எடுப்பு படைத்தளபதி, முதலாம் வங்கார முத்தரையன் இராசஇராசனின் பிரமாதிராசன் என்ற அவைத்தலைவர். வலையர் குலம் அதிபத்த நாயனார் சிங்கள-பாண்டியப் போரில் போர்படைத் தளபதி, இருப்பைக்குடிகிழான் (சடையன் மாறனுக் காக) சிங்களத்தை வென்றவன் சோழர்களின் (ராசேந்திர சோழன்) பாண்டிய, ஈழநாட்டுப் படை எடுப்பில் படைத் தளபதி- இளங்கோ வேளான். போன்று பெரும்படை நடத்தி சோழர்களுக்காக போரில் வென்று நாடு பிடித்தவர்கள், சபை அலுவல் என்று முத்தரையர்கள் பேரரசில் பதவி வகித்தனர்.

கி.பி.12ஆம் நூற்றாண்டுக்குப் பின் கி.பி. 14ஆம் நூற்றாண்டுக் குள் ஒவ்வொரு ஊரையும் சபை நடத்தி அம்பலம், அம்பலக் காரர் பணி செய்யும் போது முத்தரையப் பெருமக்கள் அம்பலம், அம்பலக்காரர்களாக மாறினர். பெரும்பகுதி அம்பலக்காரர்கள் பாண்டியநாட்டில் அதிகம். பொதுவாக பிற்காலச்சோழப் பேரரசில் 2ஆம் கட்டம் 3ஆம் கட்டம், 4ஆம் கட்டம் ஆட்சி அலுவலர்களாக இருந்து சபை நடத்தல், நில அளத்தல், பாசனவசதி, கோயிலுக்கு விளக்கு போடுதல் போன்ற காரியங்களைச் செய்துள்ளனர். இதுவரை, பிற்காலச் சோழப் பேரரசு, பாண்டியப் பேரரசு காலம் முடிய நாயுடு, நாயக்கர், முத்திரியராவ், கெளரா நாயுடு, நாயக்கர், பாளையகாரர், பாளைய பட்டு என்று எந்த கல்வெட்டிலும் யாரும் பெயரிட்டுக் கொள்ளவில்லை. நல்லத்தமிழ்ப் பெயராக-இனப்பெயராகக் கொண்டு சூட்டியக் கொண்டனர். 1. பிடுகு, முத்துராஜா இந்த இரண்டை தவிர வடமொழிச் சொல் கலப்பு இல்லை.

பிற்காலச் சோழப் பேரரசில் உயர் அதிகாரிகள் சிலர்

1. முடிகொண்ட சோழவிழுப் பேரரையன் - முதலாம் இராச இராசன் காலம்.

2. கயிறூர் கலியன் முத்தரையன் - முதலாம் இராசஇராசன் காலம் ஆட்சித்தலைவன் ஆவணம் இதழ் 2.4.1992.

3. ஆச்சார கண்டன் - பிரமாதிராசன் - முதலாம் (அரையன் ஆச்சார கண்டன்) இராசஇராசனின் 2ஆம் ஆட்சியாண்டு (கி.பி.987) (தெ.இ.க. தொகுதி 13 பக்கம் 2இல் கல்வெட்டு எண் 3.) சோழப்பேரரசில் மிகப் பெரிய பதவி.

22. கி.பி. 1500 - 1800

1. காலம் :- கி.பி. 1638 -39, பெயர்:- வேங்கடப்ப நாய்க்கர்
இடம்:- காஞ்சி-செய்யாறு-நாகமங்கலம்.
தொண்டு - வாய்க்கால் வெட்டி பாசனம்.

2. காலம்:- கி.பி. 1654, பெயர் :-வேங்கட பூபாலம்
தொண்டு:- வெள்ளையரிடம்(ஆங்கிலேயர்) சென்னை என்ற இடத்தை விற்றல். ஏரியையும் கரையையும் பலப்படுத்துதல் க.தொகுதி 22 () பகுதி 1 க.எண். 263.

3. காலம்:- கி.பி. 1578 (சகாத்தம் 1500)
பெயர்:- வாம தேவ முத்தரையர்
இடம்:- புதுக்கோட்டை ஆவுடையார் கோயில்
தொண்டு:- மாணிக்கவாசகர் கட்டிய கோயிலில் கனகசபை மணிமண்டபம் கட்டுதல் கனகசபை மண்டபக் கல்வெட்டு.

4. காலம் :- கி.பி. 1441 மே மீ 21 ஆம் தேதி
பெயர் :- மூன்றீசுவர மூப்பன்
இடம்:- நெல்லை.
தொண்டு:- விளக்கு எரிய

5. காலம் :- கி.பி.1525
பெயர்:- மிருத்தஞ்செய நாயக்கர்
இடம்:- கள்ளக்குறிச்சி கொடை:- திருமலை நாயக்கர்

6. காலம்:- கி.பி. 1742
பெயர்:- முத்துராசன்
இடம்:- புதுக்கோட்டை இலுப்பூர் வட்டம் குடுமியான் மலை முதல் மரியாதை பெறுவது யார்?- குடுமியான் மலையில் காலிங்கராயனா? முத்துராசனா? போட்டியில் இருந்தவர்கள்.

7. காலம் :- கி.பி. 1864
பெயர்:- மாரிமுத்து முத்தரையர்
இடம்:- திருச்சி - திருவானைக்காவல்
செயல் :- மருதமரத்தையும் ஆலமரத்தையும் சங்கிலியால் இணைத்தல், செய்தி:- இரா.கலைக்கோவன் தினமலர் 15.11.99

8. காலம்:- கி.பி. 1610
பெயர்:- பெருமாள் நாய்க்கர், நவம்பர் 30ஆம் தேதி

இவர்கள் அனைவரும் விஜயநகரப்பேரரசு, மாலிக்காபூர்

படைஎடுப்பு இவைகளின் போது படை வீரர்களாக முதிராஜ், முத்ராஜ், முட்டுராஜ் போன்ற சத்திரிய வீரர்கள் மீண்டும் தமிழகத்திற்கு படை எடுத்து வந்து நாயுடுகளாக, கௌரா நாயுடு, நாயக்கர்கள், முத்திரிய நாயுடு, முத்திரிய ராவ் ஆக மாறி தெலுங்குமட்டும் பேசி, பிறகு தமிழும் கற்றனர். இதெல்லாம் திருமலை நாயக்கர், இராணி மங்கம்மாள், சிவாஜி, சாம்பாஜி காலத்தில் வந்தவர்கள். இவர்களுக்குத் தாய்மொழி தெலுங்கு. தமிழ் முத்தரையர்களுக்குத் தாய்மொழி தமிழ். இந்த காலக்கட்டத்தில் தெலுங்கு இசை, கர்நாடகஇசை, பரதம் இவைகளே வளர்ந்தன. தமிழில் மணிப்பிரவாள நடை என்ற ஒன்று உருவானது. தெலுங்கர் ஆதிக்கம் மெல்ல மெல்ல மேலோங்கியது. 'திராவிடம்' என்ற பெயரால் தமிழர்கள் இரண்டாம் குடிமக்களாக மாற்றப் பட்டார்கள். திருச்சி, புதுக்கோட்டை, கரூர், திண்டுக்கல், அரியலூர் தஞ்சை, மதுரை போன்ற இடங்களிலும் பிற இடங்களிலும் உள்ள தொல்-முத்தரையர்களின் தாய்மொழி தமிழே. அவர்கள் மைசூர், கோலார் பகுதியில் இருந்து வரும்போது அவர்களது தாய்மொழி மொழி கொடுந்தமிழே!

இன்றும் கோலார், எருமையூர், வங்க நல்லூர் (பெங்களூர்) பகுதியில்தமிழ்ப் பேசும் மக்களே அதிகம். அங்கிருந்து களப்பிரர்கள் படைஎடுத்து வந்தனர். முத்தரையர் - முத்துராசா, முத்திராஜ் - நாயுடு நாய்க்கர், இராவ், கௌரா நாயுடு, முத்திரிய நாயுடு, முத்தரைய நாயக்கர், முத்தரிய மூப்பர், அம்பலம் போன்ற 29 இனக் குழுக்களை ஒன்றாக்கி போராடும் போது போராட்ட வலிமை அதிகம் ஆகும். மக்களின் எண்ணிக்கை அதிகமாகும். உண்மை!

எந்தத் தமிழ்முத்தரையர்களின் வீட்டு மொழி தெலுங்கு இல்லை. வீட்டுக்குள் மனைவி, குடும்பத்தில் பேசுவதும் தமிழ்! தெருவில், சமூகத்தில், வெளிஉலகில் பேசுவதும் தமிழ்! மற்ற வெளியில் இருந்து வந்த இனக்குழுக்கள் தெலுங்கும் தமிழும்! கன்னடமும் தமிழும்! என்று பேசிக் கொண்டு இருக்கிறார்கள். இதனால் 29 இனக்குழுவுக்குள் ஒற்றுமை என்பது ஏற்பட வாய்ப்பு இல்லாமல் உள்ளது. தமிழையே எங்கும் பேச முயற்சி செய்ய வேண்டும். எங்கும் தமிழ்! எதிலும் தமிழ் என்றே பேசவேண்டும். அப்படியானால் வலுவான கூட்டமைப்பு ஏற்பட வாய்ப்புண்டு! ஒளிமயமான எதிர்காலம் அமைய வாய்ப்பு உண்டு!

❖ ❖ ❖

23. பார்ப்பன ஆட்சி ஆதிக்கம் கற்பித்த பாடம்

வரலாற்றுக் காலம் முத்தரையர் பெயர்க் களஞ்சியம் மூலம் (இரா. திருமலைநம்பி) திரட்டியகல்வெட்டுகளின்செய்திப்படியும், அதைப்போல தமிழ்நாடு முத்தரையர் சமூகச் சங்க 100 ஆண்டு வரலாற்றுப் படியும் (ஆசிரியர் திரு. கு.மா. சுப்ரமணியன்) மாமன்னர் சுவரன் மாறன் இரண்டாம் பெரும்பிடுகு முத்தரையர் மூவரும் திரட்டி வழங்கிய கல்வெட்டுக்கள் படியும் அனைத்திலும் முத்தரையர்கள் ஆட்சிக்காலத்தில் பார்ப்பணர்கள் பற்றிய பேச்சுக்கள் எதுவும் இல்லை. சுமார் நானூறு கல்வெட்டுக்களில் பல்லவர் கால முத்தரையர் கல்வெட்டுகள், முத்தரையர்கள் ஆட்சியில் பார்ப்பண ஆதிக்கம் இல்லை. பின்புதான் பிற்காலச் சோழர் கால முத்தரையர்களின் கல்வெட்டுகளில் தான் பார்ப்பண ஆதிக்கம் மெல்ல மெல்ல எழும்புகிறது.

பார்ப்பணர்களை அழைத்துவந்து வேள்வி செய்து, நிலம் தானம், பொருள்தானம் பார்ப்பணர்களுக்கு முத்தரையர் அரசில் செய்யப்பட்டதாகச் செய்தி இல்லை. பார்ப்பணர்களைக் கொண்டு கோயில்களில் பூசை செய்ததாகத் தெரியவில்லை. அந்த நிலையில் முத்தரையர்களின் ஆட்சி என்று சொல்லப்பட்ட முத்தரையர் நாட்டு ஊர்களில் பார்ப்பணர்களுக்கு ஊர்தானம், நிலதானம் செய்யப்பட்ட செய்தி எதுவும் இல்லை. பார்ப்பணர்களுக்கு முதலிடம் கொடுத்து உயர்த்தி பெருமைப்படுத்தி மற்றவர்களைத் தாழ்த்திய செய்தியும் கிடைக்கவில்லை. ஆனால் முத்தரையர்கள் தெய்வப் பக்தி நிறைந்தவர்கள். 'தாய்' தெய்வம் வழிபாடு செய்தவர்கள்.

பல்லவர்கள் ஆண்ட மற்ற இடங்களில் பார்ப்பண ஆதிக்கம் இருந்திருக்கக்கூடும். முத்தரையர் ஆண்ட இடங்களில் பார்ப்பணர் ஆதிக்கம் கல்வெட்டு செப்பேடுகளில் காணோம். மாறாக கோயில் பூசாரிகள் கூட முத்தரையர் தமிழர்களே இருந்து இருக்கிறார்கள். முத்தரையர் இனக்குழுவின் 29ல் ஒன்று பூசாரி

என்பதும் ஒன்றாகும்.

1. அமரூன்றி முத்தரையன் (கி.பி. 9ஆம் நூற்றாண்டு)
2. இளங்கோ முத்தரையன் (630-660) கி.பி. 648
3. காடக முத்தரையன் (கி.பி. 731-796)
4. குவாவன் முத்தரையன் (கி.பி.9-10 நூற்றாண்டு)
5. கோனாளறு முத்தரையன் (கி.பி. 643 நூற்றாண்டு)
6. சாத்தன் காளி (கி.பி. 10-ஆம் நூற்றாண்டு)
7. சாத்தன் மாறன் (கி.பி. 7ஆம் நூற்றாண்டு)
8. பூதகளரி (கி.பி. 10ஆம் நூற்றாண்டு)
9. இரண்டாம் பெரும்பிடுகு முத்தரையன் (கி.பி. 750-795)
10. பெரும்பிடுகு முத்தரையன் பெருந்தேவி (கி.பி.7ஆம் நூற்றாண்டு)
11. மறவன் பூதி (கி.பி. 10ஆம் நூற்றாண்டு)
12. மாறம் பாவையார் (கி.பி. 9ஆம் நூற்றாண்டு)

இவர்களைப் பற்றிய, கல்வெட்டுகளில் பிராமணர் (பார்ப்பணர்) பற்றிய, எந்த செய்தியும் இல்லை. முதலாம் இராசஇராசன் காலத்தில் அவரது அரியணையில் பெரும் பொறுப்பில் இருந்தவர் ஆச்சார கண்டன் என்கிற பிரமாதி ராஜன் அவர் காலத்தில்தான் திரு ஆராதனை பிராமணனுக்கு 4 மாவரை முந்திரிகை நிலம் தரப்பட்டது கல்வெட்டு எண் தெ.இ.க. தொகுதி 13 பக்கம் 2இல் கல்வெட்டு எண் 3ல் தெளிவாகக் குறிக்கப்படுகிறது. சேதுபதி மகாராசா காலத்தில் அச்சுத வருடத்தில் தை மீ 20 ஆம் தீயில் கோயில் கட்ட நிலம் தந்து பூசை செய்யவும் அம்பலம், உம்பளம், மரியாதையும் வழங்கி, ஓலைச்சுவடி பட்டயம் எழுதி தரப்பட்டது. ஆனால் அதில் பிராமணர்க்கு இல்லை. உடையப்பன் அம்பலத்திற்குச் சாக்கோட்டையில் தரப்பட்டது.

கோஇராசகேசரி, கோப் பரகேசரி என்று முதலாம் இராச இராசன் சோழனுக்கு முன்புவரை உண்டு. அது விஜயாலயச் சோழன் காலம் முதல் தொடர்வது அதில் கோப்பரகேசரி சோழரின் 9வது ஆட்சியாண்டு கடுவாய்க்குடி உத்தமதாணி கோவிந்தப்பாடி

பெருமானடிகளுக்குத் தெய்வ ஆராதனை செய்துவரும் பக்த பிராமணனுக்கு அமுத உணவு அளிக்க ஏற்பாடு செய்யப்பட்டது. இதுவும் சோழர்களின் காலம்தான். அரசர், அரைசர் நிலையில் இருந்து தாழ்ந்த முத்தரையர்கள் கோயில்களில் பூசை செய்ய நிலம் தந்து உள்ளனர். அது சோழர்காலம்.

ஆனால் முத்தரையர் தன்னிச்சையாக ஆண்டபோதும், பல்லவர்கள் காலத்தின் முத்தரையர் பார்ப்பணர்களுக்கு முதலிடம் அளிக்கப்பட்டதாக கல்வெட்டுகள் எதுவுமில்லை. அதனால் பார்ப்பனர்களால் வெறுக்கப்பட்டு முத்திரையர் ஆட்சி மெல்ல வீழ்ந்தது. அந்த பாடத்தினால் சோழர்களால் பார்ப்பணர்கள் உயர்த்தப்படவே அந்த ஆட்சி புகழுடன் பேரரசாக நிலைத்து நின்றது. அப்போது முத்தரையர்களும் பார்ப்பணர்களுக்கு துதிப்பாடத்தொடங்கினர். இது ஒரு வரலாற்றுப் பாடம். இது எதார்த்த நிலையாகும்.

❖ ❖ ❖

24. தெய்வத் திருப்பாட்டு நிலை

முத்தரையர்கள் 'தாய்' தெய்வ வழிபாட்டில் ஈடுபாடு உள்ளவர்கள். முத்தரையர்கள், முத்தரைய அரசர்கள் தெய்வ நம்பிக்கை உடையவர்கள். குறிப்பாக பிடாரி என்ற கொற்றவைப் பெண் தெய்வவழிபாடு மிகவும் ஆழமாகச் செய்து வந்திருக் கிறார்கள். குன்றைக் குடைந்து குடைவரை கோயில்கள் கட்டி இருக்கிறார்கள். கி.பி. 7நூற்றாண்டு கி.பி. 9ஆம் நூற்றாண்டு வரை புதுக்கோட்டையில் கட்டப்பட்ட குடைவரைகோயில்கள் முத்தரைய அரசர்களால் பெரும்பகுதி கட்டப்பட்டது.

சாத்தன் மனைவி கோப்பெரும்பிடுகு பெருந்தேவி திருமயம் சத்தியமூர்த்தி பெருமான் குடைவரைக் கோயி ல் புதுப்பித்தல். அக்கோயிலின் உண்ணாழிகை (கருவறை) பராமரிப்பு மற்றும் பூசைக்காக அண்டக்குடி என்னும் ஊரைத் தானமாகக் கொடுத்து உள்ளார். இந்த நேரத்தில் (கி.பி. 7ஆம் நூற்றாண்டு) சமண சமயம் உச்சத்தில் இருந்து மெல்ல வீழ்ச்சியை நோக்கிப் போன காலம்.

"விடேல் விடுகு முத்தரையந் அடியான்
கிடாவந் காத்தான்நியம மாகளத்து
பிடாரியாற் கொரு திருவிளக்கிநுனுக்கும்
ஒரு திருவமுர்துக்கு முதலாக இப்பிடாரியார்
உள்ளூர்க்களில் கல்லிக் குடுதத நிலம்
அரைக்காணிக் கடன்."

இந்த பிடாரி கோயிலை சுவரன்மாறன் கட்டி இருக்கக்கூடும். இந்த கோயில் நியமம் என்னும் ஊரில் கட்டப்பட்டதாகும். இதே கோயிலுக்கு பல்லவன் தெள்ளாறு எறிந்த நந்திவர்மன் கொடை கொடுத்துள்ளான்.

தெள்ளாற் றெறிந்த நந்திப் போத்
தரையர் நியமம் மாகளத்து பிடாரியார்க்கு.

''400 (பழைய எண்ணினால் எழுதப்பட்டுள்ளது) பழங்காசு கொடுத்து விலை கொண்டு நிறுத்தி முக்குறுணி நெல்லாக ஒரு தற்காலத்தமிழ் திருவமுதினுக்கும் நந்தாவிளக்குக்கும் வைத்த நிலம்'' மாளிகை உடையான் வேலி பெரும்பிடுகு முத்தரையனின் ஆதரவோடு பல்லவ நாட்டை ஆண்டான் என்பதற்குச் சான்று இது ஆகும்.

கோயில் கட்டுதல், கோயிலுக்கு நந்தா விளக்கு ஏற்றுதல், உணவு பங்கிடுதல் போன்றவற்றிற்காக முத்தரையர் ஆட்சியில் கல்வெட்டுமூலம் பொருள், ஆடுகள் வழங்கப்பட்டன.1. உறையூர் செல்லாயி அம்மன், வெக்காளி அம்மன், திருவரங்கம் இரயில் நிலையத்திற்கு அருகில் செல்லாயி அம்மன், வாளாடி உலகாயி அம்மன், உத்தமர் சீலி, செல்லாயி அம்மன் இப்படி ஊர்தோறும் செல்லாயி அம்மன் கோயில்கள், கிளிக்கூடு அரசாயி அம்மன், திருபலாய்த்துரை, கௌத்தரசநல்லூர், முருக்கூர், இடையாற்று மங்கலம், முத்தியூர், பச்சாம்பேட்டை பிடாரி கோயில்கள் முத்தரையர்களால் கட்டப்பட்டன. மயிலரங்கம் கொங்கி அம்மன், பச்சாம்பேட்டை காளியம்மன், போன்ற அம்மன்கள் முத்தரையர் காலத்தில் ஏற்பட்டவையாகும். இந்த அம்மன் கோயில்களில் இன்றுவரை முத்தரையர்ப் பூசாரிகளே நள்ளிரவு ஆட்டுக்கடா வெட்டுதல், ஆட்டுக்கடா வேண்டுதலுக்குப் பலி கொடுத்தல் வழிபாடு செய்து வெட்டுகிறார்கள். அரிவாளின் மீது ஏறி வருங்காலம் உரைத்தல், பிடாரிக்கு எல்லைச்சோறு நள்ளிரவு 12 மணிக்கு எறிதல் போன்றவற்றை முத்தரையர்கள் குடியிருக்கும் ஊர்களில் அக்காலம் முதல் இக்காலம் முடிய முத்தரையப் பூசாரிகளே செய்கிறார்கள். இதில் பார்ப்பணர்களுக்கு வேலை இல்லை. சங்கிலி கறுப்பு, மாவடியான், மூங்கலடியான் போன்ற வற்றிற்கு தமிழ் முத்தரையப் பூசாரிகளே நள்ளிரவில் ஆட்டு கிடா வெட்டி பலி கொடுத்து ''படையல்'' போட்டு''வேட்டைச்சாறு'' பொது இந்து மக்களுக்குத் திறந்தவெளியில் ஆட்டுக்கறியுடன் தாளிக்காத குழம்பிட்டு இன்றும் வழங்குகிறார்கள். திருவிழா நேரத்தில் முத்தரையப் பூசாரிகளே 'அருள்வாக்கு' கூறுவர்.

இன்றுவரை இந்த கோயில்கள் கிராமத் தேவதையாகக் கருதப்பட்டு பார்ப்பணர்கள் குடமுழுக்கு நேரத்தில் (கும்பா அபிசே கம்) வேள்வி செய்து குடமுழக்குச் செய்வார்கள். இந்த அம்மன் கோயில்களில் முத்தரையப் பூசாரியே வழிபாடு நாள்தோறும்

செய்து திருவிழாவும் நடத்தி வைப்பார். பார்ப்பணர் விலகி இருக்க முக்கிய காரணம் 'ஆட்டுக்கடா பலி இடுதல்' ஆகும். இதனாலேயே முத்தரையர்களின் அக்காலக் கல்வெட்டுகளில் நந்தா விளக்கு எரிய ஆடுகள் தரப்பட்டுள்ளன. அவை பலியிடப பயன் பட்டுள்ளன. பொதுவாக கோயில் கட்ட நிலம், கட்டிய கோயில் விளக்கு எரியவும், பூசாரியின் பூசைக்காகவும் ஆடு, பொற்காசுகள் (துளையிடப்பட்டது) நன்கொடையாக வழங்கப் பட்டது பற்றி கல்வெட்டுகளில் குறிக்கப்பட்டுள்ளன.

❖ ❖ ❖

25. முத்தரையர் நாட்டில் பாசன வசதி

பல்லவநாட்டில், சோழ நாட்டில், முத்தரையர் நாட்டில் முத்தரையர் செய்த தொண்டுகளில் தலையான சமூகத் தொண்டு பாசனவசதி ஆகும்.

(1) கி.பி. *12, 13*ஆம் நூற்றாண்டு அரங்கன் அரையன் பெரம்பலூர் மாவட்டம், சாத்தனூர் வட்டம் சாத்தனூர் ஏரிக்கு மதகு கட்டினான் ஆவணம் இதழ் *8, 1997* பக்கம் *38.*

அமரூன்றி முத்தரையன் தங்கையும் கொடும்பாளூர் மறவன் பூதியின அரசியும் அறிந்திகை (கி.பி. *863-* கி.பி. *907*இல்) அறிந்திகை சதுர்வேதி மங்களம் என்று தென்கரை நாட்டில் ஒரு பாசனக் கால்வாய் வெட்டி இருக்கிறாள். அதனால் அந்த ஊர் நங்கை வரம் நங்காவரம் என்ற பெயரை அவ்வூர் பெற்றது. தெ.இ.க. தொகுதி *12*ல் க.எ.*103*, தொகுதி *8* இல் *643, 660*லும் குறிக்கப்பட்டுள்ளன. திருச்சி மாவட்டம் மண்ணச்சநல்லூர் திருவள்ளறையில் கலை நுணுக்கத்துடன் அமைக்கப்பட்டுள்ள ஸ்வஸ்திக் வடிவக்கிணறு மாற்பிடுகு பேரதியரையனின் தம்பி கம்பன் அரையன் வெட்டினான். இதைப் போல திருச்சி மாவட்டம் இலால்குடி வட்டம் ஆலம்பாக்கத்தில் மாற்பிடுகு பேரதியரையன் ஓர் ஏரியை வெட்டியுள்ளான். இதற்கு மார்பிடுகு ஏரி என்று பெயர்.

முத்தரையர்நாடு மீகூற்று விளாநாட்டுக்கூகூர்விஜய நல்லூழான் காடவதியரையனின் பெயரில் இடையாற்று மங்கலத்தில் கடுவாய் வடிகால் வாய்க்காலுக்கு வடக்கே சுமார் 15 ஏக்கர் ஊழான் படுகை என்ற பெயருடன் இன்றும் விளங்குகிறது.

அதைப்போலவே அய்யன் வாய்க்காலில் இருந்து வயலுக்கு நீர்ப்பாயும் குமிழிகளின் பெயர் சிங்கத்தடி என்று அமைந்துள்ளது. முத்தரையரின் விலங்கு சின்னம் சிங்கம். அதன் பெயரால் சிங்கத்தடி என்றும், பச்சாம் பேட்டைக்கு மேற்கில் ''மீனாவடி''

என்று விளங்குவதால் சுவரன் மாறனின் கல்வெட்டுப்படி 'வெங்கட் பொருகயல் சேர்வெல் கொடியோன்' என்பதில் கயலைக் குறிக்கும் 'மீனாவடி' என்றும் உள்ளது. செவந்திநாத புரத்தில் பெரியவர் சீலியில் 'பட்டவர்த்தி' என்ற பெயர் குமிழி உண்டு. அதைப்போல இடையாற்று மங்கலத்தில் 'குவாவன் குமிழி' என்பது. அது தற்சமயம் 'குசவன் குமிழி' என்று வழங்குகிறது. திண்டுக்கல் மாவட்டத்தில் குவாவன்பட்டி என்பது குசவப்பட்டி மருவி வழங்குகிறது. இங்கு வாழும் மக்கள் அனைவரும் கிறித்துவ முத்தரையர் மக்கள் ஆவார். குயவர் ஒருவர்கூட அங்கு இல்லை.

காவிரியும் கொள்ளிடமும் கரைபுரண்டு முத்தரையர் நாட்டின் குறுக்கே ஓடி இருக்கிறது. ஆனாலும் புதுக்கோட்டையில் கிடைத்த கல்வெட்டுகள் போல நஞ்சை வயல்பக்கம் கல்வெட்டுகள் கிடைக்கக் காணோம். வெள்ள நீரில் இருந்து மக்களைப் பாதுகாக்கும் பொறுப்பு முத்தரையர்களிடம் ஆங்கிலேயர் வரும் வரை இருந்து வந்தது. ஒருக்கால் பல்லவர் நேரடி ஆட்சி இந்த பகுதியில் இருந்து இருக்குமோ? அதனால்தான் கல்வெட்டுகள் இல்லை என்று நினைக்கத் தோன்றுகிறது.

முதலாம் குலோத்துங்கன் காலத்தில் புதுக்கோட்டை திருமயம் வெ[illegible]ம்கோட்டூரில் பாசனக்கண்மாய் வெட்டிக்கரை அமைத்தான். குலோத்துங்கச் சோழன் கனகராஜன் க.எண். தொகுதி 23ல் கல்வெட்டு எண் 155ல் உள்ளது. அரியலூர் மாவட்டத்தில் குவாகம் என்ற பெயருள்ள ஊர் உண்டு.

❖ ❖ ❖

26. முத்தரையர் நகரங்கள்

[தமிழ்மட்டும் பேசுவோர்] பெருநகரங்கள் :- திருச்சிராப்பள்ளி (பெரும்பிடுகு முத்தரையர் சிலையுள்ள நகரம்), தஞ்சை, திருவரங்கம், திருவானைக்காவல், திண்டுக்கல்.

வன்னியர் குல முத்தரையர், சேர்வை, அம்பலக்காரர் நகரங்கள்:- 1.கரூர், 2. மணப்பாறை, 3. முசிறி, 4. குளித்தலை, 5. மண்ணச்சநல்லூர், 6. துறையூர், 7. இலால்குடி, 8. புள்ளம்பாடி, 9. கல்லக்குடி - பாடாலூர். 10. தொட்டியம், 11. புதுக்கோட்டை, 12. கீரனூர், 13. விராலி மலை, 14. பட்டுக்கோட்டை, 15. அறந்தாங்கி, 16. திருமயம், 17. திருக்காட்டுப்பள்ளி, 18. கண்டியூர், 19. வல்லம், 20. திருப்பண்துருத்தி, 21. மதுரை மாவட்டம் மேலூர்.

இந்த மாதிரி பெருநகரங்களிலும் நகராட்சியிலும் பேரூராட்சியிலும் முத்தரையர்கள் ஆளும் நிலையில் உள்ளனர். தெலுங்கு கன்னடம் பேசுவோர் சேர்ந்து நாயக்கர்கள், நாயுடுகள், பாளையக் காரர்கள், அம்பலக்காரர், வலையர்கள் இவர்களையும் சேர்த்தால் ஈரோடு, சிவகங்கை, காரைக்குடி, புதுக்கோட்டை போன்ற நகரங்களில் தெலுங்கு பேசுவோரையும் கணக்கிட்டால் பெரும்பான்மை கிடைக்கும்.

கலவரம்-ஊர்க்காவல்
(கி.பி.1600-கி.பி.1750கல்வெட்டுகள்)

கானாடு :- கோனாடு எல்லைச் சண்டையில் படை வெள்ளாளர் சண்டை அரும்பிச்சை கருப்ப முத்திரி கலந்து கொள்ளல் அதனால் அரிமளம் கிராமம் தானம். (காலம் :- கி.பி. 1725).

இடம்:- புதுக்கோட்டை மாவட்டம், பொன்னமராவதியை அடுத்த தூத்தூர் கிராமம். காலம்: 15ஆம் நூற்றாண்டு (கி.பி. 1478)

கானாடு-கோனாடு வெள்ளாளர் எல்லைச்சண்டை வெள்ளாளர்களுக்குப் போர்வீரராக முத்தரையர் ஈடுபடுதல் அதற்காக

நிலக்கொடை தருதல். காலம் : திருமலை நாயக்கர். நிகழ்வு:- கவரை நாயக்கரின் வீட்டில் நடைபெற்ற துக்கம், வலைமூப்பர் (முத்தரையர்) செல்லல். பாப்பா மூப்பனின் மருமகள் மீது திம்ம நாயக்கன் மகன் உமிழ்தல். (தமிழச்சி மீது தெலுங்கன் உமிழ்தல்) அதனால் கலவரம். நாயக்கர் முன்பாக வழக்கு - தண்டனை 4000 பவுன் வசூலித்தல்.

இடம்: புதுக்கோட்டை மாவட்டம் அரிமளம் ஓலைச் சுவடிப்பட்டயம். நிகழ்ச்சி: எல்லைச்சண்டை (கோனாடு- கானாடு) காலம் :- கி.பி. 1725. பாராட்டு:- அரிமளம் காணியாச்சியாகத் தருதல்.

இதுபோன்ற கலவரங்களில் முத்தரையர்கள் சண்டை இட்டு இருக்கிறார்கள். கி.பி. 1400 முதல் கி.பி. 1750 முடிய எங்கு போர் நடந்தாலும், கலவரம் நடந்தாலும், சாதி கலவரம் நடந்தாலும் சண்டை இட முடியாதவர்கள் முத்தரையரைப் பயன்படுத்தி தங்களைப் பாதுகாத்து கொள்ளவும் செய்தனர். அடிதடி சண்டையில் முத்தரையரை கி.பி. 1400 முதல் கி.பி. 1700 முடிய பயன்படுத்தினார்கள். இப்படி பயன்படுத்தியவர்கள் தெலுங்கு பேசுவோர் ஆவார். பின்பு படை எடுப்பு, பாதுகாப்பு இவற்றில் முத்தரையர்கள் போர்வீரர்களாக மாறி சண்டை இட்டனர். இந்த நிலை சாதாரண போர்வீரர்களாக மாறிப் போயினர்.

பேரரசர், அரசர், அரையர், நிலக்கிழார், போர்வீரர், பிணத்துக்கு முன்பு முக்காடு இட்டு செல்லும் ஏழை பாமரர் என்று தாழ்வடைந்தனர். செலிந்தவன முத்தரையர்கள் பிற சாதிகளுக்கு அவர்களின் பிணத்து பாடைக்கும் முக்காடு இட்டு சென்றனர். காலம் கி.பி. 1615. ஆதாரம்:- பு.க. எண் 925. ஆட்சியாளர் மல்லப்ப பல்லவரையரிடம் முறையிட்டு வலையர்கள் போராடி நீக்குதல். பேரரசர் - அரசர் - அரையர் - நிலக்கிழார் - போர் வீரர் - பிணத்துக்கு முன்பு முக்காடு இட்டு செல்லும் ஏழையர். இப்படி மெல்ல தாழ்ந்து போயினர்.

நடுகல்

காட்சி கால்கோள் நீர்ப்படை நடுகல்
சீர்த்த மரபில் பெரும்படை வாழ்த்தென்று
இருமூன்று மரபிற் கல்லொடு புணரச்
சொல்லப் பட்ட எழுமூன்று துறைத்தே!

தொல் - புறத்திணை - கரந்தை - 1006இல் 19-22 தன்னுயிரைத் துச்சமெனக் கருதும் முத்தரைய வீரன் தன்னைச் சார்ந்த மன்னனுக்காக உயிரை விடுமளவுக்கு போரிடும் குணம் படைத்தவன். அந்த வகையில் முத்தரைய வீரர்கள் பலர் நடுகல் ஆகி இருக்கிறார்கள். முதல் பராந்தகன் காலம் (கி.பி. 907) ஆநிரை கவர்தலுக்கு வந்த எதிரிகளோடு போர். இளஞ்சிங்களத் தரையன் உயிர் துறந்தான். அதற்கு முன்பு அவனது தந்தை உயிர் துறந்தார். அதனால் வீரக்கல் என்ற நடுகல் இரண்டும் நாமக்கல் மாவட்டம் கூலிப்பட்டியிலுள்ள பெருமாள் கோயில். தமிழ்நாடு முத்தரையர் இதழ் 15.10.83.

தருமபுரி மாவட்டம் அரூர் வட்டம் கூடலூர் வேடியப்பன் கோயிலில் உள்ள நடுகல்.

> **"ஸ்ரீ கற்கடக முத்தரையந் கங்க**
> **நி மகந் படலந் இக்கல்லில்**
> **இவனையும் குதிரையும் செ**
> **ய் வித்தேன் இவந் தம்பி தி**
> **த்தனேன்."**

என்று கூறுகிறது. இவனது காலம் கி.பி. முதலாம் நூற்றாண்டு. பாளையகாரர் கற்கடக முதத்தரையன் நடுகல் வைத்தவர்:- இவருடைய தம்பி தித்தன். த.தொ. ஆய்வுத்துறை தொடர் எண் 1973 - 47 A.

ஆதித்த கரிகாலன் காலத்தில் வேலூர் மாவட்டம் குடியாத்தம் வட்டம் வெங்கட்டூர் என்ற ஊரில் வைக்கப்பட்ட நடுகல்கள் நான்கு உள்ளன. 1. சாத்தையன் 2. திருவூறல் ஆகியோருக்காக வைக்கப்பட்டன. இப்படி தமிழ்நாடெங்கும் நடுகற்கள் ஆயிரக் கணக்கில் இருந்து இருக்கலாம். கையில் கிடைத்தவை மிகவும் சொற்பமே! அதைக் கொண்டு எழுதுதல் மிகவும் அற்பமே!

தெய்வமான முத்தரையர் : காலம் மாலிக்காப்பூர் படைஎடுப்பு, இடம்:- திருச்சி மாவட்டம் சீரங்கம் உத்தமர்சீலி, படைஎடுப்பு: முகமதியர் படைஎடுப்பு, முறியடிப்பு: நானூற்றி முத்தரையன். நானூற்றி முத்தரையன் திருமண நாளன்று முகமதியர் படை எதிர்த்து தாக்குதல் செய்தான். வீரமரணம் திருமணப் பெண் அரியநாச்சி தீக்குளிப்பு அதனால் அவ்வூரில் இருவரையும் தெய்வமாக வணங்கி வருகின்றனர்.

❖ ❖ ❖

27. ஆங்கிலேயர் காலம்

கி.பி. 1700 முதல் கி.பி.1947 ஆகஸ்டு 15ந் நாள் முடிய

சந்தா சாகிப்பும் முகமது அலியும் ஆர்க்காடு நவாப்பு இறந்து விட்டதால், ஆர்க்காடு நவாப்புப் பதவிக்கு போட்டி இட்டனர். சந்தா சாகிப்பு பெரும்படை திரட்டிக் கொண்டு, திருச்சி மலைக்கோட்டைக்குள் ஒளிந்திருந்த முகமது அலியை ஒழிக்க முற்றுகையிட்டார். அந்த படைஎடுப்பு முற்றுக்கைக்கு சந்தா சாகிப்புக்குப் புதுச்சேரி ஆளுநர் டூப்ளே பெரும்படை கொடுத்து உதவி இருந்தார். இதை அறிந்த ஆங்கிலப் படைத்தளபதி இராபர்ட் டு கிளைவ் உள்ளூர் (தமிழ்நாடு மக்களைக் கொண்ட 300 பேர் கொண்ட) சிறுபடையுடன் ஆர்க்காட்டை முற்றுகையிடவே, சந்தாசாகிப்பு அச்சங்கொண்டு ஆர்க்காட்டிற்கு ஓடிவரவே, அதனால் விடுதலை ஆன முகமது அலி பெரும்படையுடன் ஆர்க்காடு மீதுப் படை எடுத்து வந்தார். ஆங்கிலப்படையும் முகமது அலியின் படையும் சேர்ந்து தாக்கியதால் சந்தா சாகிப்பு சாகடிக்கப் பட்டார். பிரஞ்சு ஆளுநர் டூப்ளேயின் செல்வாக்கு குறைந்தது. அதுமுதல் ஆங்கிலேயர் செல்வாக்கு உயர்ந்தது.

அதற்குமுன்பு 1638 மே திங்கள் 2ஆம் நாள் வேங்கடப்ப நாயக்கர் பேரன் சென்னியப்ப நாய்க்கர் செயிண்ட் ஜார்ஜ் கோட்டைக்கு அருகில் உள்ள இடத்தை ஆங்கிலேயருக்கு விற்று இருந்தார் அதனால் சென்னை என்ற பெயர் வந்தது. செயிண்ட் ஜார்ஜ் கோட்டை இருந்த இடத்தை அவரது தம்பி முத்திராஜ் என்பவர் ஆங்கிலேயருக்கு விற்றார். அதனால் முத்ராஜ் என்பதே மெட்ராசு (Madras) எனப் பெயர் வழங்கி உள்ளது. தமிழக மக்கள் மதராசி என்று அழைக்கப்பட்டனர். சென்னியப்ப நாய்க்கரும் முத்ராஜூம் ஒருவர் என்றும் கூறப்படுகிறது. அவரைப் பாராட்டி ஒரு கல்வெட்டு மகுல நாயக்கர், தாடங்சிங்கரசர், நாகிசரண், இறைகால கோத்திர பவுத்திரன், உத்தண்ட புலிமாறன், காலகண்டன்கவநிசகச்சிராயன், தாற் தண்டி, பரதார நங்கை ஆசைப்படாதவன், சி.கெயாலூரி,

தேவப் பிராமண பூசா தற்பரண், சத்திய வாசகம் தப்பாதவன், பரசு ராமன், விக்கிரமாதித்தன் என்று கல்வெட்டுப் புகழ்கிறது. (விஜய நகரர், பாளையகாரர், தெலுங்கு ஆட்சி கல்வெட்டு பேசுகிறது. இது தமிழ் வரலாற்றில் முக்கியக் காலக் கட்டம். க.தொகுதி.22 பகுதி 1 க. எண். 262.)

அதற்குமுன்பே பிரான்சும், போர்ச்சுகீசியரும் டச்சுகாரர்களும் காலூன்றி இருந்தனர். இராபர்ட்டு கிளைவ்வின் ஆங்கிலப் படையில் இருந்தவர்கள் தமிழ்நாட்டு சத்திரியர் முத்தரையர்கள் ஆவார். அந்த 300 பேர் கொண்ட சிறிய படையில் 100 பேர் முத்தரையர்களாவது இருந்து இருப்பர். காரணம் அப்போது இருந்த சூழ்நிலையாகும். வெளிநாட்டில் இருந்து வந்த ஆங்கிலேயர்கள் மிகவும் குறைந்த தொகை மக்களே வந்திருப்பர். முத்தரையர்கள் அதே காலக் கட்டத்தில் புதுக்கோட்டைப் பகுதியில் வெள்ளாளர் இரு குழுக்கள் கானாடு - கோனாடு இரண்டிற்காகவும் போரிட்டு நிலம் பெற்று இருக்கிறார்கள். ஆனாலும் இதற்கு ஆதாரம் உண்டு. ஆங்கிலப்படையில் சேர்ந்து போரிட்டதற்கு ஆதாரம் இல்லை. அதைப் போலவே முகமதியர்களின் படையில் கூட சத்திரியர் குல முத்தரையர்கள் இருக்கக்கூடும். ஏனெனில் போர் என்றால் தயங்காமல் உயிரைத் துச்சமாக மதித்து சண்டையிடும் மறவர் முத்தரையர்களே முன்னணியில் இருப்பர். ஆனாலும் சரியான ஆதாரம் இல்லை. எழுதுதல், கணக்கு பார்த்தல் இம்மாதிரி வேலை களை வெள்ளாளர், ஆரியப் பார்ப்பணர்கள், செட்டியார்கள் போன்றவர் சேர்ந்து இருந்து இருப்பர். அதற்கு ஒரு சான்று:- ஆனந்தரங்கம் பிள்ளை என்பவர் ஆவார். அவர் எழுதிய டைரி ஆகும்.

அதற்கு முன்பே போர்த்துக்கீசியர் வருகை. அந்த நிலையில் புனித சவேரியரும் திருவிவிலியம் பயின்றவர்களும் வந்து கி.பி. 1550 வாக்கில் கிறித்துவ மதம் பரப்ப வந்தனர். அவர்கள் இந்தியாவிற்கு வந்து தமிழகம் வருமுன்னர், இந்து முத்தரையர் மட்டுமே இந்து மதத் தெய்வங்களையே வணங்கி வந்தனர். வைணவர்களாகவும், சைவர்களாகவும் இருந்தனர். அப்போது சமணம்-பௌத்தம் சமயங்களை விட்டு இந்து சமயத்தின் அகப்புறச் சமயங்களான சை வம், வைணவம் சார்ந்து ஒழுகி வந்தனர். ஆனால் பிராமணர்கள் மற்றும் மேட்டுக்குடியினரின் கொடுமையால் கிறித்துவம் சார்ந்து ஒழுகத் தொடங்கினர்.

முதலில் புனித சவரியார் வந்ததால் உரோமன் கத்தோலிக்கம் பரவியது. அது கன்னியாகுமரி, தூத்துக்குடி, பாளையம்கோட்டை, கேரளா இவற்றில் உள்ள பரதவர், நாடார் சேர்ந்து ஒழுகி வந்தனர். பின்னர் புனித தோமையார் போன வழியில் எல்லாம் புனித சவரியாரும் அவரது துணை சாமியார் அண்டிரிக்கல் சாமியாரும் பயணம் செய்து மணப்பாறை பகுதி, திண்டுக்கல் பகுதி, திருச்சி பகுதி முத்தரையர்களை மதம் மாற்றினார்கள்.

இதுபோல முகமதியரில் தமிழ்மட்டும் பேசும் முகமதியர்கள் உண்டு. இவர்களில் யார் யார் முத்தரையர் இனம் என்று அறிய முடியாத அளவு போய் விட்டது. காரணம் முகமதியர் சாதியைத் துறந்து முகமதியராக மட்டும் இருப்பதால் அறிய வழியில்லை. ஆனால் மதம் மாறிய கிறித்தவர்கள் இந்துக்களின் பாரம்பரியத்தைக் கைவிட கிறித்துவ பாதிரியார்கள் வற்புறுத்தாத காரணத்தில், அப்படி அப்படியே சாதிகளைத் துறந்து விடாமல் இருந்து பாரம்பரியமாக, பரம்பரையாக வந்ததால் வழிவழியாக சாதித் தொடர்ந்தது. அதனால் சாந்தப்பன் நாடார், அடைக்கல சாமிப்பிள்ளை, அந்தோணிசாமி முத்தரையர், யாகப்பன் உடையார் என்று சீட்டுகட்டு கலையாத மாதிரி அடுக்கடுக்காகச் சாதிகள் தொடர்ந்து வந்தன.

முழு முழு ஊர்களாகச் சென்று உரோமன் கத்தோலிக்கர்கள், தென்னிந்திய திருச்சபை, தமிழ்நாடு உலுத்திரன் சபை என்று போட்டிப் போட்டு கிறித்துவத்தைப் பரப்பி வந்தனர். சீகன் பால்க் என்பவர் திருவிலியத்தைத் தமிழில் மொழிப் பெயர்த்து காகிதத்தில் அச்சிட்டு ஊர் ஊராக வழங்கினார்.

❖ ❖ ❖

28. கிறித்துவ முத்தரையர்கள், புனித சவேரியார் தமிழகம் வருகை

ஐரோப்பாகண்டத்தில் இருக்கும் போர்ச்சுகல் நாட்டில் இருந்து புனித சவேரியார் கோவா வந்து அங்கு கிறித்துவத்துவத்தைப் பரப்பி விட்டு மலையாளக் கடற்கரை வந்தார். அங்கிருந்து தூத்துக்குடி, கோட்டாறு போன்ற இடங்களுக்கும் கிறித்துவம் பரப்பி விட்டு மணப்பாறை பகுதிக்கு வந்தார். அப்போது துணை சாமியார் அணிடிரிக்கல் பாதிரியார் கூட வந்தார். அவர்தான் இந்திய மொழிகளுக்கெல்லாம் மூத்த மொழியான தமிழுக்கு இந்தியாவில் முதன்முதலில் காகிதத்தில் எழுதும் முறையைக் கொண்டுவந்தார். ''தம்பிரான் வணக்கம்'' என்ற நூலை எழுதி வெளியிட்டார். இவருக்குப் பிறகு தான் சீகன்பால்க்கு வந்து திருவிவிலியத்தை தமிழில் தந்தார். அதற்கு பிறகு புனித அருளானந்தையார், சின்ன சவேரியார் போன்றவர்கள் கிறித்துவம் பரப்பினார்கள். குறிப்பாக புனித அருளானந்தையார் முத்தரையர் குடியிருப்பு பகுதிகளான பொறத்தாக்குடி, பெரியவர்சீலி பகுதிகளில் பரப்புரை செய்து ஓரியூர் சென்று வெட்டிக் கொல்லப்பட்டு கிறித்துவ சமயவேத சாட்சியானார். அதன்பின்னர் வந்தவர் இத்தாலியில் இருந்து கான்ஸடையன் பெஸ்கி என்ற வீரமாமுனிவர் வடுகர்பேட்டை (கல்லக்குடி அருகில்) பகுதி ஏலாக்குறிச்சி இங்கெல்லாம் இருந்து கிறித்துவத் திருமறைப் பரப்பினார். இதில் வடுகூர்பேட்டை, வாண்ட்ராம் பாளையம் (வாணதிராயன் பாளையம்) கோவாணடாக்குறிச்சி, ஆலம்பாக்கம் இங்கெல்லாம் முத்தரையர்களிடம் கிறித்துவம் பரப்பினார். புனித சவேரியார் வந்த காலம் கி.பி. 1550 அருளானந்தையார் வந்த காலம் கி.பி. 1600 வீரமாமுனிவர் காலம் கி.பி. 1700. C.S.I பரப்பிய சீகன்பால்க்கு காலம் கி.பி. 1620.

இவர்கள் திண்டுக்கல் மாவட்டம், திருச்சி மாவட்டம், அரியலூர் மாவட்டம் முத்தரையர்களிடம் பழகி கிறித்துவம் பரப்பியவர்களாவார்கள். இவர்கள் முசிறி, புதுக்கோட்டை, கரூர் பகுதிகளில் சென்று கிறித்துவம் பரப்பவில்லையாதலால்

அங்கு கிறித்துவம் பரவவில்லை. மணப்பாறைப் பகுதியில் அந்தக் காலக் கட்டத்திலேயே பரப்புரை செய்ததால் கிறித்துவம் ஆழமாக வேரூன்றியது. புதுக்கோட்டை, முசிறி, குளித்தலைப் பகுதிகளில் முத்தரையர்கள் இந்து சமயத்தில் அழுத்தமான பிடிப்பாக இருந்ததால் அதிக மதமாற்றம் ஆகவில்லை. மேலும் தத்துவப் போதகர், (டிநோபுளி) வீரமாமுனிவர் போன்றவர்கள் இந்துக்கள் பண்பாட்டை அதிகம் மாற்றாமல், திருவிழா, தேர் இழுப்பது பொங்கல் விழா கொண்டாடுவது இவற்றை அப்படியே வைத்து மையப்படுத்தி கொண்டாட வழிவகை செய்ததால் முத்தரையர் நடுவில் உரோமன் கத்தோலிக்கு கிறித்துவம் பரவியது. மேலும் முத்தரையர் பெண் தெய்வம் வணங்கியவர் களாதலால் மேரியன்னையை வணங்கும் R.C. யில் சேர்ந்தனர்.

தரங்கம்பாடியில் சீகன்பால்க்கு காகிதம் தயாரித்து திருவிவிலியத்தைத் தமிழில் மொழி பெயர்த்தார். தத்துவப் போதகர் டி.நோபுளி ஆரிய பிராமணர்கள் போல உடை அணிந்து சைவராகி சமயப் பிரச்சாரம் செய்தார். மேலும் தமிழுக்குத் தொண்டு செய்து டாக்டர் கால்டுவெல் ஐயர், உரோலியசு ஐயர், டாக்டர் ஜி.யூ. போப்பு போன்றவர்கள் சமயப் பிரச்சாரம் செய்தனர். இதனால் தென்னிந்தியத் திருச்சபை, தமிழ்நாடு லுத்தரன் சபை எல்லாம் முத்தரையர் நடுவில் பரப்பினார்கள். சீகன்பால்க்கும் திருச்சி பகுதியில் சமயப் பிரச்சாரம் செய்திருக்கக் கூடும். கி.பி. முதல் நூற்றாண்டில் மலையாளக் கடற்கரையில் இருந்து புனித தோமையார் சென்னை பரங்கி மலைக்கு முத்தரையர் குடியிருப்பு வழியாகத் தான் சென்றிருக்க வேண்டும். முக்கியமாக மணப்பாறை மலையடிப்பட்டி, வழியாக, இருங்களூர் வழியாக சென்றிருக்கக் கூடும். இதைப் போலவே புனித அருளானந்தையர், புனித சவரியார், வீரமாமுனிவர், தத்துவப்போதகர் போன்றோர் சென்றிருக்கக் கூடும்.

தமிழ்மட்டும் பேசும் முகமதியர்களைக் கண்டு இவர்கள் இன்ன சாதியில் இருந்து வந்தவர் என்று மூலம் அறிய முடியாது. முத்தரையர்கள் பிராமணர் ஆதிக்கம், உருது பேசும் முகமதியர் - நவாப்பு கெடுபிடி இவற்றால் மாறி முகமதிய சமயத்தில் கலந்து சாதியைத் துறந்துவிட்டனர். முகமதியர் சாதிக் கட்டமைப்பைத் தகர்த்து முகமதியர் சமயத்தில் ஒன்று கலந்து விட்டனர். முகமதியர் சமயத்தில் முத்தரையர் சேர்ந்து இருக்கக் கூடும். ஆனால் கிறித்தவத்தில் அங்கீகரிக்கப்பட்ட உரோமன் கத்தோலிக்கு கிறித்துவம் இந்துக்களின் சம்பிரதாயம் முறை களோடு, சடங்கு முறைகளோடு அதிகம் வேறுபடாமல், தகர்த்துவிடாமல்

அதை ஒட்டியே கிறித்துவத்தில் ஐக்கியம் ஆனார்கள். அதனால் கிறித்துவத்தில் அதிகம் முத்தரையர் இணைந்தனர். காரணம் பிராமணர். அதிகாரம் - கெடுபிடி, வறுமை இவைகளால் பீடிக்கப்பட்டவர்கள் கிறித்துவத்தில் இணைந்தனர்.

பல ஊர்களில் சமணமும், பௌத்தமும் ஆழமாகக் காலூன்றி இருந்து, அகன்று, இல்லாமல் போனது. அதில் சில ஊர்கள் அந்த கொள்கைகள் சில இருந்தபோது, உருவ வழிப்பாட்டை கண்டித்து பேசிய C.S.I, T.E.L.C ஐரோப்பியர் கொள்கைப் பிடித்து போகவே முத்தரையர் பலர் சேர்ந்து ஒழுகினார்கள். R.C.கிறித்தவர் C.S.I.T.E.L.C. கிறித்தவர் எல்லா முத்தரையர்தமது சாதியை விட்டுக் கொடுக்காமல் திருமண உறவு ஒருவருக்கொருவர் வைத்துக் கொண்டனர். பின்பு கிறித்துவத்தில் இயேசு பிரான் கொள்கையில் ஒன்று கலந்தனர்.

திருச்சி மாவட்டம் முத்தரையர்கள்

1. மண்ணச்சநல்லூர் ஒன்றியம் : திருச்சி மாவட்டத்தில் மண்ணச்சநல்லூர் ஒன்றியத்தில் கிறித்துவ முத்தரையர்கள் : *1.* இருங்களூர் , *2.* புறத்தாக்குடி, *3.* கொணலை, *4.* கல்பாளையம், *5.* ஈச்சம்பட்டி, *6.* நரிமேடு, *7.* மாணிக்கப்புரம் தவிர அனைத்து ஊர்களும் இந்து முத்தரையர்கள் வாழும் ஊர்களாகும். மொத்தத்தில் முத்தரையர்கள் வாழும் பூமியாகும். தம்மை 'வன்னியர்கள்' என்றே *10*-ஆம் நூற்றாண்டு முதல் கூறுவர்.

2. முசிரி ஒன்றியம் : இந்த ஒன்றியத்தில் உள்ள அனைத்து ஊர்களும் இந்து முத்தரையர்கள் வாழும் ஒன்றியம் ஆகும். முத்தரையர்களுக்கு முழுமுதல் புனித பூமி.

3. தொட்டியம் ஒன்றியம் : இந்த ஒன்றியத்தில் உள்ள அனைத்து ஊர்களும் இந்து முத்தரையர்கள் வாழுமிடமாகும்.

4. துறையூர் ஒன்றியம் : இங்கு ஒருசில ஊர்கள் செங்குந்தர். ஒருசில கவுண்டர் வாழ்வதுபோக மீதி முத்தரையர் வாழுமிட மாகும். இந்து முத்தரையர்களே வாழ்கிறார்கள்.

5. திருவரங்கம் : திருவரங்கம் நகரில் பிராமணர்கள், போக மீதி முத்தரையர்கள். திருவானைக்காவல் நகரில் *70%* முத்தரையர்கள் மீதி அந்த தொகுதி முழுவதும் ஒவ்வொரு சிற்றூர்களிலும் முத்தரையர்களே மிக அதிகம். முக்கியமாக கிளிக்கூடு, கவுத்தரசநல்லூர், உத்தமர்சீலி, திருவளர்சோலை, பனையபுரம், இராம்ஜிநகர், கருமண்டபம், குளத்தூர், மேலூர்,

மணிகண்டம், முடிகண்டம், கிராப்பட்டி இவை அனைத்திலும் இந்து முத்தரையர்கள் வாழ்கிறார்கள். கிராப்பட்டியில் கிறித்துவ முத்தரையர்கள் வாழ்கிறார்கள். திருவளர்சோலையில் கிறித்துவர் வாழ்கிறார்கள்.

6. திருவரம்பூர் : இங்கு தோகூர், எல்லக்குடி, குவளக்குடி, அரியமங்கலத்தில் கிறித்துவ முத்தரையர்கள் வாழ்கிறார்கள். அரசன்குடி,முறுக்கூர், வேங்கூர், காட்டூர் ஆகிய இடங்களில் முத்தரையர்கள் வாழ்கிறார்கள்.

7. மணப்பாறை : பக்கம் 154-இல் குறிப்பிடப்பட்ட கிறித்துவ முத்தரையர் வாழ்கிறார்கள். மீதி ஊர்களில் இந்து முத்தரையர்கள் மற்றவர்களோடு கலந்து பெருவாரியாக வாழ்கிறார்கள். இவர்கள் கி.பி.10-ஆம் நூற்றாண்டு முதல் தம்மை வன்னியர்கள் என்று கூறுவர்.

1. திருச்சிராப்பள்ளி: இங்கு துரைசாமிபுரம், பாலக்கரை, உறையூர் கிறித்துவ முத்தரையர்கள் இந்து முத்தரையர்களுடன் கலந்து வாழ்கின்றனர். தாரானூர், பீமநகர் இவற்றில் இந்து முத்தரையர்கள் வாழ்கிறார்கள்.

2. திண்டுக்கல் : இங்கு முத்தரையர்கள் கிறித்துவர்கள் தம்மை சேர்வை, வன்னியர் என்று சொல்லிக் கொள்கிறார்கள். இங்கு அம்பலக்காரர் போன்றவர்கள் நத்தம் பகுதியில் வாழ்கிறார்கள். நத்தம் தொகுதியில் தொடர்ந்து அம்பலக்காரர்களே தேர்தலில் வென்றனர். மதுரை மேலூரில் முத்தரையர்கள் அதிகம். சுமார் 80 ஆயிரம் வாக்காளர்கள் வாழ்கிறார்கள். இங்குள்ளவர்கள் இன உணர்வுடையவர்கள்.

10. கோவை : காரைமடை, சத்தியமங்கலம், சிறுமுகை, தடாகம், வேலாண்டி பாளையம் போன்ற இடங்களில் முத்தரையர் (இந்து) மிகவும் அடர்த்தியாக வாழ்கிறார்கள்.

இலால்குடி, அரியலூர், மணப்பாறை, மண்ணச்சநல்லூர் ஆகிய வட்டங்கள், திண்டுக்கல் மாவட்டம் கிறித்துவர்கள் தம்மை வன்னியர்கள், சேர்வைகள் என்றும் கூறிக் கொள்வர். தாங்கள் கி.பி. பத்தாம் நூற்றாண்டு முதலே தாங்கள் வன்னியர்கள், சேர்வைகள், வன்னியர்குலச் சத்திரியர்கள் என்று கூறிக்கொள்வர். அரியலூர் வட்டம் ஊர்காரர்கள் படையாட்சியுடன் இரண்டறக் கலந்து தம்மை வன்னியர்கள் என்பர். பொதுவாக கிறித்துவ முத்தரையர்கள் தம்மை வன்னியர்குல சத்திரியர்கள் என்றே கருதுகிறார்கள்.

முத்தைரையர்கள், வன்னியர்கள், வன்னியகுல சத்திரியர்கள், அம்பலக்காரர்கள், சேர்வைகள் (இந்துக்களும், கிறித்தவர்கள்)

R.C.	C.S.I. T.C.E.C.	இந்து முத்தைரையர்
திருச்சி மாவட்டம், இலால்குடி ஒன்றியம்	இலால்குடி வட்டம்	
1. சூசூர்	1. இலால்குடி	1. சூசூர்
2. இடையாற்று மங்கலம்	2. மணக்கால்	2. இடையாற்று மங்கலம்
3. மயில் அரங்கம்	3. மேட்டுப்பட்டி	3. ஆனந்தி மேடு
4. பெரியவர் சீலி		4. பச்சாம்பேட்டை
5. திருமணமேடு புதுத்தெரு		5. திருமணமேடு
6. கபிரியேல்புரம்		6. T. வளவனூர்
7. வ. வளவனூர்		7. எசனைக்கோரை
8. எசனைக்கோரை		8. தண்டாங் கோரை
9. வாளாடிசத்திரம்		9. வாளாடி
10. கொன்னைக்குடி		10. மாந்துறை
11. அகளங்க நல்லூர்		11. ஆங்கரை
12. கே.வி.பேட்டை		12. சிறுதையூர்
		13. மணக்கால்
		14. சாத்தமங்கலம்
		15. நன்னிமங்கலம்
		16. கொப்பாவளி
		17. வழுதியூர்
		18. கீழ அன்பில்
		19. அரியூர்
		20. கண்ணாக்குடி
		21. இலால்குடி/ பல்லவவரம்
		22. பூவாளூர்
		23. அகங்களநல்லூர்
		24. பின்னவாசல்
		25. காட்டூர்
		26. முத்துராசப்புரம்
		27. தச்சன்குறிச்சி
		28. பண்பரம் சுற்றி
		29. பல்லவபுரம்
		30. T. கல்விக்குடி நகர்

கிறித்துவ முத்தரையர்களைப் பற்றி விளக்கவே இந்த அட்டவணை! மற்றபடி தமிழநாடு முழுவதும் பரவலாக முத்தரையர்கள் வாழ்கிறார்கள்.

முத்தரையர்கள், வன்னியர்கள், வன்னியகுல சத்திரியர்கள், அம்பலக்காரர்கள், சேர்வைகள் (இந்துக்களும், கிறித்தவர்களும்)

புள்ளம்பாடி ஒன்றியம் 1. புள்ளம்பாடி 2. கே.வி.பேட்டை 3. ஊவனூர் 4. கோ ஆண்டக்குறிச்சி 5. ஆலம்பாக்கம் 6. வானதிராயன் பாளையம் (வாண்ட்ராம் பாளையம்) 7. வடுகூர் பேட்டை 8. மேலரசூர் 9. கீழ அரசுசூர் 10. வந்தலை (கூடலூர்) 11. காணக்கிளிய நல்லூர் 12. மேலரசூர், கீழரசூர்	**புள்ளம்பாடி ஒன்றியம்** 1. புள்ளம்பாடி 2. கோக்குடி 3. விரகாலூர் 4. உபரிகள்	**புள்ளம்பாடி** 1. மாங்குடி 2. ஊட்டத்தூர் 3. சிறுகனூர் 4. மால்வாய் 5. தாப்பாய் 6. மேலரசூர் 7. கீழரசூர் 8. சங்கேந்தி 9. பெருவளநல்லூர்
மண்ணச்சநல்லூர் வட்டம் 1. இருங்களூர் 2. கொணலை 3. பொறத்தாக்குடி 4. நரிமேடு 5. மாணிக்கபுரம் 6. கல்பாளையம்	**மண்ணச்சநல்லூர் வட்டம்** 1. ஈச்சம்பட்டி 2. இருங்களூர்.	**மண்ணச்சநல்லூர் வட்டம்** பெரும்பாலான ஊர்கள் முத்திரையர் இந்துக்கள் வாழும் ஊர்கள் அனைத்து ஊர்களும் முத்தரையர்களே. அனைத்து ஊர்களும் இந்து முத்தரையர்களே.
முசிறி வட்டம் (இல்லை) வேலையின் பொருட்டு குடியேறியவர் சிலர் மட்டும்)		

முத்தைரையர்கள், வன்னியர்கள், வன்னியகுல சத்திரியர்கள், அம்பலக்காரர்கள், சேர்வைகள் (இந்துக்களும், கிறித்தவர்களும்)

திருச்சி மாவட்டம் 1. ஆலத்தூர் 2. கிராப்பட்டி 3. அரியமங்கலம் 4. குவளைக்குடி 5. அல்லித்துறை 6. திருவளர்ச்சோலை 7. திருச்சி துரைசாமிபுரம் 8. உறையூர் 9. புத்தூர் 10. விரகாலூர் 11. மற்ற இடங்கள்	திருச்சி மாவட்டம் புத்தூர் பாலக்கரை உறையூர் அயிலாப்பேட்டை	திருச்சி மாவட்டம் திருச்சி மாவட்டம் பெரும்பாலான ஊர்கள் இந்து முத்தரையர்கள் ஊர்களாகும். குறிப்பாக எட்டரை, கோப்பு, குழுமணி, பெருகமணி, அதவத்தூர், தோகைமலை, நெய்தலூர், கிராப்பட்டி போன்று பற்பல ஊர்கள் உள்பட இந்து முத்தரையர் 8,00,000 பேர் இருக்கக்கூடும் திருச்சிமாவட்டத்தில் எட்டு இலட்சம் முத்தரையர் இருக்கக்கூடும். மற்றும் அனைத்து ஊர்களிலும் வாழ்கிறார்கள்.
அரியலூர் மாவட்டம் 1. குல மாணிக்கம் 2. புதுக்கோட்டை 3. திருமழபாடி 4. ஆலம்பாடி மேட்டுத்தெரு 5. கோக்குடி 6. கல்லகம் 7. சிலுவைப்பட்டி 8. பூண்டி 9. மளத்தான்குலம்	அரியலூர் மாவட்டம் 1. குலமாணிக்கம் 2. புதுக்கோட்டை – பாக்கியநாதபுரம் 3. கோக்குடி	அரியலூர் மாவட்டம் 1. குலமாணிக்கம் 2. புதுக்கோட்டை – பாக்கியநாதபுரம் 3. கோக்குடி
பெரம்பலூர் மாவட்டம் அன்னமங்கலம்		செட்டிக்குளம், பாடாலூர், ஊட்டத்தூர் அதைச் சுற்றிள்ள பற்பல ஊர்கள்

முத்தைரையர்கள், வன்னியர்கள், வன்னியகுல சத்திரியர்கள், அம்பலக்காரர்கள், சேர்வைகள் (இந்துக்களும், கிறித்தவர்களும்)

மணப்பாறை வட்டம் 1. மஞ்சம்பட்டி 2. பெத்தமேட்டுப்பட்டு பட்டி 3. மறவனூர் 4. ஆலம்பட்டி 5. மணப்பாறை 6. கருங்குளம் 7. மலையடிப்பட்டி 8. ஆவாரம்பட்டி 9. பாத்திமாநகர் 10. கீராம்பாளையம் 11. நொச்சிமேடு 12. கல்பத்திராயன்பட்டி 13. புதுப்பட்டி 14. மலைத்தாழம்பட்டி 15. நரியம்பட்டி 16. முத்துடையான்பட்டி 17. உடையான்பட்டி 18. பனந்தோப்பு 19. காவல்காரன்பட்டி	மணப்பாறை	(பெரும்பாலும் இந்து முத்தரையர் உள்ள ஊர்கள் அதிகம்) மணப்பாறைப் பகுதியில் அம்பலக்காரர் என்ற பெயரில் பற்பல ஊர்கள் உண்டு.
திண்டுக்கல் மாவட்டம் 1. மேட்டுப்பட்டி 2. திண்டுக்கல் நகரம் 2. குவசப்பட்டி 4. புகையிலைப்பட்டி 3. முள்ளிப்பாடி 6. தாமரைப்பாடி 7. வெள்ளோடு 8. பஞ்சம்பட்டி 9. வக்கம்பட்டி 10. இரண்டிலைப்பாறை 11. சிலுக்குவார்பட்டி 12. கவிராயன்புரம் 13. அம்மாபட்டி 14. முறுகத்தூரன்பட்டி	திண்டுக்கல் நகரம்	இங்கு இந்து முத்தரையர் வன்னியர், சேர்வை என்ற பெயர்களுடன் பெரும்பாலான ஊர்களில் இருக்கிறார்கள். அம்பலக்காரர் என்ற பெயரில் நத்தம் வட்டத்தில் மிகப் பெரும்பாலோர் உண்டு.
திருவையாறு வட்டம் திருக்காட்டுப்பள்ளி 1. சுக்காம்பார் 2. தோகூர் 2. திருபண் துருத்தி 4. வளப்பக்குடி		சுக்காம்பார், கோவிலடியில் இந்து முத்தரையர் நேயம், நியமம், பூதலூர், திருக்காட்டுப்பள்ளி திருபண்துருத்தி திருவலாம்பொழில், கண்டமங்கலம், நடுக்காவேரி
கோவை மாவட்டம் இந்து முத்தரையர் அடர்த்தியாக உள்ள ஊர்கள்: 1. காரமடை, 2. சத்தியமங்கலம், 3. சிறுமுகை, 4. தடாகம், 5. வேலாண்டிப்பாளையம்.		

29. முத்தரையரின் பொருளாதார நிலை

கி.பி. 1600க்குப்பின் முத்தரையரின் பொருளாதாரம் மெல்ல மெல்ல தாழ்வடைந்து பின்னோக்கிச் சென்றது. காரணம் நிலமற்ற கூலிகளாக மாறிப்போனார்கள். கொத்தனார், கல் கொத்தனார், மரம் வெட்டுவோர், மண்வெட்டியாட்கள், மீன் பிடிக்கும் வலைகாரர், காடுகளில் வேட்டை ஆடி பிடித்த விலங்குகளை விற்பது, சித்தாள் வேலை, வயல்களில் நடவு செய்தல், உழவு செய்தல், அறுவடை கூலி வேலையாள் இப்படி விவசாயக் கூலிகளாக மாறி வேலை செய்தது உள்பட ஆகும். பிற்காலச் சோழர்கள் காலத்துக்குப் பிறகு முத்தரையப் பாமரர்கள் மிகவும் சிரமத்துக்கு உள்ளாயினர். சிலர் நாயக்கர் மன்னர்கள் ஆதரவில் பாளையகாரர்களாக மாறி இருந்தனர். அதனால் தெலுங்கைத் தாய் மொழியாக ஏற்று இருக்க வேண்டும். அல்லது சீமாந்திரா ரேணாண்டு பகுதியில் இருந்து வந்து துணை நிலை ஆட்சியாளராக மாறி வந்திருக்கவேண்டும். அவர்களுக்குத் தெலுங்குத் தாய் மொழியாக இருந்தது. அதனால் பாளையக்காரர்கள் என்று பாமர மக்கள் அழைத்தனர். அவர்களும் முத்தரையர் இனத்தில் கலந்தனர்.

நில உரிமை பிராமணர்கள், வெள்ளாளர் பிள்ளைமார், ரெட்டியார், செட்டியார், உடையார், மூப்பனார், என்று மேற்குடி மக்களிடம் சென்று சேர்ந்தது. சில இடங்களில் பெருநிலக்கிழார் (ஜமீன்) மேற்குடி மக்களாக இருந்தனர். முத்தரையர் பாமரமக்கள் உழைத்து பிழைக்கும் ஏழை வர்க்கமாக மாறிவிட்டனர். ஒரு சில ஊர்களில் மேற்குடி மக்கள் இல்லாத ஊர்களில் முத்தரையர் நிலஉரிமையாளராக இருந்தபடியால் மற்ற சாதி மக்களை ஆண்டான் - அடிமையாக அதிகாரம் செலுத்தி நடத்திவந்தனர். அது மிகவும் சொற்ப ஊர்களில்தான் அந்த நிலை இருந்தது.

இன்னும் சிற்சில ஊர்களில் உடையார், கள்ளர், மூப்பனார், இவர்களோடு நிலங்கள் சிறிது பெற்று வாழும் ஊர்களில்

சமநிலைப் பெற்று வாழ்ந்திருக்கிறார்கள். அங்கே மேட்டுக் குடி மக்கள் ஆதிக்கம் இல்லாத ஊராக இருக்கும்.

மேல்குடி (O.C) மக்கள் வாழும் ஊர்களில் முத்தரையர் பட்டியல் பிரிவினருடன் அடிமையாக இருந்தனர். நில உரிமை மேல்குடி மக்களிடம் இருந்தது. அதனால் ஆண்டான் மேல்குடி மக்களாக இருந்து, முத்தரையர் சாதியினரும் அடிமையாக இருந்தனர். பண்ணை ஆட்களாக மாறி தண்ணீர் பாய்ச்சி இருக்கிறார்கள்.ஆடு மாடு மேய்த்து இருக்கிறார்கள். சான்றாக திருச்சி மாவட்டத்தில் பற்பல ஊர்களில் பிராமணர்கள் கி.பி. 1950 வரை நிலம் உடைமையாளராக இருந்து வந்தனர். பழங்காலச்சோழ அரசர்களிடம் பிராமணர் வேள்வி செய்து தானம் ஆகப் பெறப்பட்டது. பிராமணர்கள் தவிர யாருக்கும் பயிரிட நிலம் இல்லை; குடியிருக்க வீட்டு மனை இல்லை, ஆதலால் முத்தரையர் (இந்து கிறித்தவர்) மற்ற சாதிக்காரர்களுடன் சேர்ந்து பிராமணர் களின் அடிமையாக இருந்து வந்தனர். பிராமணர்கள் கொடிகட்டிப் பறந்தனர். பிறகு பார்ப்பண ஆதிக்கத்தை எதிர்த்த பெரியாரும் திராவிடர் கழகமும் போராடி நிலங்களைத் தமிழர்களுக்கு விற்கும்படி வலியுறுத்தவே பிராமணர் நிலங்களை விற்றுவிட்டு நகரங்களில் போய் குடியேறினார்கள். அன்று (கி.பி. 1950இல்) 60 பிராமணக் குடும்பங்கள்; இன்று கி.பி. (2015இல்) சிற்சில பிராமணக் குடும்பங்கள் மட்டும் நிலைத்து வாழ்கின்றன.

முத்தரையர்கள் அரசோச்சும் ஊர்களில் நிலங்கள் காலங் காலமாக நிலவுடைமை முத்தரையர்கள் வசமே இருந்து வந்தது; இருந்தும் வருகிறது. இந்த ஊர்களில் ஆண்டான் முத்தரையர்கள். அடிமைகள் பிற சாதியினர். இந்த போக்கு கி.பி. 1960 முடிய நீடித்து வந்தது. சில ஊர்களில் எந்தக்காலத்திலும் அந்நிய சாதியினர், அந்நிய ஊர்க்காரர் ஒரு அடி நிலம் கூட பிறர் வாங்க முடியாது. வாங்குவது மட்டுமே உரிமை என்று எழுதாதச்சட்டம். பிற ஊராருக்கும் பிற சாதிகாரர்களுக்கும் குடியிருக்க வாடகைக்கு தருவர். அந்நியர்களுக்கு விற்க மாட்டார்கள். முழுமையாகக் கிறித்துவ முத்தரையர்கள் வாழும் ஊர்களில் பண்ணையாளாகப் பிறசாதியினர் மட்டும் வாழ்கிறார்கள். மனையோ, நிலமோ மற்றவர்களுக்குச் சொந்தமாக இல்லை.

பிராமண ஆதிக்கம், மேட்டுக்குடி மக்கள் ஆதிக்கம் உள்ள

இடங்களில் முத்தரையர்கள் நிலமற்ற விவசாயக் கூலிகளே! பிராமண ஆதிக்கம் உள்ள ஊர்களான ஆங்கரை, மணக்கால் திருத்தவத்துறை, நன்னிமங்கலம் இதுபோன்ற ஊர்களில் முத்தரையர்களில் நிலமற்றவர்கள் விவசாயக் கூலிகளே! கொன்னைக்குடி, சாத்தமங்கலம், பின்னவாசல், மேட்டுப்பட்டி போன்ற இடங்களில் நிலங்கள் முத்தரையர் வசம் இருந்ததால் இங்கு மற்ற சாதிகாரர் விவசாயக் கூலிகள். பண்ணையாட்கள். இலால்குடி திருத்தவத்துறையில் பச்சணபுரம் என்ற பகுதியில் முத்தரையர் நிலம் உடைமையாளர்கள். ஓமக்குளத் தெரு, கொத்தத் தெரு இவற்றில் ஒருவர் இருவர் தவிர நிலமற்ற விவசாயிகள் கொத்தத்தெரு - கொத்தனார் வேலை. ஓமக்குளத்தெரு முத்தரையர் மீன்பிடி வலையர்கள். இப்படி முத்தரையர் ஓர் ஊரில் ஆண்டான் போக்கும் ஓர் ஊரில் நிலமற்ற அடிமைப் போக்கும் கி.பி. 1960 முடிய இருந்து வந்தது.

பூவாளூர் செட்டியார் நிலம் உடையாளர்; முத்தரையர்கள் ஒருசிலபேர் நிலமுடைமையாளர். இது எல்லாம் சுதந்திரம் பெற்று கொஞ்சம் காலந்தான் இப்படி உயர்நிலையும்! தாழ்நிலையும்! தற்போது படிப்பு, அறிவியல் வளர்ச்சிப் பயனால் கொஞ்சம் மாற்றம் அடைந்துள்ளது.

புதுக்கோட்டை பகுதியில் முத்தரையர்கள் எல்லோரும் புஞ்சை நிலமுடைமையாளர்! நிலமுடையோர் ஓரளவு உண்டு. நிலமற்ற முத்தரையர்களே அதிகம். இன்று வரை உழைக்கும் வர்க்கமாக மாறி உழைத்து வாழ்கிறார்கள். இதுபோன்று குழுமணி, நங்காவரம் போன்ற இடங்களில் பிராமணர்களின் பண்ணைகள் அதிகம். ''நாடு பாதி! நங்காவரம் பாதி'' என்பார்கள். நங்காவரம் பிராமணர் பண்ணை.அதைத் தந்தவர் ஓர் முத்தரையர் அரசி பிராமணர்களுக்குத் தானமாகக் கொடுத்தாள் அவள் பெயர். அரசிநங்கையர் என்பதாகும். அதனால் நங்கை தந்ததால் நங்காவரம் என்று பெயராகியது. இங்கெல்லாம் சிறு நிலங்கள் தவிர பெருநிலங்கள் கி.பி. 1950 முடிய பிராமணர்கள் வசமே இருந்தன.

குளித்தலை, முசிரி பகுதிகளில் நஞ்சை நிலங்கள் ஓரளவு முத்தரையர் வசமாக இருந்து வந்துள்ளன. மணப்பாறை பகுதி களில் பெரும்பாலும் புஞ்சை நிலங்களாக இருப்பதாலும் வானத்தை எதிர்ப்பார்த்து விளைவிப்பதால் பிராமணர் ஆதிக்கம்

இல்லை. முத்தரையர் வசமே நிலங்கள் இருந்தன.

இதைப் போலவே திண்டுக்கல் பகுதியில் பார்ப்பணர்கள், மேட்டுக்குடி மக்கள் குடியேற வில்லை. அதனால் புஞ்சை நிலங்கள் முத்தரையர் வசமே இருந்துள்ளன. நிலம் உடைமை யாளர் முத்தரையர்கள். புஞ்சை நிலங்கள் எந்த எந்த ஊரில் உண்டோ அங்கெல்லாம் சொந்தமாக இருப்பினும் கடுமையாக உழைத்து பிழைத்து வந்தார்கள். மண்ணச்சநல்லூர் பெரும்பகுதி புஞ்சைக் காட்டுபகுதி. அதனால் நிலம் உடைமையாளராக கடுமையாக உழைத்தனர். இலால்குடி வட்டம் ஓர் ஊரில் நிலமுடைமையாளர் வெள்ளாளப் பிள்ளைமார் ஓரிருவருக்கே நிலங்கள் எல்லாம் சொந்தமாக கி.பி. 1950 முடிய இருந்தன. பிறகு பிள்ளைமார்கள் முத்தரையர்களிடம் விற்று விட்டு சென்று விட்டனர்.

அதைப்போலவே இலால்குடி நிலங்கள் பிராமணர்களுக்கும், கொடிக்கால் பிள்ளைமார்களுக்கே சொந்தமாக இருந்தன. தற்போது பிராமணர்கள் விற்றுவிட்டு வேற்றூர் சென்றுவிட்டனர். ஆனாலும் முத்தரையர் கையில் நிலங்கள் கிடைக்கவில்லை.

புஞ்சைக் காட்டு பகுதியில் பிராமணர்கள் நீர் வளம் இல்லாததால் அங்கே அவர்கள் குடியிருப்பு இல்லை. அதனால் பட்டியல் பிரிவு சாதியினர் விவசாயக் கூலி தொழிலாளர்கள். இந்த முத்தரையர்களை மற்றவர்கள் ''ஆண்டை'' என்றே அழைப்பர். அவ்வளவு செல்வாக்கு! அந்த அளவு பணக்காரர். தச்சங்குறிச்சி, இருங்களூர், புறத்தாக்குடி இங்கே எல்லாம் முத்தரையர்களே நிலமுடையாளர்கள். முத்தரையர் விவசாயம் செய்யவே விரும்புவர். வாணிகம் செய்ய பெரும்பாலும் விரும்புவதில்லை. அதனால் பொருளாதாரத்தில் பின்தங்கி உள்ளனர். ஆலை தொழிலில் ஈடுபாடு இல்லை. கைநீட்டி பிறரிடம் சம்பளம் வாங்குவதையே விரும்புவர். ஆனால் முதலாளியாக மாறுவதை விரும்புவதில்லை.

முத்தரையர் பண்பாட்டு நிலை

மற்ற இனத்தவர்கள் அது கி.பி. 1600 வரை சிலர் வைணவர்தாலியும் சிலர் சைவத் தாலியும் அணிந்தனர். அதைப் போல சைவர்கள் பட்டையும், வைணவர்கள் நாமமும் இட்டு வந்தனர். ஒருவருக்கொருவர் திருமணத் தொடர்புண்டு. அந்தந்த குடும்ப சூழ்நிலைக்கு ஏற்ப சமயப் போக்கிற்குத்

தகுந்தால் போல் பெண்கள் மாறிக் கொண்டார்கள். முத்தரைய சமூகத்திலேயே கோயில் பூசாரிகள் இன்று வரை உண்டு. இது கி.பி. 6 ஆம் நூற்றாண்டு முதல் தொடரும் பழக்கமாகும். பூசாரி காப்பு கட்டி அருள் வந்து வாக்கு செல்வார். குறிப்பாகப் பிடாரி, மாரியம்மன், செல்லாயி, உலகாயி, போன்ற பெண் தெய்வங்களை வணங்கினார்கள். பிராமணர் இருக்கும் ஊரில் சிவன், பெருமாள் கோயில்களில் சாமி தூக்குவது போன்ற காரியங்களில் முத்தரையர் ஈடுபட்டனர். அடுத்து பிராமணர்களின் செல்லப்பிள்ளைகளாக இருந்து வந்தனர். பட்டியல் பிரிவு மக்கள் பார்ப்பணத் தெருவில் நுழைமுடியாத போது, செய்திகளைக் கொண்டு போய் தந்து வந்தனர். பிராமணர்கள் வீட்டு குடும்ப வேலைகளை செய்தவர்கள் குடியானவர் எனப்படும் முத்தரையர்கள் தாம்.

பிடாரிக்குக் காப்பு கட்டி 10 நாட்கள் திருவிழா கொண்டாடி தேரை தெருவில் இழுத்துக்கொண்டு வந்து முடிவில் ஊரின் எல்லையில் நடுஇரவில் எல்லைச் சட்டி உடைப்பார்கள். இளம் ஆட்டுக் குட்டியின் இரத்தத்தில் சோற்றைப் பிசைந்து எல்லையில் பூசாரி வானத்தில் வீசுவார். இதற்கு ''எல்லைச் சட்டி உடைப்பது'' என்று பெயர். மேலும் சங்கிலி கறுப்பு, மாவடியான் போன்ற தெய்வங் களுக்கு நடுஇரவில் பூசையில் ஆட்டுக்கிடா வெட்டி தாளிக்காத குழம்பு செய்து சோற்றைக் கிளறி படையல் போட்டு, தரையில் குழி செய்து அதில் இலைவைத்து உண்பர். இதற்கு 'வேட்டைச் சாறு' என்பர். இதுவெல்லாம் முத்தரையர் சமயப் பழக்க வழக்கங் களாக் கூறலாம்.

பெரியகாரியம் சவம் அடக்கம்

ஒரு முத்தரையர் ஆண் இறந்தவுடன் தமது பங்காளி, மாமன் மச்சான்களுக்கும் உறவுகாரர்களுக்கும் அக்காலத்தில் பட்டியல் பிரிவினர்மூலம் ஓலை அனுப்பப்படும். பெண்கள் ஒப்பாரி வைத்து அழுவர். தாரை, தப்பு, மேளம் வைத்து ஆட்டம் பாட்டம் வைத்து மிகுந்த செலவு செய்து அடக்கம் செய்வர். இழவு வாசலில் பங்காளிகள் வருகின்ற உறவினர்களுக்குக் கைகொடுப்பர். சிலர் எரிப்பார்கள். சிலர் புதைப்பார்கள், இதைப் பெரியகாரியம் என்பர். பல்லக்குக்கட்டி ஆடம்பரமாகக் கட்டி தூக்கி செல்வர். அரசர் போல தலைப்பாகைப் பிணத்துக்குக் கட்டப்படும்.

காத்தவராயன் கழுவேற்றம்

''காத்தவராயன் கழுவேற்றம்'' என்ற ஒரு தெய்வ நிகழ்ச்சி நாடகம்போல செய்து காட்டப்படும். இந்த நிகழ்ச்சி இன்றும் திருச்சி மாவட்டம் இலால்குடி வட்டம் பச்சாம்பேட்டை முத்தரையர்களுக்கிடையில் நடைபெறுகிறது. ஆண்டுதோறும் நடைபெறும். முத்தரைய அரசர்களில் ஒருவர் காத்தவராயன் சாமி. அவர் ஆரியமாலையை சிறையெடுத்ததை விரும்பாதவர்கள் கழுமரம் ஏற்றியதாகக் கூறுவர். மந்தையின் நடுவில் 'வழுவழு' என்று வழுக்கக் கூடிய மொட்டை மரத்தை நடுவர். எண்ணெய்யை மேலும் பூசி விடுவர். அருளோடு வரும் இளைஞர்கள் அதன் உச்சிவரை ஏற முற்படுவர். உச்சியில் பணமுடிப்பு, திண்பண்டம் இருக்கும். மற்றவர்கள் தண்ணீரைப் பீச்சி அடிப்பர் முதலில் ஏறுவோருக்கு பணமுடிப்பு கிட்டும். இந்த நிகழ்ச்சி சமணசமயத்தில் இருந்து சைவம், வைணவம் சேர்வோருக்கு அலகு குத்துதல், மொட்டை அடித்தல் போன்றவற்றைச் செய்து சேர்த்தமையை நினைவுப்படுத்தும். இதைப்போல வீரப்பூர் குன்னுடையான் நிகழ்வுகளும் முத்தரையர்களிடம் புகழ்ப் பெற்றதாகும்.

திருமணப் பண்பாட்டு நிலை

முசிரி போன்ற அடர்த்தியாக முத்தரையர் வாழும் ஊர்களில் பிற ஊர்களுக்குத் திருமணத்துக்குப் பெண் தரமாட்டார்களா. அவர்கள் ஊரிலே அந்த ஊர் முத்தரையர்களே வடக்குத் தெரு தெற்குத் தெரு மாமன் மச்சான் (உள்ளூர்) ஆகக் கொண்டு பெண் எடுத்து பெண் கொடுத்து திருமணம் கி.பி. 6ஆம் நூற்றாண்டு முதல் இன்று வரை செய்து வருகிறார்கள். சில ஊர்களில் முத்தரையர்கள் தவிர நாவிதர், சலவைத் தொழிலாளி, மருத்துவர், தச்சர், கொல்லர், நகை ஆசாரி மட்டும் இருப்பர். வேற்று இனத்தாருக்கு குடியிருக்க வீடோ, விவசாய நிலமோ தரமாட்டார்கள். வெளியூர் முத்தரையருக்குக் கூட பெண் தரமாட்டார்கள். காரணம் பொய் சொல்லி மற்ற சாதியினர் பெண் எடுத்து திருமணம் செய்து விடுவார்கள் என்ற அச்சத்தால் அடுத்த ஊருக்குப் பெண் தரமாட்டார்கள்.

இந்த பழக்கம் முசிரி, குளித்தலை, மண்ணச்சநல்லூர் போன்ற பகுதிகளில் உண்டு. தங்களது முத்தரையர் சாதி இனத்தில் அடுத்த சாதி நுழைந்து விடக் கூடாது என்ற தீவிர எச்சரிக்கையே காரணம் ஆகும். இதனால் பெண்கல்வி பெண்களுக்கு அதிகம் தர

மாட்டார்கள். தற்போது பெண்கல்வி நிலைமையில் பெரிய மாற்றம் ஏற்பட்டு பெண்களை நிறையப் படிக்க வைக்கிறார்கள். இப்போது படிப்பறிவு அதிகமாகவே நிலைமை மாறி வருகிறது. அடுத்த ஊர் முத்தரையர்களுக்குப் பெண் கொடுக்க முன் வருகிறார்கள். இது பெரிய மாற்றம். இன்னும் ஓரிரு ஊர்களில் பழைய பழக்க வழக்கங்களே நீடிக்கின்றன. தமது ஊரிலேயே பெண் கொடுத்து கொள்கிறார்கள். அங்கு எந்த மாற்றமும் இல்லை.

முத்தரையர் இன ஒற்றுமை எப்படி?

ஓர் ஊரில் இந்து - கிறித்துவ முத்தரையர்கள் இரு குழுக்களாக இருப்பது. இரண்டும் ஒன்றுக்கொன்று கூட - குறைச்சல் என்றும் இருக்காது சமமாக இருக்கும். ஓர் ஊரில் இந்து முத்தரையர் (ஊர் முழுவதும்), கிறித்தவ முத்தரையர் ஒரு தெருமட்டிலும் ஓர் ஊரில் இரண்டும் சமபலம். ஓர் ஊரில் இரு குழுக்களும் ஒற்றுமையாக எப்போதும் இருக்கும். ஓர் ஊரில் இந்து கிறித்துவ அடிப்படையில் கிறித்துவ முத்தரையருக்கோ, இந்து முத்தரையருக்கோ ஒருவருக்கு ஒருவர் கை கொடுத்து உதவுவதை விட்டு இருவரும் அடுத்த சாதிகாரர்களுக்கே உதவ நினைப்பார்கள். இதனாலேயே முத்தரையர் ஒருவர் ஊராட்சி மன்றத் தலைவராக வர வாய்ப்பில்லாமல் 50 ஆண்டுகளாக அடுத்தவரிடம் கைகட்டி நிற்கிறார்கள். இருவரும் சேர்ந்து ஒருவரை நிறுத்தி பரப்புரை செய்தால் வெற்றி நிச்சயம்! இரண்டு குழுக்குள் ஒற்றுமை இல்லை. அதைவிட ஒரு குழுவுக்குள்ளேயே ஒற்றுமை இல்லை. இதுபோல பல ஊர்களில் ஒற்றுமை இல்லாமல் இருக்கிறார்கள். இது தவிர்க்கப்பட வேண்டியதாகும். ஒவ்வொரு குடும்பம், வகையறாவுக்குத் தனிகரை இருக்கும். அந்த கரைக்குள் பெண் கொடுக்க பெண் எடுக்க மாட்டார்கள்.

வெளியே சொல்லாமல் மனதுக்குள் இன ஒற்றுமையை அசைப்போட்டு காய் நகர்த்தினால் பல காரியங்களை வென்று எடுக்கலாம். இதையே தமிழ்நாடு, உலகம் எல்லாம் சான்றாகக் கொண்டு ஒற்றுமையாக இருந்தால் இந்த முத்தரையர் இனம் மிகவும் உயரும். அடுத்த சாதிக்காரனுக்காகப் பாடுபட்டாலும் பாடுபடுவார்களே தவிர சொந்த சாதிக்குப் பாடுபடமாட்டார்கள். எந்த சிறுபான்மையைப் பெரும்பான்மை ஆக்க என்ன வழி என ஆய்ந்து நடந்தால் முதல்வர் பதவியைக் கூட எட்டிப் பிடிக்கலாம். தந்திரம்தான் வெற்றி தரும். ஒருசில தலைவர்கள் மாவட்டத்

தலைவர்கள் சிறுபாண்மையாக இருந்தும் வெல்வது எப்படி? குறுக்கு வழியைத்தான் கையாளுகிறார்கள். ஒற்றுமையின்றி இருந்தால் பெரும்பான்மையாக இருந்தும் சிறுபான்மையாக ஆக்கப்படுவர்.

இல்லை

கி.பி. 1600 ஆம் நூற்றாண்டுக்குப் பிறகு பெரிய அரசியல் தலைவர் இல்லை; பெரிய சமயத்தலைவர் இல்லை; பெரிய கவிஞர் இல்லை; பெரிய எழுத்தாளர் இல்லை. பெரிய புலவர் இல்லை; பெரிய அறிவியல் அறிஞர் இல்லை; பெரிய கலைஞர் இல்லை; திரைப்பட நடிகர்-நடிகைகள் இல்லை! பெரிய வாணிகர் இல்லை; பெரிய நிறுவனங்கள் இல்லை; உலகம் போற்றும் விளையாட்டு வீரர் ஒரே ஒருவர் உண்டு. அவர்தான் இலங்கைக் காகக் கிரிக்கெட்டு ஆடி உலகம் வியக்க 1000 விக்கெட்டுகளை வீழ்த்திய முத்தையா முரளிதரன் மட்டும். திரைப்பட நடிகர் திரு.கவுண்டமணி. இவர்கள்தாம் புகழ்ப்பெற்றுவர்கள் முத்தையா முரளிதரன் இலங்கைக்காக ஆடியதால்தான் புகழ்பெற முடிந்தது. இந்தியாவுக்காக ஆடி இருந்தால் இந்த அளவு உயர விட்டிருக்க மாட்டார்கள்.

மேலும் சில இல்லை

குடியரசுத் தலைவராக முத்தரையர் வந்தது இல்லை; பிரதமர் ஆக இல்லை; இந்திய மைய அரசு கேபினட்டு அமைச்சராக வரவில்லை; உச்ச நீதிமன்ற நீதிபதியாக வரவில்லை; சென்னை உயர்நீதிமன்றத்தில் நீதிபதிகளாக முத்தரையர் யாரும் வர இல்லை. ஆளுநர்களாக யாரும் வரவில்லை. ஆக உண்டு என்பதைக் காட்டிலும் இல்லை என்பதே அதிகம். அறிவியல் மேதைகளாக யாரும் இல்லை. தமிழ்நாட்டு முதல்வராக யாரும் வரவில்லை உச்சபட்ச காவல்துறை அலுவலர்களாக யாரும் வரவில்லை.

மொத்தம் 1 கோடியே 25 இலட்சம் முத்தரைய மக்கள் நிறைந்த தமிழ்நாட்டில் பல்கலைக் கழகத் துணைவேந்தர் என்று இப்படி யாரும் வரவில்லை. மாநகர மேயர்கள் என்று முத்தரையர்கள் வரவில்லை.

பூநூல்

பேரரசர்களாக - சக்கரவர்த்திகளாக இருந்த போது முப்புரி நூல் (பூநூல்) முத்தரைய அரசர்கள் அணிந்திருக்கிறார்கள். சுவரன் மாறன்

ஆன இரண்டாம் பெரும் பிடுகு முத்தரையன் அணிந்திருக்கிறார். அதனால் சக்ரவர்த்தியாக வாழ்ந்திருக்கிறார் என்று திருவையாறு உலகமாதேஸ்வரி கல்வெட்டில் உள்ளது என்று கல்வெட்டு அறிஞர் பேராசிரியர் ஜம்பு லிங்கம் கூறி இருக்கிறார்.

பொது வரலாற்றில் முத்தரையர்

1. விசையாலயச் சோழன் தஞ்சையை முத்தரையர்களிடம் இருந்து கைப்பற்றியது குறிப்பிடப்படும். 2. முதலாம் மகேந்திரவர்மன், முதலாம் நரசிம்ம வர்மன் காலத்துப் போர்களில் ஈடுபட்ட தமிழ்நாட்டு முத்தரையர்களைக் கங்கர்கள் என்றே கூறிச்செல்லும் வரலாறு 3. துர்விநீதன் களப்பிர - கங்க அரசனாக பொது வரலாறு சொல்லும். 4. முத்தரையர் நாடு என்று ஒன்று இருந்ததை நிருபதுங்கப்பல்லவனின் உத்திரமேரூர்க் கல்வெட்டு கூறும்.

முத்தரையப் பெண்கள் நிலையின் சிறப்பு

தொடங்கும்போதே சாத்தனின் மனைவி பெரும்பிடுகு பெருந்தேவியிலிருந்து தொடங்குகிறது. பூதி அரிந்திகை, பழியிலி சிறிய நங்கை, சாத்தன் காளி, அணுக்கன் அப்பி நங்கை, பஞ்ச வன்மாதேவி வரகுணாட்டி, அரசி நங்கையார் போன்றவர்கள் கோயில்களுக்குக் கொடை கொடுத்து கொடையாளிகளாகத் திகழ்ந்து இருக்கிறார்கள். முத்தரையப் பெண்கள் கொடைத் தன்மையுடையவர்களாக இருந்துள்ளார்கள்.

❖ ❖ ❖

30. சிகரத்தின் உச்சம் தொட்ட முத்தரைய அரசர்கள்

1. கரிகால் சோழப் பேரரசன் (கி.மு.3-ஆம் நூற்றாண்டு)
2. திருமாவளவ கரிகால் பெருவளத்தான் (கி.மு. 20 - கி.பி. 29)
3. கோப்பெருஞ்சோழன் (கி.மு.130 - கி.மு. 180) (கோப்பு என்ற ஊருடன் தொடர்பு)
4. கிள்ளி வளவன் சோழன் (முத்தரைய குடும்பப் பெயர் தொடர்பு) (காலம் கி.மு. 60 - கி.மு. 30)
5. கோச்செங்கண்ணன் சோழன் - திருவானைக்காவில் இருந்து ஆண்ட அரசர் (கி.பி.150 - 180)
6. நல்லடி சோழன் (கி.பி. 180 - 210)
7. கோக்கலி கொங்கணி தர்ம மகாதி வர்மன் (களப்பிரர் காலம்) (கி.பி. 210 - கி.பி. 250) களப்பிர முதல் அரசன்.
8. மாதவ மாந்தரல் முத்தரசன் வர்மன் (களப்பிரர் அரசர்) (நாலடியார் நூல் காலம்) (கி.பி.340 - 370)
9. துர்விநீதன் முத்தரசன் (களப்பிர அரசர்) கி.பி. 470 - 510)
9. புகழ்ச்சோழர் (கரூர்) கி.பி. 350 கி.பி. 400.
10. எரிகால் முத்துராசா (ரே.நாட்டுச் சோழ அரசர்) (கி.பி.570 - 620)
11. சாத்தன் முத்தரையன், முதல் முத்தரையப் பேரரசன், (கி.பி. 600- 630)
12. சுவரன் மாறன் ஆன இரண்டாம் பெரும்பிடுகு முத்தரையன், பேரரசன். (கி.பி. 740 - 780)
13. பராக்கிரம கேது (கொடும்பாளூர்) இருக்குவேளிர் வாதாபி (சாளுக்கிய நாட்டு தலைநகரம்) யைத் தன்னிச்சையாகத் தாக்கி படை எடுத்து வென்றவன். (கி.பி. 730 - 760)
14. காடக முத்தரையன் (பல்லவப் பேரரசைப் பாதுகாத்தவர்) (கி.பி. 720 - 760)

15. வரதஸ்ரீ வங்கார முத்தரையன் - முதலாம் இராசேந்திர சோழனின் கங்கை படை எடுப்பு. போர்படைத் தளபதி. *(கி.பி. 1020-1080)*

ஆழ்வார்கள் (வைணவம்)

1. திருமங்கை ஆழ்வார் - நாலாயிர திவ்யப் பிரபந்தம்

நாயன்மார்கள் (சைவம்)

1. கூற்றுவ நாயனார் - காலம் கி.பி. 4-ஆம் நூற்றாண்டு
2. இடங்கழி நாயனார் - காலம் கி.பி. 8-ஆம் நூற்றாண்டு
3. கண்ணப்ப நாயனார் - காலம் கி.பி. 5-ஆம் நூற்றாண்டு
4. சேக்கிழார் - (பெரியபுராணம் ஆசிரியர்) காலம் கி.பி. 12-ஆம் நூற்றாண்டு
5. மெய்ப்பொருள் நாயனார் - சேதிநாடு, மேற்காவலூர் அரையர்

சிறப்புப் பணி

1. உயர்திரு.குழ.செல்லையா-கி.பி1971-இல்சட்டப்பேரவைத் தேர்தலில் தனியே சுயேட்சையாக நின்று வென்றவர். நிகழ்கால முத்தரைய சங்கத் தலைவர். அ.இ.அ.தி.மு.க.

2. உயர்திரு. அய்யாச்சாமி - இராமேசுவரம். இந்திய சுதந்திரப் போராட்டத்தில் கலந்துகொண்ட கண்ணப்பர் வலையர் சங்கத் தலைவர். இவர் ஒன்றுபட்ட தமிழ்நாடு முத்தரையர் சங்க பொதுச்செயலாளர். சுதந்திரப் போராட்டத் தியாகியும் கூட.

3. உயர்திரு. ஆ.முத்தையா தளுகை பாதர் பேட்டை கி.பி.1942-இல் வெள்ளையனே வெளியேறு போராட்டத்தில் கலந்துகொண்டு இரண்டாண்டுகள் பெல்லாரி சிறையில் அடைக்கப்பட்டவர்.

உலக அளவில் உயர்ந்து நின்றவர்கள் விளையாட்டு

1. உயர்திரு. முத்தையா முரளிதரன். அகில உலக அளவில் கிரிக்கெட்டில் 1000 விக்கெட்டுகளை (ஆயிரம்) வீழ்த்தியவர். மிகப்பெரிய சாதனையாளர்.

2. உயர்திரு. சதீஸ்குமார் சிவலிங்கம், வேலூர். 40-வது

காமன்வெல்த்து விளையாட்டு விழாவில் தங்கப் பதக்கம் பெற்றவர்.

3. உயர்திரு. அண்ணாவி (இரயில்வே) கரூர், ஒலிம்பிக் தடகளவீரர்.

முத்தரைப் பெற்ற முத்தரைய பெருமக்கள் அரசியல்

1. உயர்திரு. எம்.ஆர்.கோவேந்தன், முதன்முதலில் புரட்சித்தலைவர் எம்.ஜி.ஆர். அமைச்சரவையில் இடம்பெற்றவர். (முன்னாள் அ.இ.அ.தி.மு.க. அமைச்சர்) புரட்சித் தலைவருக்கு என்றென்றும் நன்றி செலுத்துவோம்.

2. உயர்திரு. கு.ப.கிருஷ்ணன், பி.ஏ., தமிழ்நாடு வேளாண்மை துறை அமைச்சர். புரட்சித் தலைவி செல்வி. ஜெயலலிதாவின் அமைச்சரவை. (முன்னாள் அ.இ.அ.தி.மு.க. அமைச்சர்)

3. உயர்திரு. சந்திரசேகர் கால்நடைத் துறை அமைச்சர் (முன்னாள் அ.இ.அ.தி.மு.க. அமைச்சர்)

4. உயர்திரு. டாக்டர் சந்திரசேகரன், பி.வி.எஸ்.சி. கால்நடைத் துறை அமைச்சர் (முன்னாள் அ.இ.அ.தி.மு.க. அமைச்சர்)

5. உயர்திரு. என்.ஆர்.சிவபதி, கல்வித்துறை அமைச்சர் (முன்னாள் அ.இ.அ.தி.மு.க. அமைச்சர்)

6. உயர்திரு. அ.வெங்கடாசலம் மீன்வளத்துறை அமைச்சர் (முன்னாள் அ.இ.அ.தி.மு.க. அமைச்சர்)

7. உயர்திரு. எம்.பரஞ்சோதி, எம்.ஏ.,பி.எல்., சட்டத்துறை அமைச்சர் (முன்னாள் அ.இ.அ.தி.மு.க. அமைச்சர்)

8. உயர்திரு. பி.பூனாட்சி, தமிழ்நாடு இந்நாள் அமைச்சர். (கதர் கிராமம் தொழிற்துறை அமைச்சர்)

9. உயர்திரு. என்.செல்வராஜ், பி.இ., தமிழ்நாடு வனத்துறை அமைச்சர் (தி.மு.க. முன்னாள் கலைஞர் அமைச்சரவை)

10. உயர்திரு. புலவர் செங்குட்டுவன். தமிழ்நாடு அறநிலை அமைச்சர் (தி.மு.க. முன்னாள் கலைஞர் அமைச்சரவை)

நாடாளுமன்ற உறுப்பினர்கள்

1. உயர்திரு. என்.செல்வராஜ், பி.இ. (முன்னாள் தி.மு.க. அமைச்சர்) பெரம்பலூர்.

2. உயர்திரு. இராஜா பரமசிவம், (முன்னாள் எம்.பி. அ.இ. அ.தி.மு.க.) புதுக்கோட்டை

3. உயர்திரு. க.மருதைராஜ், (இன்னாள் எம்.பி. அ.இ. அ.தி.மு.க.) பெரம்பலூர்.

தமிழ்நாடு சட்டப் பேரவை உறுப்பினர்கள் (முத்தரையர்கள்)

1. திரு. ஆண்டி அம்பலம்,Ex.M.L.A. திண்டுக்கல், நத்தம் தொகுதி

2. திரு. K.V. வீரன் அம்பலம், Ex.M.L.A.மதுரை - மேலூர் தொகுதி

3. திரு. குழ.செல்லையா, தஞ்சை - பேராவூரணி Ex.M.L.A.

4. திரு. R.பெரியசாமி, Ex.M.L.அ. திருச்சி - தொட்டியம்

5. திரு. P.திருமாறன், புதுக்கோட்டை - ஆலங்குடி

6. திரு. TAS.T.புஷ்பராஜ், Ex.M.L.A. புதுக்கோட்டை, ஆலங்குடி

7. திரு. V.சுப்பையா, M.L.A. புதுக்கோட்டை, திருமயம்

8. திரு. வீர கபிலன், Ex.M.L.A. தஞ்சை - பேராவூரணி

9. திரு. திருஞானசம்பந்தம், Ex.M.L.A. தஞ்சை - பேராவூரணி

10. திரு. ப.அரசன்,B.E., M.L.A. தஞ்சை - பேராவூரணி

11. திரு. இராஜசேகரன், M.L.A. புதுக்கோட்டை - அறந்தாங்கி

12. திரு. கு.இரத்தினவேல்,M.L.A. திருச்சி - முசிறி

13. திரு. சின்னத்துரை அம்பலக்காரர், Ex.M.L.A. திருச்சி - அந்தநல்லூர்

14. திரு. முத்தையா முத்துராஜா (தியாகி) Ex.M.L.A. திருச்சி - உப்பிலியாபுரம்

15. திரு. இராசகோபால் முத்தரையர், Ex.M.L.A. திருச்சி

16. திரு. அண்ணாமலை முத்துராஜா, Ex.M.L.A.திருச்சி அந்தநல்லூர்

17. திரு. சி.க.வடிவேல், Ex.M.L.A. திருச்சி - தொட்டியம்

18. திரு. ப.அண்ணாவி, Ex.M.L.A. அந்தநல்லூர் Ex.அமைச்சர்

19. திரு. காத்தமுத்து,Ex.M.L.A. தொட்டியம்

20. திரு. குறளரசு ஜெயபாரதி, M.L.A.சென்னை

21. திரு. கண்ணையா, Ex.M.L.A. திருச்சி - தொட்டியம்

22. திரு. S.M.பாலன், Ex.M.L.A. திருச்சி - இலால்குடி

23. திரு. ரா.மாணிக்கம், Ex.M.L.A. திருச்சி - தொட்டியம்

24. திரு. பிரின்சு தங்கவேலு,B.A.B.L., M.L.A. திருச்சி - முசிறி.

25. திரு. மாயவன், திருச்சி திருவரங்கம், Ex.M.L.A. தி.மு.க.

26. திருமதி. வளர்மதி,B.A.,B.L. M.L.A. அ.இ.தி.மு.க. திருச்சி திருவரங்கம்.

27. திருமிகு. கு.ப.கிருட்டிணன், M.L.A.அ.இ.தி.மு.க. புதுக்கோட்டை - ஆலங்குடி

28. திரு.கே.கே.பாலசுப்ரமணியன்,Ex.M.L.A.திருச்சி Ex.அமைச்சர்

29. திருமிகு. T.C. பரங்கிரிவேல், முன்னாள் திருச்சி நகராட்சித் தலைவர்.

30. திருமிகு. G. அண்ணாமலை முத்துராஜா, முன்னாள் திருச்சி நகராட்சித் தலைவர்.

31. திருமிகு. N.P. இராமையா முத்துராஜா, முன்னாள் சட்டமன்ற உறுப்பினர்

32. திருமிகு. இராஜசேகரன், Ex.M.L.A. தொட்டியம் (காங்கிரஸ்)

சிறப்பு நிலை வரலாற்று முத்தரையர்கள் (பெண்கள்)

1. திரு. குவாவன் மகளும் இரண்டாம் பெரும்பிடுகு முத்தரையன் சுவரன் மாறனின் பாட்டன் குவாவன் மாறனின் தங்கை திருமதி. மங்கையர்க்கரசி. நின்றசீர் நெடுமாற நாயனார் எனப்படும் கூன்பாண்டியன் மனைவி மங்கையர்க்கரசி.

2. சாத்தன் முத்தரையரின் மனைவி பெரும்பிடுகு பெருந்தேவி (பல்லவன் இராசசிம்ம வர்மனின் மகள்) நார்த்தாமலைக் கோயில் சத்திய கிரிநாதப் பெருமாள் கோயிலைப் புதுப்பித்தவர். (காலம் கி.பி. 620 - கி.பி. 640)

3. மாறம் பாவையார் இரண்டாம் நந்திவர்மனின் அரசி

ஆவார். திருமுடிக்கடை மகாதேவர் கோயிலுக்கு பொன் தந்த வள்ளல். *(காலம் கி.பி. 700-720)*

4. இராணி கனகம்மாள் அல்லிக்குழி நாட்டின் அரசி. ஆண் உடை தரித்து போரில் பாளையக்காரர் சத்திரிய ராஜுவையும், வெலமாஜாதி காஸத்திரி பாளையக்காரரையும் வென்றவர். *(காலம் கி.பி. 15-ம் நூற்றாண்டு)*

5. திருமதி. இலலிதா, I.A.S. எட்டரை கோப்பு, I.A.S.தேர்வில் முதல்நிலையில் தேறியவர்.

6. செல்வி J.ரோஷினி, திரையிசைப் பாடகி, தந்தை பெயர் பேராசிரியர் ஜோசப் கலிய பெருமாள்.

இலக்கிய இலக்கணப் பேச்சாளர்கள் (வித்தகர்கள்)

1. உயர்திரு. குறளரசு பாரதி, திருக்குறள் பேச்சாளர், திருவொற்றியூர் தொகுதி காங்கிரசு சட்டமன்ற உறுப்பினர்.

2. பேராசிரியர். இ.சூசை, M.A.,B.O.L., தூயவளனார் கலைக் கல்லூரி திருச்சி இலக்கிய, இலக்கணப்பேச்சாளர்.

3. உயர்திரு. ஆங்கரை பைரவி. கவிஞர் பேச்சாளர்.

4. முனைவர். பாரதிதாசன்,M.A.,Ph.D., பட்டிமன்ற நடுவர், காரைக்குடி

இலக்கிய வட்டம்

1. உயர்திரு ஆசுகவி. பெருங்கவிஞர், புலவர் செண்பக இராச வேலனார், திருவரங்கம், திருச்சி.

2. உயர்திரு. கவிஞர் க. செந்தமிழ்ச் செல்வன், செயலர். தமிழ் இலக்கிய ஆய்வுப் பண்ணை, திருச்சி.

3. இரா. இளங்கோ செண்பக இராசவேல் இலக்கிய மன்றம், *2000* கூட்டம் நடத்திய திரு. செண்பக இராச வேலனாரின் மகன் திருவரங்கம், திருச்சி.

ஆய்வு நூல்கள் படைத்த இலக்கியம், வரலாறு, கலை நூலாசிரியர்கள்

1. பேராசிரியர் ச.சாமிமுத்து, எம்.ஏ.பி.எச்.டி., துணைமுதல்வர், (முன்னாள்தூய வளனார்கலைக்கல்லூரி, திருச்சி)

இலக்கிய நூல்கள், கிறித்துவ நூல்கள் எழுதியவர். தமிழிலக்கிய ஆய்வுப் பண்ணை திருச்சி, தலைவர், பெரும் இலக்கியப் பேச்சாளர்.

2. பேராசிரியர் ம. இராசசேகர தங்கமணி, பல்லவ வரலாறு, 30 நூல்களும், 60 கட்டுரைகளும் வாழ்வியல் களஞ்சியத்தில் 210 கட்டுரைகளும் படைத்தவர். முத்தரையர்கள் பற்றிய வரலாறு எழுதி புகழ் பெற்றவர். வரலாற்றுச் சிற்பி.

3. உயர்திரு. கவிஞர். அ.சவரிமுத்து, M.A.,B.Ed., விடியலை நோக்கி களப்பிரர் வரலாறு, பழந்தமிழின் வேர்ச் சொற்கள் (நரிக்குறவர் தாய்மொழி ஆய்வு), தமிழின் வேர்ச் சொற்கள், பழங்காலச் சோழர்கள் வரலாறு, தம்பிரான் வணக்கம் ஓர் விளக்கம், கணக்கியலுக்குப் பயன்படும் எண்கள் போன்ற ஆய்வுநூல்கள், சிறுகதை தொகுப்பு, உறவுகள் கிடைத்தன, கவிதை தமிழா விழித்தெழு விழித்தெழு ஆகிய 13 நூல்கள் எழுதியுள்ளார்.

முத்தரையர்களின் ஆய்வு நூல்கள் படைத்தவர்கள்

1. பேராசிரியர் ம.இராசசேகர தங்கமணி. 'முத்தரையர் வரலாறு', 'இலக்கியபீடம்' ரூ.10,000 பரிசு பெற்றது.

2. உயர்திரு. புலவர், கவிஞர்.செந்தமிழ்ச் செல்வன் முதல் முத்தரையர் வரலாறு எழுதியவர்.

3. உயர்திரு. இரா. இராமமூர்த்தி (எ) திருமலைநம்பி திருமலைராய சமுத்திரம், புதுக்கோட்டை. முத்தரையர்கள் கல்வெட்டுகள், செப்பேடுகளைத் திரட்டி பல நூல்கள் வெளியிட்டவர். தமிழ்நாடு முத்தரையர் சங்கத்திற்குத் தொடர்ந்து பாடுபடுபவர். ஆய்வாளர். மாநில வரலாற்றுச் செயலர்.

4. உயர்திரு. புலவர் பு.சி. தமிழரசன் புதுக்கோட்டை முத்தரையர்கள் பற்றி கல்வெட்டுகள் (நார்த்தாமலை) பற்றி ஆய்வு செய்து பல நூல்கள் வெளியிட்டவர். தமிழ்நாடு முத்தரையர் சங்கம் மாவட்டத் தலைவர் புதுக்கோட்டை நகரம்.

5. உயர்திரு. கு.மா. சுப்ரமணியம்,M.A.(G.T.)M.Phil.,(G..T.) M.Phil., (PL) முத்தரையர்களின் இயக்கங்கள், சங்கங்கள், அமைப்புகள் பற்றி ஆய்வு செய்தும் அரசு G.O. பற்றியும், பதிப்பித்தும் வெளியிட்டவர், புதுக்கோட்டை.

6. உயர்திரு. பேராசிரியர் பெ.இராமலிங்கம், M.A.

முத்தரையர்கள் சுவரன் மாறன் இரண்டாம் பெரும்பிடுகு முத்தரையன் என்ற நூல் மற்றும் பற்பல கட்டுரைகளும் எழுதி வெளியிட்டவர். அரவாக்குறிச்சி கரூர்.

7. உயர்திரு. சுந்தரராஜன் சேர்வை. அபிரகாம் பண்டிதர் தெரு, தஞ்சை. மன்னார்குடியில் பிறந்து வளர்ந்தவர். இவர் முத்தரையர்கள் கரிகால் சோழன் வழி சோழர்குடி வழியினர் என்று நிரூபணம் செய்ய பல நூல்கள் எழுதி வெளியிட்டவர்.

8. உயர்திரு. மறைந்த முனைவர் கோடப்பிள்ளை நல்ல இலக்கியப் படைப்பாளர். இலக்கியங்கள் பற்றி ஆண்டுக்கு ஒரு நூல் வெளியிட்டவர். தமிழ்நாடு முத்தரையர்கள் சங்கத்தலைவராக பொருளாளர் ஆகப் பணியாற்றினார். இவர் எழுதிய அரையர் முத்தரையர் என்ற நூல் புகழ்பெற்றது. இவர் மண்ணச்சநல்லூரைச் சார்ந்தவர்.

9. உயர்திரு. புலவர். க.மருதமுத்து முத்தரையர் வரலாறு என்ற நூலை எழுதித் தொண்டு செய்துள்ளார்.

10. உயர்திரு. புலவர் சி.க. பழனிசாமி, டாக்டர் ஆ.திருநாவுக்கரசு. இவர்கள் எழுதிய தமிழ்நாட்டில் முத்தரையர் நிலை என்ற நூல் சிறப்பு வாய்ந்தது.

11. முத்தரையர் வரலாறு ஓர் அறிமுகம் எழுதிய உயர்திரு. முத்தரைய மாறன், முத்தரையர்களுக்கு அளப்பரிய சமூகத் தொண்டு செய்தவர்.

12. செந்தலை வரலாறு - எஸ்.ஆர். பாலசுப்பிரமணியம்.

முத்தரையர்கள் பற்றி பிறர் எழுதிய நூல்கள், ஆசிரியர்கள்

1. உயர்திரு. நடன காசிநாதன், முத்தரையர்
2. த.புண்ணியமூர்த்தி - முத்தரையர் வரலாற்றுக் களஞ்சியம்
3. உயர்திரு. ஜெ.ராஜமுகமது - புதுக்கோட்டை மாவட்ட வரலாறு
4. உயர்திரு. கே.ஜி.கிருஷ்ணன்- முத்தரையர் ஆய்வு.
5. டாக்டர் இரா. நாகசாமி - முத்தரையர் ஆய்வு.

மக்கள் தொண்டு - சமூகப் பணியாளர்

1. மக்கள் மறுமலர்ச்சி மன்றம், திருச்சி தலைவர், உயர்திரு.

பெ.லோகநாதன்,M.Com.,Ph.D., இலக்கிய நூல்கள் படைப்பாளர். மாணவர்களுக்குப் பரிசளிப்பு. முன்னாள் முதல்வர் அரசு கலைக் கல்லூரி திண்டிவனம்.

2. உயர்திரு. ப.முத்தையன்,B.A. மாநில சமூக நலச் செயலாளர் தமிழ்நாடு முத்தரையர் சங்கம். முத்தரையர்களுக்கு அரசின் சலுகைகளைப் பெற்றுத் தர முனைந்து நிற்பவர். முன்னாள் துணை மாவட்ட ஆட்சியர். Deputy Collector, (Retd.)

3. உயர்திரு. அ. துரைராஜ், B.A., Deputy Collector, (Retd.) 'எழுக முத்தரையர்' திங்கள் வெளியீடு மூலம் பணி செய்பவர்.

கலைகள்

1. நடிகர் வி.பரதன், தாராநல்லூர், திருச்சி. தமிழ்நாடு முத்தரைய முன்னேற்ற சங்கம் தலைவர், திரு. விசுவநாதனின் மகன் (திரைப்பட நடிகர்)

2. உயர்திரு. வளப்பக்குடி வீரசங்கர், M.A., நாட்டுப்புற ஆடல் கலைஞர், காடக முத்தரையன் நாடகம் மேடையேற்றிய திரு. ஆர்.எஸ்.மனேகர் திரைப்பட நடிகரின் குழுவில் நடித்தவர். திரைப்படப் பாடல்கள் பாடியவர். பல நாடக நடிகர்களை உருவாக்கியவர். (நாடக நடிகர்)

சமூகப் பணி மன்றம்

1. கோவை பெருநகர் முத்தரையர் கல்விப்பணி மன்றம்.

2. சிவகங்கை மாவட்ட முத்தரையர் கல்விப்பணி மன்றம்.

3. புதுக்கோட்டை மாவட்ட முத்தரையர் கல்விப்பணி மன்றம்.

4. மதுரை மாவட்ட முத்தரையர் கல்விப் பணி மன்றம்.

5. மக்கள் மறுமலர்ச்சி மன்றம், திருச்சி (கல்விப்பணி, கல்வி அறக்கட்டளை) தலைவர், உயர்திரு. பெ.லோகநாதன், M.Com.,Ph.D.

சமூகப் போராளி

1. உயர்திரு. ந. ரெங்கசாமி முத்துராஜா, கோவை மாவட்டம்.

முத்தரைய இயக்கங்கள், சங்கங்கள், அமைப்புகள்

1. *3-6-1906*-ஆம் ஆண்டு தொடங்கப்பட்டது. **முத்துராஜா மகாஜன சங்கம்** - தலைவர் : சி.பரங்கிரிவேல் முத்துராஜா, செயலர் : க.மருதநாயகம் முத்துராஜா, பொருளாளர் : பெ.செல்லபெருமாள் முத்துராஜா. இடம் : க.மருதநாயகம் இல்லம், மேட்டுத் தெரு, உறையூர், திருச்சி.

2. **சத்திரிய குல முத்துராஜா மகாஜன சங்கம்**, தஞ்சை : நாள் : *8-6-1906*, இடம் : தஞ்சை

3. தலைவர் : திரு. வி.நாராயணசாமி முத்துராஜா, செயலர் : திரு. கோ. நடேசன் முத்துராஜா, கணக்குப் பரிசோதகர் :

   திரு. மாரிமுத்து முத்துராஜா, பொருளாளர் : திரு. இரா. சுப்ரமணியம் முத்துராஜா

4. **அம்பலக்காரர் மகாஜன சங்கம்**, *4-7-1926*, தஞ்சை - தலைவர் : திரு.க. வீரப்பன், பட்டுக்கோட்டை, செயலர் : திரு.சின்ன சாமி அம்பலக்காரர், தஞ்சை.

5. **சென்னை முத்துராஜ குல மகாஜன சங்கம்**, *6-7-1924*, சிந்தாரிப்பேட்டை, சென்னை, காரியதரிசி : முத்தியால நாராயணசாமி நாயுடு, பொக்கிஷதார் : M.R.கண்ணையா நாயுடு.

6. **முத்துராஜாவன்னியசத்திரியசங்கம்**, *7-3-1927* முதல் மாநாடு, தஞ்சை. தலைவர் : திரு. L.D.சுவாமிக் கண்ணுப் பிள்ளை, வரவேற்புக் குழுத் தலைவர் : உயர்திரு. எ.வரதாஜுலுநாயுடு.

7. **செங்கல்பட்டு மாவட்ட முத்துராஜா மகாஜன சங்கம்**, செங்கல்பட்டு கிளை.

8. **சென்னை முத்துராஜா குல மகாஜன சங்கம்**, *23*-வது விழா *28-12-1947*. தலைவர் : இரா. இராஜகோபால் நாயுடு, சென்னை புரசவாக்கம் சர்.எம்.சி.டி. முத்தையா செட்டியார் நடுநிலைப்பள்ளி. கலந்துகொண்ட அமைச்சர் : திரு. எம். பக்தவத்சலம், பொதுபணித் துறை அமைச்சர். ஆதாரம் : முத்தரசன் இதழ் பக்கம் *4, 5, 6* மாதஇதழ் *1-2-1948*.

9. **அகில பாரத முத்துராஜகுல சத்திரிய பாளையக்காரர் திருமணக் கழகம்**, சென்னை. *1-1-1980*, தலைவர் : ரா.இளையாழ்வார் நம்பியார்கடை, *37*, அருணாசல நாயக்கன்தெரு,

சிந்தாரிப்பேட்டை, சென்னை-2.

10. **முத்துராஜா மகாஜன சங்கம்**, 26-5-1926, செங்கல்பட்டு, தலைவர்: சாமி கோவிந்தநாயுடு, செயலர் : கி.கோவிந்தநாயுடு.

11. **ஸ்ரீஅல்லிகுயி ஷத்திரிய முத்துராஜா பாளையகாரர்** விரிஞ்சீபுரம், மேலூர் (வடஆற்காடு ஜில்லா) தலைவர் : திரு. க.மாணிக்கநாயக்கர் மேல்காவனூர், செயலர் : திரு. முத்தப்ப நாய்க்கர் மேலங்காடு.

12. **திருச்சிராப்பள்ளி ஜில்லா முத்துராஜா ஜனசங்கம்** : தலைவர் : திரு. R.M.அய்யாத்துரை முத்துராஜா

13. **இராமேசுவரம் தீவு** : தீவு கரை வலை வலை மீனவர் சங்கம், இராமேசுவரம். தலைவர் : க.கு. திரு. தவசியாண்டி அம்பலம், பொதுசெயலர் : திரு. அய்யாசாமி, பொருளாளர்: திரு. V.K. கருப்பையா, நாள் : 16-09-1975.

14. **கண்ணப்பர் குல வரையர் முன்னேற்றச் சங்கம்**, வலையன்குலம், மதுரை. தலைவர் : வேட்டைய மூப்பனார் வலையன்குலம், செயலர் : டேவிட் எஸ்.டி. இராமசாமி மூப்பர் வலையன் குளம், பொருளாளர்: வேட்டையன், டி.கல்லுப்பட்டி.

15. **மலேசியா முத்துராஜா நலன் அபிவிருத்திக் கழகம் (1979)**, மலேசியா, தலைவர் : திரு. R.ராம்சிங், பெட்டாலிங் ஜெயா, செயலர்: திரு. முருகேசு ஆசிரியர், கிள்ளான், பொருளாளர் : திரு. சுப்பிரமணியன் கேரித்தீவு.

16. முத்துராஜா கலைக்கழகம், 20-6-1971, மேலப்புதூர், திருச்சி தலைவர்: திரு. ப.முத்தையன், பி.ஏ., செயலர் : திரு. புலவர் த.கோடப்பிள்ளை, திரு.வ.வன்னிமுத்துராஜா, பொருளாளர்: திரு. பி.ரெங்கசாமி, கோட்டூர்.

17. **தமிழ்நாடு முத்துராஜா சங்கம்**, தலைவர் : திரு. இராசமாணிக்கம் முத்துராஜா, முள்ளிக்கரும்பூர், செயலாளர் : திரு. புலவர் த.கோடப்பிள்ளை,எம்.ஏ., கல்லக்குடி, பொருளாளர் : திரு. டி.பாலகிருஷ்ணன் குழுமணி.

18. பெயர் மாற்றம் 2-4-1974 **தமிழ்நாடு முத்தரையர் சங்கம்**, பதிவு எண் 35/74, (321, திருவெற்றியூர், நெடுஞ்சாலை, சென்னை-21)

19. **முத்துராஜா சங்கம்**, திருச்சிராப்பள்ளி. 1906-1917, தலைவர்:

திரு. சி.பரங்கிரிவேல் முத்துராஜா, திருச்சி. செயலர் : திரு.க.மதுரநாயகம், திருச்சி, பொருளாளர்: திரு.பெ.செல்லப் பெருமாள் முத்தரையர், பூனாம்பாளையம். இந்த அமைப்பு *1945 - 1947* இருந்துவந்தது. தலைவர் மட்டும் திரு. பரங்கிரிவேல் மாறி இருந்தார்.

20. **தமிழ்நாடு முத்தரையர் சங்கம்**, *1978-1981* வரை தமிழ்நாடு முத்தரையர்சங்கம், தலைவர் : திரு.டி.எம்.இராஜமாணிக்கம், திருச்சி, செயலர் : திரு. முனைவர் கு.ப.கணேசன், திருச்சி, பொருளர் : திரு. எம். வெங்கடசாமி, சென்னை.

21. **1982-1987**, தலைவர் : திரு.டாக்டர் எம். வெங்கடசாமி, சென்னை, செயலர் : திரு. ஏ.அய்யாசாமி அம்பலம், இராமேசுவரம்.

22. *14-9-1991 - 1994* முடிய **தமிழ்நாடு முத்தரையர் சங்கம்**, மாநிலப் பொறுப்பாளர்கள் : மாநிலத்தலைவர் : திரு. ஆண்டியப்பன், திருப்பத்தூர், செயலர் : திரு. மு.தனுஷ்கோடி,D.E.E., சென்னை, பொருளாளர் : திரு. கோ.பன்னீர்செல்வம், புதுக்கோட்டை.

23. **மாநில அமைப்பு இணைப்புக்குழு சங்கம்** : தலைவர் : திரு.மு.இராஜமாணிக்கம், பி.காம்., செயலாளர் : திரு.இராஜாராம் பாண்டியன், எம்.ஏ.பி.எல்.

24. **தமிழ்நாடு முத்தரையர் சங்கம், மாநிலப் பொறுப்பாளர்** : சொல்லருவி குழ. செல்லையா, Ex.M.L.A., முடச்சிக்காடு, செயலர் : திரு. மு. இராஜமாணிக்கம், வேலூர், பொருளாளர் : திரு. க. மாணிக்கம், திருச்சி.

25. **தமிழ்நாடு முத்தரையர் முன்னேற்ற சங்கம், மாநிலத் தலைவர்**: திரு. R.விசுவநாதன், தாராநல்லூர், திருச்சி, செயலர்: திரு. பாப்பாக்குறிச்சி முருகேசன், பொருளாளர் : திரு. கூகூர் இரத்தினசாமி.

நன்றி : தமிழ்நாடு முத்தரையர் சமூகச்சங்கம் 100 ஆம் வரலாறு.

26. **தமிழ்நாடு வீரமுத்தரையர் முன்னேற்ற சங்கம்.**

27. உயர்திரு. கே.கே. செல்வக்குமார், தலைவர், திருச்சி அலைபேசி : *94431-65164, 98429-37725.*

தமிழ் முத்தரையர் இனத்தின் முதல் I.A.S. மாவட்ட ஆட்சியர் (ஆண்)

உயர்திரு. சங்கர், I.A.S நீலகிரி மாவட்ட ஆட்சியாளர்.

முத்தரையர் இலக்கிய வட்டம்

முத்தரையர் பற்றிய இலக்கியப் பாடல். நாலடியார் பாடல் 200 யையும் 296யையும் தவிர, இன்னும் சில பாடல்கள் இருந்துள்ளன.

தமிழறியும் பெருமாள் கதை

அங்காடி கொள்ளப் போய் யானை கேட்டேன்.
அணிநகர மன்றிலே சேனை கேட்டேன்
கொங்காளும் முத்தரசர் தம்மைக் கண்டேன்.
கொடித்தேரும் பரிமாவும் கூடக் கேட்டேன்
அங்கிருவர் எதிர்நின்று வெட்டக் கண்டேன்
அது கண்டு யானைத் தலையைத் தாழ்த்தலுற்றேன்
இங்கதை இன்னதென்று இயம்புவார்க்கு
எதிரில்லை இப்புவிக்குள் என்றவாறே?

கொங்கு மண்டல சதகம்

சொற்றவறாதோர் கனிவுலகத்தார் துகலற நூல்
கற்றவர் தங்கட் குதவுதல் நோம்பெனக் கொண்டவராய்
செற்றமிகும் முத்தரசர்கள் வாழ்வு செழித்தரசும்
மற்றும் புகழும் பெற்றாண்டதும் கொங்கு மண்டலமே.

இவை இல்லாமல் பெரும்பிடுகு முத்தரையனின் செந்தலைக் கல்வெட்டுப் பாடல்கள் நல்ல இலக்கிய நயம் மிக்கவை.

❖ ❖ ❖

31. கல்வட்டுகளும் செப்பேடுகளும் ஆய்வு

முத்தரையர்களைப் பற்றி மொத்தம் 217 கல்வெட்டுகள் உள்ளன. செப்பேடுகள் பழனி மட செப்பு பட்டையம் 1. இதனுடைய காலம் 1674 ஆனந்த வருடம் ………… மாதம் 3ஆம் தேதி இதனுடைய 27 செ.மீ.க்கு 36செ.மீ. அளவு முன்பக்கம் 78 வரிகள் பின் பக்கம் 79 வரிகள் கொண்டது. அடிக்கோடு போல பட்டை எழுத்துக்களாக 40 வரிகள் உள்ளன. இந்த செப்புப்பட்டயம் வரலாறு அதிகம் பேசாமல் புராணம் அதிகம்பேசுகிறது பெரிய வன்னி முத்தரசன், சின்னவன்னி முத்தரசன் என்ற இருவருக்கும் முதன்மை தந்து எழுதப்பட்டுள்ளது. முத்தரையர்கள் வாழுமிடங்கள் வரிசையாகத் தரப்பட்டுள்ளன.

இதை எழுதியது:- இராமசாமி கவிராயர் ஆனந்தத் துரையே வாழி!

இந்தச் செப்புப் பட்டயத்தில் செந்தமிழில் நல்ல தமிழில் வடமொழி தலைப்பில் கலக்காது இடையிடையே வடமொழி கலக்காது, மணிப்பிரவாள நடையில் எழுதாமல், பாட்டு உருவில் எழுதப்பட்டுள்ளது. இது சோழர்களின் செப்புப் பட்டயத்தின் இருந்து பெரிதும் மாறுபடுகிறது. அது கி.பி. 17 நூற்றாண்டு மணிப்பிரவாள நடை காலம் இதில் மணிப்பிரவாள நடை எங்கும் காணோம். அரிய முத்தரையர்களின் பொன்னெழுத்துக்களான பொற்குவியல்!

செப்புப்பட்டயம் 2

காலம்:- கலியுகம் 4774, சகம் கி.பி 1673. ஆவணம் 22/2011, இடம்:- கோவை மாவட்டம் உடுமலைப்பேட்டை வட்டம் கணீயூர்.

உ வையய நீடுக மாமழை மன்னுக
மெய் விரும்பி அன்பற் விழங்குக
சைவ நன்னெறி தாந்தழைத்தோங்குக.

156. யாண்டவரையும் சேவித்த பலன் பெறுவாராகவும் மஞ்சாங்கோப்பில் சமூகம் கூடி எழுதின பட்டயம்.

157 எழுதினது இராமசாமிக் கவிராயர் ஆனந்தத் துரையே வாழி திருச்சிற்றம்பலம் மொத்தம் 157 வரிகள். இதிலேயும் வன்னி முத்துராஜா. இதில் வடமொழிச் சொற்கள் தமிழ்ப்படுத்தப் பட்டுள்ளன.

பாத பங்கயம் - காலடித் தாமரை

வரலாற்று வரிகள்: ''மகாமண்டலீசுவரன் அரியர்ராயர் தளவிபா பாகைஷக்கித் தப்புவராய கண்டன் மூவராயன் கண்டன் கண்ட நாடு'' என்று சொல்லப்படுகிறது. இதிலும் அளவுக் கதிகமாகப் புராணம் கலந்து பேசப்படுகிறது. வரலாற்றுச் சுவடுகள் சிறிதளவு உள்ளன. வன்னிமுத்தரசன் பெரிதாகப் பேசப்படுகிறான்.

நல்ல தமிழில் கவிதைநடையில் எழுதப்பட்டுள்ளது. குறைந்த வடசொற்கள் பயனபடுத்தப்பட்டுள்ளன. திருமலை நாயக்கர் காட்டப்பட்டு உள்ளார். இதை எழுதியவர் இராமசாமிக் கவிராயர் ஆன்த துரையே வாழி திருச்சிற்றம்பலம் என்று முடிகிறது. 17ஆம் நூற்றாண்டு நிலையில் நின்று பார்த்தால் இது நல்லத் தமிழ் சுவடிகளே!

கல்வெட்டுகள்

பெரும்பகுதி முத்தரையர் கல்வெட்டுகள் வடமொழி சமஸ்கிருதம், பிராகிருதம் கலக்காமல் எழுதியுள்ளனர். சோழர் காலக் கல்வெட்டுகள் வடமொழி கலந்து எழுதப்பட்டு உள்ளன.

கிறித்துவர் பழக்க வழக்கங்கள்

கிறித்துவ முத்தரையர்களில் சில ஊர்களில் 'கரை' என்ற பெயர் உண்டு. அதற்கு அடைமொழி பெயர் இருப்பதாகத் தெரியவில்லை. தலைமை ஆளின் பெயரை இட்டு வழங்கப்படுகிறது. மெக்கேல் கரை, அந்தோணி கரை என்று சொல்லப்படுகிறது சில ஊர்களில் அந்த கிறித்தவர் எந்த ஊரில் இருந்து அந்த ஊருக்கு வந்தாரோ அப்பெயர் இட்டு வழங்குகின்றனர். சான்று பண்டிதன்பட்டி வகையறா, முத்தூரான் வகையறா, பட்டணத்தான் வகையறா, புத்தூரான் வகையறா, திண்டுக்கல்லான் வகையறா, என்று கூறிக் கொள்கின்றனர். 'கரை' என்பதற்குப் பதிலாக வகையறா என்று

கூறிக் கொள்கிறார்கள். இன்னும் சில ஊர்களில் குட்டையன் வகையறா, தலைவிரிச்சான் வகையறா, தொப்புளான் வகையறா என்று பட்டப் பெயர்களால் அழைத்துக் கொள்கிறார்கள்.

ஓர் இந்து திருமணத்தில் என்ன நடக்குமோ அத்தனை சாத்திர சம்பிரதாயங்களும் இந்த கிருஸ்துவ திருமணத்தில் செய்யப்படுகின்றன. இந்துகளுக்கு வலாயம், வைணலாயம் என்று அது கூட இல்லை. எல்லாம் மணமேடை யில் தீவளர்த்து அய்யர்களால் திருமணம் வடமொழி சமற்கிருதம் சொல்லி தாலி கட்டப்படுகிறது. கிறித்துவர்களின் திருமணம் மாதாக் கோயிலில் ‘வார்த்தைப் பாட்டில் சம்மதம் வாங்கி’ பிறகு தாலி கட்டப்படுகிறது. தாலி என்பது சிலுவை வடிவம், மாதா வடிவம் என்று R.C கத்தோலிக்கர்களிடம் இருக்கும் C.S.I, கிறித்தவர்,T.E.L.C, கிறித்தவர் தாலிக் கட்டுவர். திரிபு கிறித்தவர்கள் தாலி கட்டாமல் திருவிவிலியத்தின்மேல் நம்பிக்கை வைத்து திருமணம் செய்கிறார்கள். மற்ற எல்லாம் உண்டு. இந்து முத்தரையர்கள் போலவே ‘பட்டம் கட்டுதல்’ எல்லாம் உண்டு.

இறப்பு சடங்கு

கிறித்தவர்கள், இறந்தவர்களை யாரும் எரிப்பது இல்லை. புதைப்பது மட்டுந்தான். ஆழமாக ‘4x6x4’குழி தோண்டி சமய சடங்கான நினைவு இறப்பு பூசை வைத்து புதைத்துவிடுவர் மற்றபடி சீதேவி வாங்குதல், குளிப்பாட்டுதல், சனிக்கிழமையன்று இறந்த பிணத்துக்கு ‘சனிப் பிணம் துணை தேடும்’ என்ற மூடநம்பிக்கையில் கோழிக்குஞ்சு கட்டுதல்; கொள்ளி வைத்தல்; கொள்ளி வைத்தவர் சடங்கு முடிய வீட்டில் இருப்பது; மொட்டை அடிப்பது பங்காளிகள் இறந்த வீட்டில் கை கொடுப்பது; பங்காளி பெண்கள் இழவு கொடுத்து அழுவது; மாமன் மச்சான் சோறு ஆக்கி வைப்பது; வாழைத்தண்டு, அகத்திக் கீரை உண்பது; எட்டாம் நாள் சடங்கு! முதல்நாள் வைச்சு அழுதலில்பலகாரம் படைத்து அழுதல்; தாலிபறிப்பது; வெள்ளை சீலை உடுத்துதல் இதில் இந்து முத்தரையர் செய்யும் எதையும் விடுவதில்லை. சடங்குக்கு மாமன் மச்சான் வேட்டி கட்டுதல் போன்ற சடங்குகள் எதையும் கிறித்துவ முத்தரையர் தள்ளியது கிடையாது. மந்திரங்கள் மாறும். C.S.I. T.E.L.C. கிறித்தவர்கள் கொஞ்சம் மாறி செய்வர்.

❖ ❖ ❖

32. தெய்வமான முத்தரையர்

திருச்சி மாவட்டம் திருவரங்கம் வட்டம் உத்தமர்சீலி சிற்றூர் நானூற்றி முத்தரையன். சிறந்த வீரன். அதுசமயம் உத்தமர்சீலி பகுதியைப் பிடிக்க முகமதியர் படை ஒன்று வரவே இதனை அறிந்த நானூற்றி முத்தரையன் தனது தலைமையில் படை ஒன்றைத் திரட்டி கொள்ளிடம் ஆற்றில் போரிட்டான். அன்று அவனுக்குத் திருமணம் செய்ய நிச்சயித்த நாளாகும். திருமணம் தள்ளி வைத்து சண்டைக்குச் சென்றான். போர்க்களத்தில் நானூற்றி முத்தரையன் கொல்லப்பட்டான். குடுமி சங்கிலி என்பவன் படை நடத்தி முகமதியரை வென்று விரட்டினான். இதையறிந்த பெண்குலத்தின் பொன் விளக்கு அரிய நாச்சி அவனுடன் தீக்குள் பாய்ந்து உடன் கட்டை ஏறி இறந்தாள்.இதனால் இருவரையும் தெய்வமாக அவ்வூர் மக்கள் வழிப்பட்டு வருகிறார்கள்.

கல்வெட்டுகள் 1

புதுக்கோட்டையில் உள்ள ஒரு கல்வெட்டு ஆவணம் 1/1991 பக்கம் 39. புதுக்கோட்டை மாவட்டம் சேத்தி முத்திப்பட்டி கண்மாயில் பழைய மடத்தூணில் கி.பி. 9ஆம் நூற்றாண்டில் வெட்டப்பட்ட கல்வெட்டில்

1. ஸ்ரீ செ	2. பூர்ம
3. ங்கல	4. முடையா
5. ன் குவா	6. வ(ன)க்
7. கன்வெ	8. நல் மண
9. வாட்டி	10. முனேன்
11. எழுவி	12. நாட்டின
13. குமரிக்க	14. கல்

கல்வெட்டு 2

புதுக்கோட்டையில் உள்ள திருமயம் வட்டம் கோட்டூரில் உள்ள பெரியகுளம் மடையைச் சுந்தரசோழன் காலத்தில் 2வது ஆட்சியாண்டில் கி.பி. 958இல் இவ்வூர் இருமடி சோழ சிக்களாந்தி முத்தரையன் ஆன தரங்கம் போளறன் என்பவர் இக்குளத்தில் குற்குமளி கற்கால் அமைத்து உள்ளனர்.

1.	ஸ்வஸ்திக் ஸ்ரீ	2.	கோ இராச கே
3.	சரி பன்மற்கு யா	4.	ண்டு 2 இவன்
5.	ண்டு கான	6.	நாட்டு கோட்டி
7.	ஊர்க்குளம் கற்கு	8.	மிழி வைச்சு க
9.	ற் கால் நாட்டினா	10.	இவ்வூர் இரு
11.	மடிசோழ சி	12.	ங் களாந்திமு
13.	த்தரையனா	14.	ன தரங்கம்
15.	போளறன்		

உழைப்பாளிகள் முத்தரையன்

ஆண்டான் - அடிமை என்ற நிலையில் முத்தரையர் உழைப்பாளிகள் கரைகள் இருந்து வந்ததை கீழ்க்கண்டவாறு அறியலாம். இது புதுக்கோட்டையில் நிலவும் குடும்ப வகையறாக்கள் குறிக்கப்பட்டுள்ளன.

1. ஓலையன் கரை	2. செட்டி கூத்தன் கரை
3. சேவுகன் கரை	4. வள்ளி கரை
5. கூத்தன் கரை	6. மயிலாடி கரை
7. தோழன் கரை	8. பூசாரி கரை

இதில் உள்ள அனைவரும் உழைப்பாளிகள் தொழிலாளிகள் ஆவார். வலையர்கள் என்போர் நேரம் காலம் இல்லாமல் உழைக்கும் தொழிலாளிகள். இன்றும்கூட வலையர்கள், வேடர்கள், கொத்தனார்கள், செங்கல் காள்வாய்த் தொழிலாளர்கள்,

வாழைத் தோட்டத் தொழிலாளிகள், வேளாண் கூலிகள் யாவரும் தொழிலாளர்களே ஆவார். கரும்புத் தோட்டத் தொழிலாளிகள், கட்டிடத் தொழிலாளிகள் எல்லாம் முத்தரைய உழைப்பாளிகளே ஆவார்.

முத்தரையர்கள் வணிக நிலையங்கள் சிற்றுண்டி சாலை, மளிகைக் கடை, தேனீர்க்கடை போன்றவற்றை நடத்த முன் வருவதில்லை. பத்து பேர்களை வைத்து கூலி கொடுத்து வேலை வாங்கும் தொழில்களை அதிகம் செய்ய விரும்புவது இல்லை. மாறாக கூலி வாங்கி வேலை செய்பவர்களாக மட்டும் இருப்பதையே விரும்புவர்.

முடிவுரை

1. களப்பிரர் அரசு வீழ்ந்த அதே காலக்கட்டத்தில் முத்தரைய அரசுகள் தோற்றம் பெற்றன.

2. கரிகால் சோழன் கால்வழி வந்ததாகத் தற்கால முத்தரையர்கள் கூறி வருகின்றனர். இதையே களப்பிரர் அரசர்கள் துர்விநீதன், ஸ்ரீவிக்ரமன் கரிகால் சோழன் கால்வழி இளவரசிகளின் பிள்ளைகள் என்று தம்மைக் கூறிக் கொண்டனர்.

3. எரிக்கால் முத்துராஜா கரிகால் சோழன் கால்வழி வந்தவன் என்று கூறிக் கொள்கிறான். இவன் 'புண்ணியகுமாரன்' [illegible] ந்து [illegible]ன் ஆட்சிக்கு வந்தான்.

4. முத்தரையர் அரசு தனித்தமிழில் கல்வெட்டுகளை அச்சிட்டு வெளியிட்டன. வடமொழியைப் பிராகிருதத்தைக் கலந்து கல்வெட்டுகள் வெளியிடவில்லை. முத்தரையர் அரையர் வெளியிட்ட செப்புப் பட்டயம் கிடைக்கப் பெறவில்லை.

5. முத்தரையர் அரையர் கல்வெட்டுகள் ஐந்து வகையாக அமைந்தன.

(அ) தனியரசு ஆட்சி நடத்திய அரையர்கள் கல்வெட்டு

(ஆ) பல்லவர்களை முதன்மைப்படுத்தி காலம் சொல்லும் முத்தரையர் கல்வெட்டு

(இ) பாண்டிய மன்னர்களை முதன்மைப்படுத்தி காலம் குறித்த கல்வெட்டுகள்.

ஈ. சோழப் பேரரசர்களை முதன்மைப்படுத்தி காலம் சொல்லும் கல்வெட்டு.

உ. பிற்காலக் கல்வெட்டுகள். இப்படி வெளியிட்ட முத்தரையர் மேலாதிக்கம் பல்லவர், பாண்டியர், பிற்சோழர் இவர்களை முதன்மைப்படுத்தி வரையப்பட்டு எழுதப்பட்டதால் அவரது மேலாதிக்கத்தை ஏற்றுக்கொண்டனர் என்பதைக் காட்டும் கல்வெட்டுகள்.

6. தனியரசு ஆட்சி நடத்திய முத்தரையர் அரையர்கள் வெளியிட்ட கல்வெட்டுகள், பல்லவர் சார்பு முத்தரையர் அரையர் வெளியிட்ட கல்வெட்டுகள், இந்த கல்வெட்டுகள் வடமொழி கலவாமல் நல்ல தமிழில் எழுதப்பட்டுள்ளன.

7. இந்த காலக் கட்டத்தில் ஆண்ட பல்லவ பேரரசர்கள் கல்வெட்டுகள், செப்பேடுகள் பிராகிருதம், சமஸ்கிருதத்தில், பிராகிருதத்தில் வெளியிட்டனர்.

8. சோழப் பேரரசின் கல்வெட்டுகள், செப்பேடுகள் தொடக்கம் வடமொழியிலும் மையப்பகுதி தமிழிலிலும் கடைப்பகுதி வடமொழி சமஸ்கிருதத்திலும் எழுதப்பட்டன.

9. சோழப் பேரரசு கடைப்பிடித்த முறையில் சோழ முத்தரையர்கள் தொடக்கம் வடமொழியிலும் பிறகு தமிழிலும் இருந்து வந்தது.

10. சமணம், பௌத்தம் தமது வலிமை சிறிது குன்றியதால் தனியரசு முத்தரையர் ஆட்சியில் பிடாரி, மாரியம்மன், செல்லியம்மன், நாச்சியார் போன்ற பெண் தெய்வங்கள் முதன்மையாக வைத்து வணங்கினர்.

11. தனியரசு நடத்திய முத்தரையர் ஆட்சி, பல்லவர் ஆதரவு பெற்ற முத்தரையர் அரசு யாரும் பார்ப்பணர்களை முன்னிறுத்தி

ஆட்சி நடத்தவில்லை.

12. பின்னால் வந்த சோழ முத்தரையர்கள் முன்பு ஏற்பட்ட முன்னனுபவத்தினால் பார்ப்பணர்களைப் பகைத்துக் கொள்ள விரும்பவில்லை. தமது கல்வெட்டுகளில் பார்ப்பணர்களுக்குத் தானம் வழங்கினார்கள்.

13. முத்தரையர் அரசு, பொன்மாந்தர் அரசு பார்ப்பணர்களைத் தம்பக்கம் அனுசரணையாக வைத்துக் கொள்ளாது போனது காரணமாக வீழ்ந்ததைக் கண்டு சோழப் பேரரசு பார்ப்பணர்களுக்கு ஊர்தானம், வேள்விதானம் என்று தானம் செய்தனர். பார்ப்பணர் களின் விருப்பப்படி ஆண்டனர். அதனால் பிற்காலச் சோழப் பேரரசு கி.பி. 850 முதல் கி.பி. 1250 முடிய 400 ஆண்டுகள் நீடித்து ஆண்டது.

14. முத்தரையர் என்ற சொல் முதன்முதல் களப்பிரர் கால அரசர்கள் மாதவ முத்தரசன், துர்விநீதன் முத்தரசன் காலத்திலயே அறிமுகம் ஆகிவிட்டது. ஆனால் தமிழக அரசர்கள் யாரும் தம்மை அப்படி அழைத்துக் கொள்ளவில்லை.

15. முத்தரையர் என்போர் அரையர் குலம். அரையர் குலம் என்பது சத்திரியர் குலம், வடஇந்திய மறவர்குலம் சத்திரியர் குலம் தென்னாட்டு மறவர்குலம். சத்திரியர் குலம்; தென்னாட்டு மறவர்குலம் - முத்தரையர்; அரையர்களைச் சத்திரியர் என்று மனுதர்ம சாத்திரப்படி ஏற்றுக் கொள்வதில்லை.

16. தென்னாட்டு சத்திரியர்களை மனுதர்ம சாத்திரப்படி சத்திரியர்களாக கருதாமல் சூத்திரர்களாகவே கருதப்பட்டனர்.

17. முத்தரையர் தற்போது பார்ப்பணர் மற்றும் மேட்டுக் குடியினர் வாழும் ஊரில் அடிமையாகவும் அவர்கள் இல்லாத ஊரில் ஆண்டானாகவும் இருந்து வாழ்க்கையை ஓட்டிவந்தார்கள். சில இடங்களில் பண்ணை ஆட்களாக இருந்து வந்தனர். சில இடங்களில் பண்ணையாராகவும் இருந்து வருகின்றனர்.

18. முத்தரையர் அரசு வெளிப்பட்ட காலத்தில் இருந்து மெல்ல மெல்ல தாழ்ந்து வந்திருக்கிறார்கள்.

19. பொது வரலாற்றில் முத்தரையர் அரசு பற்றிவரும் செய்தி ஒன்று மட்டும் காட்டப்படுகிறது; விசையாலயச் சோழன் தஞ்சை மாநகரைப் பிடித்து தஞ்சையைத் தலைநகராக்கியது. முத்தரையர்களிடம் இருந்து கைப்பற்றப்பட்ட இடம்தான் தஞ்சை.

20. நல்ல முழுப்பானை உடைந்து நொறுங்கியது போல 'களப்பிரர் அரசு' பல துணுக்குகளாக நொறுங்கியது. 1. முத்தரையர் அரசு, 2. வானகோவரையர் அரசு, 3. கங்க முத்தரசர் அரசு, 4. கங்க முத்தரசர் அரசு II, 5. காடக முத்தரசர் மரபு, 6. பழவேட்டரையர், 7. இருக்கு வேளீர் அரசு என்று பலவாறாக உடைந்து சிதறின.

21. முத்தரையர் இனத்துக்குள்ளேயே தெய்வ வழிபாடு செய்ய 'பூசாரி' என்ற பிரிவுண்டு. மருளாளிகள், சாமியாடிகள் உண்டு.

22. அரிவாளில் ஏறி குறி சொல்வது; அருள் வந்து அருள் வாக்கு தருவது; ஆட்டுக்கிடா வெட்டுதல்; இளம் பூங்கிடா குட்டிகளைப் பல்லால் கடித்து இரத்தம் சாப்பிட்டு எலுமிச்சம் பழம் சாப்பிடுவது; பிடாரி சாமி உலா வரும் போது செய்வது வழக்கம்.

23. அதனால் வருமானம் குறைந்த பிடாரி அம்மன், மாரியம்மன், போன்ற கோயில்களில் முத்தரையப் பூசாரிகளே மணியடித்து வழிபடுவது வழக்கம். இன்றும் செய்து வருகிறார்கள்.

24. முத்தரையர்கள் கி.பி. 17ஆம் நூற்றாண்டுக்குப் பின் இந்து - கிறித்தவர்கள் என்று இருபெரும் பிரிவாக மாறி திருமண உறவு, குடும்ப உறவு தொடர்பற்று பிரிந்து விட்டனர்.

25. முத்தரையர்களில் பலர் அம்பலம் செய்து உள்ள சமூகச் சிக்கலைத் தீர்த்தனர். அதனால் அம்பலம் ஆனார்கள். அதுவே அம்பலக்காரர் என்ற பிரிவு உருவாகியது. முத்தரையர் சமூகத்தைப் போர், ஊர்ச்சிக்கல் போன்றவற்றில் சேர்த்து (-) கூட்டும் செயலர் போன்றவர் சேர்வைக்காரர் எனப்படுவோர். கௌரவத்திற்காக முத்தரையர்களுக்கு நாயுடு பட்டம் தெலுங்கு பாளையகாரர்கள்

தந்தனர். அதனால் கெளரா நாயுடு எனப்பட்டனர்.

26. கி.பி. 15ஆம் நூற்றாண்டில் விசயநகரப் படை எடுப்பின் போது போர்வீரர், தளவாய்காரர், பகுதி படை பாளைகாரர் எல்லாம் தமிழ் முத்தரையர்களோடு வடக்கே இருந்து கொங்கண - கங்க சாளுக்கிய - இராஷ்டிரகூடர்களுடன் வந்தவர்கள் முத்தரைய நாயுடு, நாயக்கர், கவுரா நாயுடு, வேட்டுவ கவுண்டர் எல்லாம் ஓரினமாக ஆனார்கள். ஆனால் தமிழ் முத்தரையர் தமிழே பேசி வந்தனர். இருளர், வலையர்கள் தமிழ் மட்டும் பேசக் கூடியவர்கள்.

27. இந்து-கிறித்தவர் இன உறவை ஒற்றுமைப்படுத்துவது அரசியல் பொருளாதாரம் இவற்றின் வளர்ச்சிக்கு உகந்தது. மிகவும் நல்ல செயலாகும்.

28. சிற்றூர், பேரூர், நகரம், மாநகரம் இவற்றில் முத்தரையர் களை முத்தரைய இளைஞர்களே ஊர்தோறும் தன்னார்வத் தொண்டாக மக்கள் தொகை கணக்கெடுத்து மொத்தமாகக் கணக்கிடுவது நல்லது.

பொது வரலாறு எழுதுவோருக்கு வேண்டுகோள்

இனி வரலாறு ஆய்வு செய்து பொது வரலாறு எழுதப் புகுவோர்கள் காய்தல் உவத்தல் இன்றி எழுதி வரவேண்டும். அப்படி எழுதினால் முத்தரையர்களைப் பொது வரலாறு சந்திக்கும் இடங்கள் பற்றி அறிய வாய்ப்பு கிடைக்கும்.

(அ) சிம்ம விஷ்ணு பல்லவனும் முதலாம் கடுங்கோனும் கூடி களப்பிரர் அரசை வீழ்த்தியது.

(ஆ) புதுக்கோட்டையில் இளங்கோ கோனாளறு தனிச் சுதந்திரமான ஆட்சி (கி.பி.620-கி.பி. 660 முடிய) ஆண்டு கொண்டிருக்கும்போது, சித்தன்ன வாசலில் முதலாம் மகேந்திர வர்மன் சித்தன்ன வாசல் ஓவியங்கள் எப்படி வரைய முடியும்? சிந்தனைக்கு உரியது.

(இ) ஆலம்பாக்கத்து ஏரியை மாறன்குவாவன் மாற்பிடுகு

பேரதியரயைன் கி.பி. 770-கி.பி. 820) வெட்டினார். ஆனால் நந்திவர்மன் வெட்டியதாக பொது வரலாறு எழுதியவர்கள் சிலர் கூறுகின்றனர். அந்த ஏரிக்கு மாற்பிடுகு ஏரி என்று கூறப்படுகிறது.

(ஈ) இரண்டாம் பெரும்பிடுகு முத்தரையன் அழைப்பின் பேரில் இரண்டாம் நந்திவர்மன் நந்திபுரம் எனப்படும் நாதன் கோயிலில் தங்கி இருந்தபோது பாண்டியன் தமது பெரும்படையுடன் வந்து முற்றுகையிட்டான். இதில் உதய சந்திரன் பெரும்படையுடன் வந்து அவனைக் காப்பாற்றினான். செந்தலைக் கல்வெட்டு காட்டும் ஊர்களில் அந்த நேரத்தில் போர்கள் நடந்தன. திங்களூர், அழுந்தியூர், மணலூர், காந்தளூர், செம்பொன்மாரி எல்லாம் கும்பகோணம் அருகில் உள்ள ஊர்களாகும். இது பொது வரலாற்றில் குறிக்கப்படவேண்டிய செய்தியாகும்.

(ஊ) பல்லவ படைத்தலைவன் உதயச் சந்திரனும், காடக முத்தரையனும் சேர்ந்து புது பல்லவ மரபு உருவாக்கியது பொது வரலாற்றில் விளக்கமாக இடம் பெற வேண்டியதாகும். சிம்ம விஷ்ணு பல்லவனின் பரம்பரை இரண்டாம் பல்லவன் பரமேசு வரனுடன் முடிந்தது. பீமவர்மனின் பரம்பரை இரண்ய வர்மனின் மகன் இரண்டாம் நந்திவர்மன் பல்லவ மல்லன் என்பவனை அரச னாக்கியதில் காடக முத்தரை யனின் பங்கு பெரும்பங்கு ஆகும். இது ஒரு பெருஞ் சாதனையே!

(எ) நிருபதுங்கவர்மன் பல்லவனும் அவனது மகன் அபராஜிதவர்மன் பல்லவனும் செய்த தவறினால் முத்தரையர் சோழர்களிடம் தோற்று தஞ்சையை இழந்தனர். இதனால் பல்லவப் பேரரசும் முத்தரைய அரசும் அழிந்தன. சோழப் பேரரசு எழுந்தது இது பொது வரலாற்றில் இடம் பெற வேண்டிய செய்தியாகும். இரண்டு வரி செய்தியாக தஞ்சையை விசையாலய சோழன் முத்தரையரிடமிருந்து கைப்பற்றினான் என்பது மட்டும் குறிக்கப் படுகிறது. பல்லவர்களின் தவறு குறிக்கப்படுவதில்லை.

(ஏ) முதலாம் இராசேந்திரன் சோழன் வடநாடு கங்கை கரை வங்காளப் படை எடுப்புக்குக் காரணமானவன் வரதஸ்ரீ வங்காரன்

என்று குறிக்கப்படுவது இல்லை. கங்கை கொண்டான், கடாரங் கொண்டானின் பட்டத்துக்குரிய வேர்களை மறந்து விட்டோம். அந்த வேர்கள் ஸ்ரீவரத வங்கார முத்தரையனும், முத்தரையப் போர்வீரர்களும்தான் படை எடுப்பில் வெற்றியடைய காரணம். பொது வரலாற்றில் எழுதப்படவேண்டும்.

(ஐ) இன்று உலகப் பெருநகரங்களில் ஒன்றாகத் திகழும் சென்னை அல்லது மெட்ராசு இரண்டிற்கும் இப்பெயர் வரக்காரணம் சென்னியப்ப நாயக்கர் என்பவரிடம் முத்துராஜ் என்ற முத்தரையரிடம், ஆங்கிலேயர் இடங்களை விலைக்கு வாங்கி 'மெட்ராசு' என்று ஆங்கிலத்தில், பெயரிட்டனர். தற்போது 'மெட்ராசு' என்ற சொல் அழிக்கப்பட்டு வருகிறது. முத்தரையர் என்ற பெயரை அழிக்கச் சித்தமாகி அழித்து வருகின்றனர். மீண்டும் முத்துராசு என்ற இந்நகர் விளங்கவேண்டும். சென்னை என்பதைவிட 'முத்து ராசு' என்பதே பொருந்தும். புனித ஜார்ஜ் கோட்டை இருக்குமிடம் முத்துராஜ்க்கு உரியது. அதனால் முத்துராசு பெயரே பொருத்தமானது ஆகும். புறநகர் பகுதியே செனியப்பனுக்கு உரியது.

(ஒ) முத்தரையர் நாடு என்ற நாட்டில் மட்டும் முத்தரையர் இருக்கவில்லை தென்னகம் முழுவதும் பரந்து வாழ்ந்தனர்.

❖ ❖ ❖

33. காடக முத்தரையன்

பல்லவ நாட்டின் அரசுரிமையின் சிக்கலைத் தீர்த்து வைப்பதில் பெரும்பங்கு வகித்தவர் காடக முத்திரையன். சிம்ம விஷ்ணுவின் வழி பல்லவர்களின் பரம்பரை இரண்டாம் பரமேசுவரனுடன் முடிந்துவிட்டது. புதிய பல்லவப் பரம்பரை தோற்றம் பெற்றது. என்ன காரணத்தினாலோ இரண்டாம் பரமேசுவரனின் காலம் கி.பி. 722-730டன் முடிந்துவிட்டது. அதோடு சிம்ம விஷ்ணு பரம்பரையும் முடிந்தது. சிம்ம விஷ்ணு தம்பி பீமவர்மன் வழி வந்த பல்லவர் இரண்ய வர்மனின் மகன் பல்லவ மல்லனாகிய இரண்டாம் நந்திவர்மன் வீரமுள்ளவன். இரண்டாம் பரமேசுவரனின் மகன் சித்திரமயன் வயதில் மிக மிகச் சிறியவன். அவனைப் பட்டம் ஏற்க விடாது பொது படைப் எடுப்பு வரும் என்றும், பாண்டியர் படையெடுப்பு வரும் என்றும் தடுத்தனர்.

அதனால் காடக முத்தரையனும், பல்லவ அடியரையனும் இரண்ய வர்மனிடம் வேண்டி இரண்டாம் நந்திவர்மன் பல்லவ மல்லனைக் காஞ்சிக்கு அனுப்பி பட்டமேற்க வேண்டினார்கள். இரண்டாம் பரமேசுவரன் பல்லவனை பாண்டியர்களோ அல்லது சாளுக்கியர்களோ போரில் கொன்று இருக்கவேண்டும். அதனால் வெற்றிடம்! அந்த வெற்றிடத்தை நிரப்ப காடக முத்தரையன் பெரிதும் பாடுபட்டான். டாக்டர் இராச மாணிக்கனார் கூற்றுப்படி இரண்டாம் பரமேசுவரன் காலம் கி.பி.705-710 என்று குறிக்கப்படுகிறது.

காடக முத்தரையரும், பல்லவஅடியரையனும், படைத் தளபதி உதயச்சந்திரனும், இரண்டாம் நந்திவர்மன் பல்லவ மல்லனை வரவேற்று காஞ்சியில் பல்லவ வேந்தனாகப் பட்டம் கட்டினார்கள்.

இதற்கு நன்றி கடனாகக் காஞ்சியில் வைகுந்தப் பெருமாள் கோயிலில் காடக முத்தரையனைப் புடைச்சிற்பங்களாக அமைத்துள்ளனர். அதன்கீழ்,

> "அவராணை வருகின்ற மை கேட்டு
> மகா சாமந்தரும் நகரத்தாரும் மூலப்ர
> க்கிருத்தியும் காடக முத்தரையரும் எதிர்வந்து
> கோயில் கொண்டு புகுந்த இடம்"

என்று எழுதப்பட்டுள்ளது.

❖ ❖ ❖

34. கரிகால் சோழ முத்தரையர்கள்

சோழநாட்டின் சோழர்குலம் தழைக்க, குலம் முதல்வன் போல், வரலாற்று நாயகனாக வலம்வந்த கரிகால் சோழன் பற்பல நாடுகளை வென்றெடுத்த மாவீரன். கரிகால் சோழன் வடநாடு வரை படையெடுத்து போய் இமயத்தில் ஏறி புலிக் கொடியை நாட்டியதாகச் சிலப்பதிகாரம் காதை - 5 வரிகள் - 89 - 110 முடிய பேசும். இப்படி பேசப்பட்டவன் கரிகால் பெருந்திருமாவளவன் ஆவான். இவன் இரண்டாம் கரிகாலன் ஆவான். முதல் கரிகாலன் கி.மு. 250-210-இல் பேரரசர் மௌரியப் பெருவேந்தன் மகா அசோகருக்குச் கொஞ்சம் பின்னால் தமிழ்நாட்டை ஆண்டவன். இவனது படையெடுப்பு கோதாவரி ஆறு முடிய ஆகும். அதாவது விந்திய மலைக்கு வடக்கே செல்லவே இல்லை. இவனைப் பற்றி புறநானூறு 7, 65, 66, 224 ஆகிய பாடல்களும் அகநானூறு 141 - ம் பேசும் இவனே காவிரிக்குக் கரைப் போட்டவன்.

இரண்டாம் கரிகாலன் பெருந்திருமாவளவன் கி.மு. 27 முதல் கி.பி. 25 முடிய தமிழ்நாட்டை ஆண்டவன். இவனே இமயம் வரை படையெடுத்து ஆண்டவன். இந்த கரிகாலன் தான் இமயத்தில் கொடி நாட்டியவன். இந்த கரிகாலன் இமயத்தில் கொடி நாட்டிய இடத்திற்குச் சோழன் குன்று என்று இன்றும் பெயர் வழங்குகிறது. இன்று இந்த சோழன் குன்று நேப்பாள நாட்டில் உள்ளதாக ஆய்வாளர்கள் கூறுவார்கள். இவனைப் பற்றி புறநானூறு 58, 60, 197 பாடல்களிலும் பெரும்பானாற்றுப் படை, பட்டினப்பாலை போன்ற நூல்களிலும் பேசப்படுகிறது.

இப்படி சோழர்களின் படை எடுப்புக்குக் குறிப்பாக இரு கரிகாலன்களின் படை எடுப்புக்குப் பின்னால் நின்று துணை

புரிந்தவர்கள் மூன்று நாடுகளான சேர, சோழ, பாண்டிய நாடுகள் இணையும் இடத்தில் வாழ்ந்த அரையர், திரையர், முத்தரையர். இந்த மூவரும் சத்திரியர்கள் ஆவார்கள். வடநாட்டு மொழியில் 'சத்திரியர்கள்' எனப்படுவர். தென்னாட்டு மொழியில் 'மறவர்கள்' எனப்படுவர். 'மறவர்குலம்' என்று தமிழிலக்கியங்கள் பேசும் 'மறக்குடி' என்றும் கூறும். இதையே வடநாட்டு மனுஸ்மிருதி 'சத்திரியர்' என்று சொல்லும். இவர்களின் உதவியோடு சேர, சோழ, பாண்டிய என்று அழைக்கப்படும்மூவேந்தர்களும், வேளிர்குலகுறுநிலமன்னர்களும் போர்க்களம் புகுந்து வெற்றியும், பற்பல அடைந்தார்கள். காலாட்படை, குதிரைப்படை, யானைப்படை, தேர்ப்படை என்று கூறப்படும் நால்வகைப் படையிலும் அரையர், திரையர், முத்தரையர்களின் பங்கு அளப்பரியது.

கரிகால் சோழன் வடநாடு சென்று வந்தபோது வென்ற நாடுகளில் தமது அரச பிரதிநிதிகளைச் சில இடங்களில் வைத்து விட்டு திரும்பினான். சில இடங்களில் கப்பம், திறை இவற்றை மட்டும் பெற்று திரும்பினான். அரசப் பிரதிநிதிகளை நியமனம் செய்து வந்த இடங்களில் உள்ளவர்கள் தாங்கள் கரிகால் சோழன் வழிவந்தவர்கள் என்று கூறிக் கொண்டனர். இதுபோல சேரன் செங்குட்டுவன், பல்யாகசாலை முதுகுடுமிப் பெருவழுதி என்று சேரர், பாண்டியர்கள், வடநாடு மீது படையெடுத்துச் சென்றனர். அவர்களுக்குப் பின்னாலும் துணை நின்றவர்கள் மறவர் என்று அழைக்கப்படும் அரையர், திரையர், முத்தரையர்களே ஆவார்கள்.

கடைச் சங்கக் காலத்தில் முத்தரையர் என்னும் சொல்லாட்சி இல்லை. பதிலாக 'மறவர்குடி' என்ற சொல்லாட்சியே இருந்தது. சேரன் செங்குட்டுவன் வடநாட்டில் கங்கைவரைப் படை எடுத்துச் சென்று கனக விசயர் தலையில் கல்லேற்றி வந்ததும் 'மறவர்குடி' மக்களின் துணையுடனே ஆகும். அதாவது சத்திரியர் என்று அழைக்கப்படும் முத்தரையர், அரையர், திரையர் உதவியுடனே ஆகும்.

குறிப்பாகக் கரிகால் சோழன் கால் கொண்டு அரண்மனை கட்டி

ஆண்ட உறையூர் பகுதிகளிலும் காவிரிபாயும் காவிரியின் இருகரை வளநாடுகளில் இன்றுவரை வாழ்பவர்கள் முத்தரையர்களே ஆவார். ஈரோடுக்குக் கிழக்கு, சேலத்திற்குத் தெற்கு, மதுரைக்கு வடக்கு, திண்டுக்கல், கரூர் பகுதிகளுக்கு கிழக்கு, தஞ்சை, அரியலூர், பெரம்பலூருக்கும் மேற்கு திருச்சி, புதுக்கோட்டை, தஞ்சை, திண்டுக்கல், கரூர், மதுரை மேலூர் பகுதிகளில் இன்றும் ஊர்தோறும் முத்தரையர் அடர்த்தியாக வாழும் பகுதியைத்தான் கரிகால் சோழன் தமது சொந்த நாடாகக் கொண்டு ஆண்டான்.

அன்று மறவர்குலம், வன்னியர்குலம் என்ற பெயரில் வாழ்ந்தனர். பழனி, கோவை செப்பேடுகள் பெரியவன்னி முத்துராசா, சிறிய வன்னி முத்துராசா என்று புராண வரலாறு பற்றி கூறும். சேரர், சோழர், பாண்டியர் படையெடுப்புகளில் கலந்துகொண்டு வெற்றிவாகை சூடிவர துணையாக இருந்ததால் முத்தரையர் எனப்பட்டனர். மூவருக்கும் துணையாக நின்று போர்க்களம் புகுந்ததால் 'முத்தரையர்' எனப்பட்டனர். அதைப் போலவே கொடுந்தமிழ் நாட்டில் மைசூர், கோலார் பகுதிகளிலும் இருந்தும் படையெடுத்து வந்தவர்களிலும் இருந்தும் படை யெடுத்து வந்தவர்களுக்கும் துணையாகப் போர்க்களம் வெற்றி பெற வைத்தனர். அதைப்போல களப்பிரர் அரசர்களுக்கும் படையெடுப்பில் துணையாக சத்திரிய தர்மத்தைக் காத்து போரிட்டு வென்று தந்தனர். அதனால் களப்பிரர் அரசர்கள் கோக்கலி கொங்கணி வர்மன், மாதவவர்மன், அவிவர்மன், துர்விநீதன் போன்றவர்கள் தம்மை 'முத்தர்சன்' என்றும், 'மாகதி விருத்தராசன்' என்றும் கூறிக் கொண்டனர்.

முத்தரையர்களின் பரம்பரை வம்சக் கரைகளில் வரும் பெயர்கள் : 1. கிள்ளிவளன்கரை, கல்ப்பூரான்கரை (களப்பிரான் கரை), காரிகரை, மழவரையன்கரை, பூசாரிகரை, அம்பலக்காரன் கரை, காடன்கரை, வலையன்கரை, வங்காரன்கரை, சேர்வைகாரன் கரை, கச்சிராயன்கரை, சாளுவன் கரை, வல்லத்தரையன்கரை இப்படி கரைகள் உண்டு. அதுபோல 'சூரியகுல முத்தரையர் கரை' என்ற ஒன்றும் உண்டு.

சூரியகுல முத்தரையர் தம்மை கரிகால் சோழன் வழியாகக்

கருதிக் கொள்வர். களப்பிரர் வழியில் கொங்குராயன், கரை, கோக்கலியான்கரை, சீராயன்கரை சாளுவன் (சாளுக்கியன்) என்ற கரைகளும் உண்டு. பாண்டியர்களுடன் நின்று போரிட்டவர்களில் சத்ரு, பயங்கர முத்தரையன் எனப்படும் 'எட்டிசாத்தன்' என்பவனும் உண்டு. ஸ்ரீமாற ஸ்ரீவல்லவ பாண்டியன் அரசியல் தலைவன் ஆவான். விசையாலயன்கரை சோழன் கரையாகும். சோழர் விசையாலயனுடன் கூட இருந்து எதிரியோடு போரிட்டவர் பரம்பரையாகும்.

இதுபோல கரிகால்சோழன் படையெடுப்பில் வடக்கே போய் அங்கேயே தங்கிய முத்தரையர்களின் வழிவந்தவர்கள் துர்விநீதன் முத்தரையன், இவன் கரிகால் சோழனின் வாரிசு. சோழன் மகள் வழியில் வந்தவன். இதைப்போல ஸ்ரீவிக்ரமன் என்ற களப்பிரன் கடைசி அரசன் கரிகால் சோழனின் வாரிசு சோழன் மகளின் மகன் ஆவான். ''உரகபுரத்தை ஆண்ட கரிகால் சோழனின் வழிவந்தவனும் பரம ஷத்திரியனுமான சோழஅரசனின் மகளாவாள். அவளது மகன் துர்விநீதன்'' என்று செப்பேடு கூறுகிறது.

ரேநாட்டை (ரேணாடு) ஆண்ட அரசர்களுள் புண்ணிய குமாரன் என்பவன் கடைசி அரசன். இவனுடைய தந்தை தனஞ்செயவர்மன், 'எரிக்கால் முத்துராஜா' என்று தம்மை ஏற்ற குடிப்பாடு கல்வெட்டில் கூறிக்கொள்கிறான். இவன் கரிகால் சோழன் வழிவந்தவன். புதுக்கோட்டை மாவட்டம் ஆலங்குடி வட்டம் வேப்பங்குடி என்னும் ஊர் இம்மணாம்பட்டி ஊர் அம்பலக்காரர் திரு. அருணாசலம் அவர்களிடம் உள்ள பட்டயத்தில் கரிகால் சோழன் குழுவினர் சூரிய முத்தரையர் எனப்படுவர். இங்கு முத்தரையர், சோழர் மணஉறவைக் காட்டும் 9 செப்பேடுகள் கிடைத்துள்ளன.

❖ ❖ ❖

சங்க காலத்துக்குப்பின் தமிழில், முதன்முதலில் மாகீர்த்தியை அழகிய பாக்கள் வடிவில் வெளியிட்டவர் இரண்டாம் பெரும்பிடுகு முத்தரையர் சுவரன் மாறன்.

திருமயம் மலைக்கோவில் பரிவாதினி கல்வெட்டு

35. சத்ரு பயங்கர முத்தரையன்

(காலம் கி.பி. 811 - 860)

இவர் பாண்டியநாட்டு முத்தரையர். பாண்டிய நாட்டில் ஸ்ரீமாறன், ஸ்ரீவல்லபன் ஆட்சிக் காலத்தில் அரசியல் தலைவராக ஏனாதியாக விளங்கியவர். இவரை எட்டி சாத்தன் என்றும் இருப்பைக் குடிகிழவன் என்றும் சிறப்புப் பெயரிட்டு கூறுவர். எப்படி, முதலாம் இராசேந்திரனுக்கு ஒரு வரத ஸ்ரீவங்கார முத்தரையனோ, இரண்டாம் நந்திவர்மனுக்கு ஒரு காடக முத்தரையனோ அப்படியே பாண்டிய நாட்டில் பாண்டியர்களுக்கு ஒரு சத்ரு பயங்கர முத்தரையன். இவனது வழிகாட்டுதலால் பல சோழநாட்டு படையெடுப்புகள் நடத்தப்பட்டன.

இந்த சத்ரு பயங்கர முத்தரையன் மனைவி அரசியாகவே கருதப்பட்டாள். இவள் பற்பல சமுதாயத் தொண்டுகள் செய்துள்ளாள். இந்த சத்ரு பயங்கர முத்தரையர் பெயருக்கு ஏற்றவாறு எதிரிகளுக்குச் சத்ருவைப் போன்றவன் ஆவான். பாண்டிய நாட்டின் இரண்டு தலைமுறை பாண்டிய அரசர்களைக் கண்டவன். 1. ஸ்ரீமாறன் ஸ்ரீவல்லபன், இரண்டாம் வரகுண பாண்டியன் ஆகியோருக்கு ஏனாதி அல்லது உள் படுகருமத் தலைவர் அல்லது அரசியல் தலைவராக இருந்தவர்.

இவரைப் பற்றியும் இவரது அரசியைப் பற்றியும் நெல்லை மாவட்டம் செவலப்பேரி அழகர் கோயிலின் தென்சுவற்றில் உள்ள எண் 71 (ஏ.ஆர்.எண். 421 / 1906)

1. ஸ்ரீகோச்சடையர் மாறர்க்கு ''இயாண்டு இரண்டு இதனெதிர் பத்தொன்பது இவ்வாண்டு (இரிஞ்) சோழநாட்டு ஆலங்குடி. (2) குடி சத்துரு பயங்கர முத்தரையன் அரசியார் இந்நாட்டு இளவிருப்பை அணுக்கன் அப்பிநங்கை கீழ்கள கூற்று. (3) த்து தெவதானம் தென் திருமாலிருஞ்சோலை நின்றருளின கருமாணிக்க தேவர்க்கு திருவிளக்குக்கு வைச்ச ஆடு இருபத்தஞ்சு (4) இவை சாவா மூவா பேராடு உளூ மாறனின் ஆட்சி ஆண்டு 21 இருஞ்சோழ நாட்டைச் சேர்ந்த ஆலங்குடி சத்ரு பயங்கர

முத்தரையனின் அரசி இளவிருப்பையைச் சேர்ந்த அணுக்களின் (மெய்க்காவலன்) மகள் அப்பிநங்கை திருமாலிருஞ்சோலையில் உள்ள கருமாணிக்கம் தேவருக்கு விளக்கு எரிப்பதற்கு நன்றாக வளர்ந்த ஆட்டுக்கடாக்களைக் கொடையாகக் கொடுத்தது கூறப்பட்டுள்ளது.

வரகுண பாண்டியன் (கி.பி.765-815) சோழ நாட்டைக் கைப்பற்றி பெண்ணையாறு வரை பல்லவ நாட்டையும் கவர்ந்தான் என்று டாக்டர் இராசமாணிக்கனார் தமது பல்லவ வரலாற்றில் கூறுகிறார். இதற்கு துணை இருந்தவன் சத்ரு பயங்கரன்.

தெள்ளாறு போர் நிகழும் வரை சோழநாடும் பல்லவநாட்டின் தென்பகுதியும் பாண்டியர் வசம் இருந்தது என்கிறார் டாக்டர். மா. இராசமாணிக்கனார். அப்போது பாண்டியரின் அரசியல் தலைவர் சத்ரு பயங்கர முத்தரையர்.

இருப்பைக்குடி கிழவன் அல்லது எட்டி சாத்தனைப் பற்றி தி.வை.சதாசிவப்பண்டாரத்தார் கருத்து :

இரண்டாம் வரகுண பாண்டியனின் அரசியல் அதிகாரிகளுள் ஒருவன் எட்டி சாத்தன் என்பான். இவன் சங்கப் புலவர் ஒருவர் வழியில் தோன்றியவன். இவன் சாத்தன் என்ற இயற்பெயரும் எட்டி என்னும் சிறப்புப் பெயரும் உடையவன். இத்தலைவன் சங்கப்புலவர் மணிமேகலையின் ஆசிரியர் கூலவாணிகன் சீத்தலை சாத்தனாரின் வழியினராக இருத்தல் கூடுமோ என்ற ஐயம் நிகழ்கின்றது.

வரலாற்றில் சாத்தன் என்ற பெயர் கொண்டவர்கள்

1. சாத்தந்தையார் (சங்ககாலப் புலவர்)

2. கூலவாணிகன் சீத்தலை சாத்தனார் (மணிமேகலையை எழுதியவர்)

3. மோசி சாத்தனார் (சங்ககாலப் புலவர்)

4. அந்துவன் சாத்தன் (சங்ககால சேரமன்னன்)

5. ஒல்லையூர்க்கிழான் மகன் பெருஞ்சாத்தன் (சங்ககால நிலக்கிழார்)

6. முத்தரைய முதல் மன்னன் சாத்தன்

7. எட்டிக்குடி சாத்தன். சாத்தன் என்பது பௌத்த சமயப் பேராகும்.

''நந்திபுரம்–ஆய்வு''

''அடைக்கலம் காத்தான் வாய்க்கால்''

பல்லவன் நிருபதுங்கன் வர்மனின் படைத்தளபதி கூகூர் விஜய நல்லூழான். அவனது சொந்த ஊர் திருச்சி மாவட்டம் இலால்குடி வட்டம் கூகூர் ஆகும். இங்குள்ள ஒரு பாசன வாய்க்காலின் பெயர் அடைக்கலம் காத்தான் இப்படி இந்த வாய்க்காலுக்குப் பெயரிட என்ன காரணம் வந்தது?

இரண்டாம் பரமேசுவர வர்ம பல்லவன் கி.பி.722இல் பட்டம் எய்தினான். எட்டு ஆண்டுகளே ஆண்டான். கி.பி.730இல் இறந்துபட்டான். காரணம் பல்லவரின் பரம எதிரியான சாளுக்கிய மன்னன் இரண்டாம் விக்கிரமாதித்தன் படை எடுத்து வந்தான். அப்போது பல்லவன் தோற்று சாளுக்கியருக்குக் கப்பம் கட்டினான். இதற்கு உடந்தையாக உள்ள கங்கர் மேல் இரண்டாம் பரமேசுவரன்வர்மன் போர் தொடுத்து போரில் இறந்துபட்டான். அப்போது அவனது மகன் சித்திரமாயன் 5 வயது சிறுவன். அவனால் பல்லவ நாட்டின் பரம எதிரிகளான சாளுக்கியர், கங்கர், பாண்டியர்களை வெல்ல முடியாது என்று நினைத்த காடக முத்தரையன், திருமங்கையாழ்வார், பல்லவ தளபதி உதய சந்திரன் ஆகிய மூவரும் கூடி, பல்லவப் பரம்பரையின் இன்னொரு கிளையின் பல்லவ வேந்தன் பீமராயனின் மகனை அழைத்து பட்டம் கட்டினார்கள்.

அவனது பெயர் இரண்டாம் நந்திவர்மன். இதையறிந்த பல்லவதியரையர் சித்திரமாயனை அழைத்துக் கொண்டு சாளுக்கியரிடம் தஞ்சம் அடைந்தார். சாளுக்கிய மன்னன் கங்கர், பாண்டியர் இவர்களின் துணையுடன் காஞ்சியை முற்றுகை இட்டான். இதையறிந்த காடக முத்தரையன் பல்லவன் நந்திவர்மனை அழைத்து வந்து தமது தம்பியும் சிற்றப்பா இளங்கோவதி அரையனின் மகன் இரண்டாம் பெரும்பிடுகு முத்தரையரிடம் நேயமத்துக்குக் கொண்டு சேர்த்தான். அடைக்கலம் கேட்டு நந்திவர்மன் வந்தான்.

இரண்டாம் பெரும்பிடுகு முத்தரையன் நேயமத்தில் இருந்து பத்து கிலோ மீட்டர் தொலைவில் செந்தலைக்குக் கிழக்கில் மூன்று கிலோ மீட்டர் தொலைவில் திருபந்துருத்தியில் ஒரு கோட்டையும், வீரசிங்கம் பேட்டையில் ஒரு கோட்டையும் கட்டி தங்க வைத்தான். வீரசிங்கம் பேட்டையில் பல்லவர் படைவீரர்களும், திருப்பூந் துருத்தியில் பல்லவன் இரண்டாம் நந்திவர்மனும் தங்கினார்கள். அங்கே பாண்டியன் வந்து முற்றுகை இட்டான். மறைமுகமாக அழைத்து வந்து கூகூர் ஆனந்திலி மேடு (ஆனந்திமேடு) வில் மறைத்து வைக்கப்பட்டான். காரணம் இரண்டாம் நந்திவர்மன் பதினைந்து வயது சிறுவன். இரண்டாம் பெரும்பிடுகு முத்தரையர் பாண்டிய படைகளை அடித்து நொறுக்கி விரட்டினான்.

மீண்டும் திருப்பூந்துருத்தியில் (திருப்பந்துருத்தியில் ஒரு சில ஆண்டுகள் தங்க வைக்கப்பட்டான். தக்க வயது அடைந்ததும் காஞ்சியில் பேரரசனாகி ஆண்டுவந்தான். இப்படி அடைக்கலம் தந்து காத்து மீண்டும் அரசனாகப் பல்லவன் முடி சூடப்பட்டான். பல்லவன் ஆனந்திமேடு பகுதியில் தங்கிய போது கூகூரில் பாசன வாய்க்காலை வெட்டினான். அதற்கு ''அடைக்கலம் காத்தான்,'' என்று நன்றியோடு பெயரிட்டுச் சென்றான். திருப்பம் + திருத்தி - திருப்பந்துருத்தி இவ்வூரில் சுமார் 5 ஆயிரம் முத்தரையர்கள் இன்றும் வாழ்கிறார்கள். இவர்கள் வீரமானவர்கள். எதற்கும் எப்போதும் அஞ்சாதவர்கள். துணிச்சல் ஆனவர்கள்.

வீரசிங்கம் கோட்டை - வீரசிங்கம் பேட்டை. இவ்வூர் கண்டியூருக்குக் கிழக்கில் இரு கிலோமீட்டர் தூரத்தில் உள்ளது. திருப்பந்துருத்தி ஒரு கிலோமீட்டர் தூரத்தில் மேற்கில் உள்ளது. ஆனந்திமேடுவிலும் கூகூரிலும் முத்தரையர்கள் மிகுதியாக இன்றும் வாழ்கிறார்கள்.

நந்திவர்மன் தங்கிய கோட்டைக்கு நந்திபுரம் என்று அழைக்கப்பட்டது. பின்னால் வந்த பாண்டிய அரசர்கள் நந்திபுரத்தை உருத்தெரியாமல் செய்து விட்டனர். 'நந்திபுரம்' பற்றி குடவாயில் பாலசுப்ரமணியம் ஆய்வு செய்து நூல் வெளியிட்டு உள்ளார்.

நேயமத்தில் இருந்து வடமேற்கில் கொள்ளிடக் கரையின் மேல் கல்லணைக்கு நேர் வடக்கில் உள்ள ஊர் கூகூர்.

- செவி வழிச் செய்தி

❖ ❖ ❖

36. பிற்சேர்க்கை

அகில இந்திய அளவில் பரவி உள்ள முத்தரையர்களுக்கு பிற மாநிலங்களில் வழங்கும் பெயர்களும் பட்டங்களும்

1. ஆந்திரமாநிலம் :- முட்ராஜுலு, முத்துராச்சா, முத்துராஜா, முடிராஜ், பட்டப்பெயர்கள் : தொரலு, பாளையக் காரலு நாயுடு, ராவ், முடிராஜ்.

2. தெலுங்கானா :- முட்ராஸ்ரி, முட்ராஜுலு, முட்ராஜ், முடிராஜ, கோலி, கப்ளகாரு, கப்பேரு, பட்டப்பெயர் : பாளையகாரர் தொரல, நாய்க் இபாண்டு, காவல்காரர், மான்க்பாடு மன்னேஷ்வரர், ஸ்ரி மன்னேஸ்வர் முடிராஜ்.

3. கர்நாடக மாநிலம் :- காப்பேரு, பாளையகாரர், முடிராஜ், கோலி,காபே போலாகீர், கங்கா, மின் கங்க மாதா, பட்டப்பெயர்: நாய்க், நாயுடு, ராவ்

4. மகாராஷ்டரா :- கோலி மகாதேவ், கோலி மாலாஹர் கோலி பட்டப்பெயர் :- முடிராஜ்

5. மத்தியப் பிரதேசம் :- முடிராஜ் கோலி, முட்ராசி, முட்ராசா, முத்ராச்சா பட்டப்பெயர் :- நாயுடு, ராவ், முடிராஜ்

6. உத்திரப் பிரதேசம் :- கோலி

7. மேற்கு வங்கம் :- அக்ஷரி, உக்கிர ஷத்திரியா பட்டப்பெயர்: காஸ்பால், சமண்டா என்றே வழங்கப்படு கின்றனர்.

நன்றி-ஆதாரம் :- பேரரசர் பெரும்பிடுகு முத்தரையர்; திங்கள் வெளியீடு நாள் :- ஏப்ரல் 2013.

ஆசிரியர் :- திரு இராமமுர்த்தி (திருமலை நம்பி)

வெளியிடுபவர் : புலவர் திரு. பு. சி. தமிழரசன்

மேற்கண்ட பிற மாநிலங்களின் முத்தரையர்ப் பெயர்களுள் ஒளிந்திருக்கும் புதிர்கள்:

1. **மற்ற மாநிலங்கள்** : முட்ராஜுலு, முத்துராச்சா, முத்துராஜ், முடிராஜ், முடிராஜா, முட்ராஸ்ரி தமிழ்நாடு : முத்துராஜா, முத்தரையர், முத்திரியர்

2. **மற்ற மாநிலங்கள்** : கப்ளகாரு, கப்பேரு காப்பேரு, காலே பேலாகிர் தமிழ்நாடு : களப்பிரர்கள்.

3. **மற்ற மாநிலங்கள்** : பாளைகாரர், காவல்காரர், பாளேகாரர், பாளையக்காரலு தமிழ்நாடு : பாளையகாரர் காவல்காரர்

4. **மற்ற மாநிலங்கள்** : மன்னேஸ்வர் , மன்னேஸ்வர் மான்க் பாடு தமிழ்நாடு : மன்னாதி மன்னன் பேரரசன் (கரிகாலன், கோக்கலி கொங்கண்வர்மன்)

5. **மற்ற மாநிலங்கள்** : கோலி மகாதேவ், கோலி **தமிழ்நாடு**: 1. கோக்கலி கொங்கணவர்மன், 2. வீர சோழ கலிமூர்க்கன் (கி.பி.967-கி.பி.1005) 3. ஸ்ரீ கோக்கலி மூர்க்க விக்கிரம சோழன் (கி.பி.1005-1047) கொங்கு சோழன், 4. கலி மூர்க்கன் (முத்தரையர் மரபு)

6. **தென்னுகுள்ளு** - தென்னவர்கள்

7. **கங்கா– கங்கர்கள்**, மின்கங்கமாதா - கங்கர்கள் (தொடக்கக்கால கங்கர்கள்)

8. **தெலுகா** - தலைக்காடு கங்கர்கள்.

9. **மற்ற மாநிலங்கள்**: காபே பேலாகிர், தமிழ் மொழியில் - காபேரி, கா விரி நாடு வாழ்வோர்.

இப்படி கரிகாலன் படையெடுப்பில் சென்ற சிற்றரசர்கள் அங்கேயே தங்கி களப்பிரர்களாகவும் கங்கர்களாகவும், மாறியது கண்கூடு ஆக அறிய முடிகிறது.

பிற மாநிலங்களில் முதிராஜ் சங்கங்கள், அரசர்கள், தலைவர்கள், அமைச்சர்கள், நடிகர்கள் :

1. ஆந்திராவிலிருந்து பிரிந்த தெலுங்கானா முதல் கேபினேட்

அமைச்சர் உயர்திரு எடல்லா ராஜேந்தர் முடிராஜ் - (நிதி அமைச்சர்)

2. விஜய நகரப் பேரரசர் கிருஷ்ணதேவராயர் தமது நூல் ஆமுக்தா மால்தா (ஆண்டாளைப்பற்றியது) வில் தாம் ஒரு முத்துராஜா அரசர் என்று கூறி உள்ளார்.

3. கன்னட நடிகர் காலம் சென்ற இராஜ்குமார் முதிராஜ் இனத்தைச் சார்ந்தவர் என்று கூறப்படுகிறது.

4. விஜயநகரப் பேரரசை தோற்றுவித்தவர்கள் மூவர். அவர்கள் மூவரும் தமிழர்கள்; முத்துராசாக்கள். ஹரிகர ராயர், புக்கர் ராயர்).

சங்கங்கள்

1. ஆந்திர மாநிலம் முதிராஜ் சங்கத் தலைவர் திருமிகு. இலட்சுமி நாராயணன்.

2. ஆந்திர மாநிலம் பட்டதாரிகள் சங்கத் தலைவர் திருமிகு. இராமச்சந்திர ஷெல்லி B.A.L.L.B.

3. ஆந்திர மாநிலம் முடிராஜ் சங்கத்தலைவர் (பெல்லாரி, ஆந்திரா) உயர்திரு. கோத்வால் ரெங்கசாமி ராஜு.

4. கர்நாடக மாநில முதிராஜ் சங்கத் தலைவர் உயர்திரு. V. ஸ்ரீனிவாஸ் B.E.(சிவில்) (ஆந்திரா)

5. கர்நாடகத் தமிழ் முத்தரையர் செயலர் உயர்திரு. நந்தகுமார்.

6. கர்நாடக முடிராஜ் சங்கத் துணைத்தலைவர், முடிராஜ் வாணி மாத இதழ் ஆசிரியர் உயர்திரு. உப்பரி நாராயணன்.

7. கர்நாடக மாநிலம் முத்தரையர் சங்கத் தலைவர்:

உயர்திரு. நாகராஜ், உயர்திரு. பி. தியாகராஜன்.

விஜய நகரப் பேரரசு

பாளையக்காரர்களாகவும் துணைத் தளபதிகளாகவும், படைவீரர்களாகவும் காவல்காரர்களாகவும் இருந்தவர்கள் முத்துராச ாக்கள். (ஆதாரம் . திவலையர் சொசைட்டி மற்றும் ரிலிஜன் பக்கம் 65-66. நன்றி:- பெரும்பிடுகு முத்தரையர் திங்கள் இதழ் ஏப்ரல் 2013) அதனால் தொரா என்றுஅழைத்தனர். (துரை என்பதன் மருஉ)

தமிழ்நாடு

1. தமிழ்நாடு வீர முத்தரையர் முன்னேற்ற சங்கத் தலைவர் உயர்திரு. K.K. *செல்வக்குமார்* B.A.L.L.B.

2. சமூக அமைப்பு.

முத்தரையர் சமூக சேவா அறக் கட்டளை, கோவை.

MUDHARAIYAR SOCIAL SHEVA TRUST DEED (UNDER INDIAN TRUST ACT 1882

பதிவு எண் : 47/2015 நாள் 04-09-2015

பதிவு :- சார் பதிவாளர் அலுவலகம் சூலூர் கோவை

ஊர் :- நிலம்பூர் கிராமம், சூலூர் வட்டம்

நோக்கம் :- சமூகப் பணி

செய்தி :- திரு .மா. நாகராசன் அரி கிருஷ்ணநகர் கஞ்சிகோணம் கோவை.

முத்தரையர் மக்கள் பொதுத் தேவை

1. தமிழ்நாடு முத்தரைய மக்களின் தேவை:- 20% இட ஒதுக்கீடு கல்வி, வேலை வாய்ப்பில் வழங்க வேண்டும்.

2. முத்தரையரில் உள்ள எல்லா உள்ளினங்களையும் (முத்தரையர், வலையர், அம்பலக்காரர், சேர்வை) மிகவும் சுமூகமாக அறிவிக்க வேண்டும்.

3. மைய அரசில் முத்தரையர் ஒருவர் கேபினெட் அமைச்சராக வரவேண்டும்.

சங்கங்கள்

1. **பாளையக்கரா நாயுடு சங்கம்** : *(பெங்களூரு) தெலுங்கு மொழியைத் தாய்மொழியாகக் கொண்டவர்கள். தலைவர் : ஓ. கோவிந்தராஜு,* M.A.R.T.P. *அலைபேசி : 94803-31720, செயலர் திரு.* D. *இராமதாஸ், அலைபேசி : 96864-07101.*

2. **கருநாடக முத்தரையர் நாயக்கர் சங்கம்** : *தலைவர்: திரு.* K. *முருகேஷ், ராஜாஜி நகர், அலைபேசி : 97382-63176.*

3. **சிங்க ராஜாக்கள் கட்சி** : *தலைவர் : அருணாச்சலம் முத்தரையர்.*

4. **முத்தரையர் எழுச்சி சங்கம்** : *பதிவு எண் 39/2010, சென்னை, தலைவர் : திரு. மாறன் அவர்கள் அலைபேசி : 98408-82929.*

5. **இளஞ்சிங்கங்களின் எழுச்சி இயக்கம்** : *தஞ்சாவூர் சுவரன் மாறன் கல்வி அறக்கட்டளை பட்டுக் கோட்டை சஞ்சய் காந்தி அம்பலக்காரர், அலைபேசி : 91591-68228.*

6. **எழுச்சித் தமிழர்கள் முன்னேற்றக் கழகம்** : *பதிவு எண் 56/189/2013/ கககு1, நிறுவனர் : வெள்ளத்துரை, அலைபேசி: 98425-77600.*

7. **தென்னிந்திய முத்தரையர் சங்கம் தலைவர்** : *அய்யா* S. *கமல நாதன்* B.A.B.L., *அலைபேசி : 9994265033*

8. **தென்னிந்திய வரலாற்று ஆய்வு கழகம்: தலைவர் :** P. *இராமலிங்கம் அவர்கள், அலைபேசி : 94431-79510 கரூர்-639 201.*

9. **MUDIRAJ (Resecosision)** *சங்கம்:* Ranga Samy Raju, B.A.B.E. M.E., *அலைபேசி : 98802-41480*

10. *திரு.* KHEM KHAND KOLI, **National President Akil Bharatiya Koli / Koil samaj** (Regd) New Delhi. *அலைபேசி:* 98101--&30544.

11. *பிரபல தெலுங்கு கதை எழுத்தாளர்* **பெட்குரி வெங்கடதாஸ் முடிராஜ்.**

12. Aruna Kori- Minister *உத்திரப் பிரதேச மகளிர் நல அமைச்சர்.*

13. **C. Jaganatha Rao,** Ex Deputy Chief Minister Andhra Pradesh

14. **N. Lak Shri. M. Narayana Mudraj Mayar** in Hyderabad 1969

15. **இலட்சுமி** *வயது 47. பாம்பன் ஊராட்சி மீனவ வலையர் இராமநாதபுரம். விருது: அமெரிக்கா சார்ந்த சிக்லாஜி கடல்வாழும் உயிரினப் பாதுகாப்பு பரிசு ரூ.6 இலட்சம்.*

16. **மாவீரன் செந்தில்** *(என்கிற) உண்டியல் முத்தரையன். அலங்காநல்லூர் ஜல்லிக்கட்டில் முதல் மரியாதை பெறும் வீரர்.*

'விருமாண்டி' திரைப்படத்தில் கமலகாசன் மாடுபிடிக்கும் காட்சியில் போலி (டூப்) வேடம்.

17. **சு. தமிழ்ச்செல்வி** - முத்தரைய சமூக எழுத்தாளர் பிறந்த ஊர். கற்பக நாதர் குளம். 'மாணிக்கம்' என்ற நாவலுக்குத் தமிழக அரசு சிறந்த நாவல் பரிசு.

18. கொடிவரி அன்ன - காலம் குலோத்துங்கச் சோழன் காலம் *11* ஆம் நூற்றாண்டு. கல்வெட்டு.

வடகரை நாட்டு ஊராளி (முத்தரைய) செம்பட வேடர்கள் என்ற கல்வெட்டு உள்ளது.

19. **உயர்திரு. T.ஆண்டியப்பன்** Ex. தமிழ்நாடு மாநில முத்தரையர் சங்கத் தலைவர் கி.பி. *1991*-கி.பி. *1996* முடிய சிவகங்கை மாவட்டம். அலைபேசி எண்: *9443610675*

சாதனை : திருச்சி சிலை திறப்பு, மாவட்டம் அறிவிப்பு *29* மாவட்டங்களில் வழங்கு பெயரில் உள்ளவற்றை ஒன்றாக இணைத்து அரசு அறிவித்தல்.

செய்தி : உயர்திரு. **மா. நாகராஜன்** அம்பலக்காரர். *8.10.15.* அலைபேசி: *9489971733*

20. **திரு. லெனின்ராஜ்**, செயலர், B.H.E.L. முத்தரையர் நலச் சங்கம், திருவரம்பூர், திருச்சி.

சிறப்புப் பெற்ற கிறித்தவ முத்தரையர்கள் (வன்னியர்கள்)

1. உயர்திரு. E.P. இராயப்பா I.A.S. அரசு தலைமைச் செயலர், முதலமைச்சர் புரட்சித் தலைவர் எம்.ஜி.ஆர். காலம் (திண்டுக்கல் வன்னியர்)

2. உயர்திரு. JCD.பிரபாகரன், M.C.A. தமிழ்நாடு முன்னாள் சட்டப் பேரவை உறுப்பினர், வில்லிவாக்கம் தொகுதி. சொந்தஊர் குலமாணிக்கம்.(வன்னியர்)

3. **உயர்திரு. தாமஸ்** M.L.C (Ex) திண்டுக்கல் ஆசிரியர் தொகுதி முன்னாள் மேலவை உறுப்பினர்.

4. மாறம்பாடி மறை **திரு. இராசமாணிக்கம்**, வீரமாமுனிவர் போன்று தொண்டுள்ளமும், புலமையும் உள்ளவர் *40* நூல்கள் அச்சேற்றியவர், இரண்டு நூல்கள் எழுதி வெளியிட்டவர். உலக தமிழாராய்ச்சி மன்றம்.

5. **சுவாமி அமலதாசன்** கும்பகோணம் மறைமாவட்டம் முதல்

தமிழில் பூசைப் பூத்தகம் கி.பி. 1961 இயேசுவின் வாழ்க்கை.

6. சேர்வை வேதநாயகம் 20 இலக்கியங்கள் எழுதி வெளியிட்டவர். 'அமல குரு சதகம்' நூல் ஆசிரியர். இ.கு. பாதிரியார். கி.பி. 1930-40

7. செங்கல்பட்டு - பள்ளி

சென்னை - நாயகர்

விழுப்புரம் - கவுண்டர்

ஜெயங்கொண்டம் - படையாட்சி

திண்டுக்கல் - வன்னியர்

மணப்பாறை - வன்னியர்

அரியலூர் - வன்னியர், சேர்வை

திருச்சி - முத்தரையர், சேர்வை, வன்னியர், அம்பலக்காரர்

இப்படியாக அழைக்கப்படுவதாக உயர்திரு பேராசிரியர் இ. சூசை குறிப்புத் தந்தார்.

8. திருமதி ஜெயந்தி I.A.S. (கிறித்துவ வன்னியர், திண்டுக்கல்)

10. விருத்தாசலம், அரியலூர், பெரம்பலூர், கள்ளக்குறிச்சி, தருமபுரி 40 ஊர்கள், பாலக்காடு - சுல்தான் பேட்டை - மறைமாவட்டம் கிறித்துவ வன்னியர்கள் உண்டு.

விருத்தாசலம் - 6 ஊர்கள்

வரதராசன் பேட்டை - 7 ஊர்கள்

கள்ளக்குறிச்சி - 4 ஊர்கள்

தருமபுரி - 40 ஊர்கள்

பாலக்காடு - சுல்தான் பேட்டை

செய்தி : பேராசிரியர். இ.சூசை திருச்சி 12.10.2015

இவர்கள் எல்லாம் வன்னியர்களாகவும் முத்தரையர்களுக்கு உறவாகவும் திருமண உறவு உள்ளவர்களாகவும் இருந்ததாக உயர்திரு. பேராசிரியர் இ.சூசை தெரிவித்தார். இவ்வாறாக வன்னியர், சேர்வை, பள்ளி, கவுண்டர், படையாட்சி இவர்கள் அனைவரும் திருமண உறவு உள்ளவர்களாக இருந்ததாகக் கூறி உள்ளார்.

11. மறைதிரு. **பீட்டர் அமலதாஸ்** (பெரியவர் சீலி)

(I.T.I.தொழிற்பயிற்சி கூடம்)

திருச்சி நாகராசன் செய்தி

1. கோவிந்தம்மாள் தமிழ் இலக்கிய மன்றம் திருச்சி, பொறுப்பாளர் : **திரு. ப. நாகராஜன்** M.A.,

2. கல்வெட்டு ஆய்வு இயக்கம் - வகுப்பு நடத்துபவர் **திரு. சந்திரபோசு** *, கல்வெட்டு ஆய்வு அறிஞர் பீமநகர் ரெட்டியார் தெரு, திருச்சி.*

3. செந்தமிழில் நூல்கள் வெளிவர துணை நிற்பவர் : **மேகநாதன்** *தமிழ் வளர்ச்சித் துறை துணைஇயக்குநர், புதுக்கோட்டை.*

*4. திரு.***பெ.அரவரசன்** *பி.இ., திருக்குறளில் நல்ல புலமை பெற்றவர். சொந்த ஊர்: திருச்சியை அடுத்த மல்லியம் பத்து என்ற சிற்றூர்.*

மீள் பார்வை : சில ஊர்களின் வரலாற்றுப் பின்னல்

1. திருச்சி மாவட்டம், திருவரங்கம் தொகுதி, கல்லணைக்கு மேற்கில் 2 கி.மீ. தொலைவில் கவுத்தரசன்நல்லூர் என்ற ஊர் உள்ளது. பல்லவன் இரண்டாம் நந்தி வர்மனைக் காப்பாற்றி மீண்டும் பல்லவப் பேரரசனாக ஆக்கியது. அவன் நினைவாக உருவாக்கப்பட்ட ஊர் கவுத்தரசநல்லூர். இந்த ஊர் முழுவதும் முத்தரையர்களே வாழ்கிறார்கள். காவந்து அரசன் நல்லூர் - காவந்து அரசநல்லூர் - கவுத்தரச நல்லூர்.

2. பாண்டியன் பல்லவ நாட்டின்மீது படையெடுத்து வந்தபோது இரண்டாம் பெரும்பிடுகு முத்தரையனோடு போரிட்டு தோற்று ஓடினான். அப்படி முழுமையாகத் தோற்று ஓடிய இடம் : மீன்சுருட்டி. பாண்டியர்களின் சின்னம் மீன். அது தோற்ற இடம் மீன்சுருட்டி.

வகையறா விளக்கம் : *ஓர் ஊரில் உள்ள ஒரு குடும்பத்தின் தொடர்ச்சியாக ஆண்பிள்ளையைக் கணக்கில் கொண்டு பூட்டன் - பாட்டன் - தாத்தா - தந்தை - மகன் - பேரன் என்று வழிவழியாக, பரம்பரைப் பரம்பரையாக வாழ்வது. வகை அற்று விடாமல் வாழ்வது வகையறா! பரம்பரை வகை அற்றுவிடாமல் வாழ்வது.*

❖ ❖ ❖

பிற்சேர்க்கை II

2016, மே திங்கள் 16-ந் தேதி நடந்து முடிந்த தமிழ்நாடு சட்டப் பேரவைத் தேர்தலில் முத்தரையர்கள் :

வென்றவர்கள் :

1. திருச்சி மாவட்டம், திருவரங்கம் தொகுதி, அ.தி.மு.க.

   திருமதி. **S.வளர்மதி**,M.A.,B.L.,

   (பிறபட்டவர் நலம் - சிறுபாண்மைத்துறை அமைச்சர்,

   முதல்வர் **செல்வி.ஜெ.ஜெயலலிதாவின்** அமைச்சரவையில் இந்நாள் அமைச்சர்)

2. திருச்சி மாவட்டம், மண்ணச்சநல்லூர் தொகுதி, அ.தி.மு.க.

   திருமதி. பரமேஸ்வரி முருகன்

3. திருச்சி மாவட்டம், முசிறி தொகுதி, அ.தி.மு.க.

   திரு. M.**செல்வராஜ்**

4. தஞ்சை மாவட்டம், பேராவூரணி தொகுதி, அ.தி.மு.க.

   திரு. மா.கோவிந்தராசன்

5. மதுரை மாவட்டம், மேலூர் தொகுதி, அ.தி.மு.க.

   திரு. பெரியபுள்ளான் (எ) செல்வம்

6. புதுக்கோட்டை மாவட்டம், ஆலங்குடி தொகுதி, தி.மு.க.

   திரு. **வீ.மெய்யநாதன்**

7. திண்டுக்கல் மாவட்டம், நத்தம் தொகுதி, தி.மு.க.

   திரு. ஆண்டி அம்பலம்

8. புதுக்கோட்டை தொகுதி, சுயேட்சை (தனியாக)

   திரு. M.**சொக்கலிங்கம்**, வெற்றி வாய்ப்பு இழந்தவர், தனியாக

நின்று டெபாசிட் பெற்றுக்கொண்ட சிறப்புடையவர். பெற்ற வாக்குகள் 22,973.

சிறப்புச் செய்திகள்

முத்தரையர் மாணவர்களை அழைத்து அரவணைத்து அன்புகாட்டும் ஒரே கல்வி நிறுவனம், திருச்சி மாவட்டம் துறையூர் வட்டம், கண்ணனூர்.

இமயம் கல்வி நிறுவனங்கள் :

1. இமயம் கல்வியியல் கல்லூரி, 2. இமயம் பொறியியல் கல்லூரி, 3. இமயம் கலைஅறிவியல் கல்லூரி. உயர்திரு. **ப. பெரியண்ணன்**, நிறுவனர்.

2. தமிழ்நாடு தேர்வாணைக்குழு உறுப்பினர்

Dr. **சு.பன்னீர்செல்வம்**, M.B.B.S., D.C.H. திருச்சி.

3. தமிழ்நாடு முன்னாள் தேர்வாணைக்குழு உறுப்பினர்

திரு. S. மணி, நாமக்கல்.

4. சோழவளநாடு முத்தரையர் முன்னேற்றச் சங்கம், **திரு. சி.சரவணன்**, முசிரி. போன் : 99652 76222, 99521 21222.

5. தமிழ்நாடு முத்தரையர் சங்கம், தஞ்சைமாவட்டம் :

செயலர் : **திரு. உறுதிமொழி கோவிந்தராசன்**, கீழத் திருப்பந்துருத்தி, போன் : 9790681445.

தலைவர் : **திரு. தங்க.இராசேந்திரன்**, திருப்பந்துருத்தி.

பொருளாளர் : **திரு. நாக.லோகநாதன்**, திருப்பந்துருத்தி.

6. பா.ஜ.கட்சியின் மாநில விவசாய அணித்துணைத்தலைவர், **திரு.ஜீவா சிவக்குமார்**, திருப்பந்துருத்தி. 9443273029.

7. அம்பலக்காரர் பேரவை, தமிழ்நாடு.

8. நமது மக்கள் கட்சி, தமிழ்நாடு

9. இந்திய முத்தரையர் சங்கம், தமிழ்நாடு

10. பாண்டியநாடு முத்தரையர் சங்கம், மதுரை, சிவகங்கை,

தேனி, நெல்லை.

11. தமிழ்நாடு பேரரசர் பெரும்பிடுகு முத்தரையர்ப் பேரவை திரு. **இராஜீவ் காந்தி**, இலால்குடி

12. புதிய புரட்சி சிங்கங்கள், தமிழ்நாடு.

13. சமூக மக்கள் கட்சி, தமிழ்நாடு.

14. புரட்சி சிங்கங்களின் அமைப்பு, தமிழ்நாடு

15. தமிழ்நாடு முத்தரையர் நலச்சங்கம், தமிழ்நாடு

16. முத்தரையர் பேரவை, தமிழ்நாடு.

17. முத்தரையர் பெயரில் அமைந்த திருமண மண்டபம் :

1. முத்தரையர் திருமண மகால், பாரதிநகர், துறையூர் சாலை, முசிறி நகரம்.

மக்கள் மறுமலர்ச்சி மன்றத்தால் அடையாளம் காட்டப்பட்ட முத்தரைய குல மருத்துவ மாமணிகள் :

1. **Dr. சு. பன்னீர் செல்வம்**, M.B.B.S.,D.C.H.,

திருச்சி தேர்வாணைக்குழு உறுப்பினர்.

2. **Dr. த.செல்வராசு**, D.M.,B.B.S., D.ortho, முசிறி.

3. **Dr. ஆர். சண்முகநாதன்**, M.B.B.S.,D.A., கரூர்.

4. **Dr. இள.விஜயலட்சுமி**, D.M.,B.B.S., D.D, இலால்குடி.

5. **Dr. கு. இராஜ்குமார்**, M.B.B.S.,M.D., தஞ்சை

6. **Dr. க. ஜோதிலட்சுமி**, M.,B.B.S., D.C.H., திருச்சி

7. **Dr. அ. சிவக்குமார்**, B.S.M.S.M.D.F.R.H.S., M.Sc., தொட்டியம்

8. **Dr. க. செந்தில்குமார்**, M.D.S., திண்டுக்கல்

9. **Dr. இ. சுந்தரம்**, M.B.B.S., திருச்சி.

10. **Dr. க. இராஜசேகரன்**, M.S.M.C.H., குளித்தலை

11. **Dr. இராஜரெத்தினம்,** M.S.D.N.B., MRCS., M.C.H.,

சிதார் மருத்துவமனை, திருச்சி.

12. **Dr.** A. **வேணி,** M.D.D.M., (Neuro) திருச்சி.

13. **Dr.** S. **தீபிகா குமரேஷ்,** M.B.B.S., திருச்சி, உறையூர்.

14. **Dr. S. அரவிந்தகுமார்,** M.B.B.S.,M.D., D.N.B. திருச்சி.

15. **Dr. அ. இராஜ்குமார்,** M.D.D.C.H., இலால்குடி.

16. **Dr. இராஜேஸ்வரி,** M.B.B.S., தொட்டியம்.

17. **Dr. நவின்கண்ணன்,** M.D., கரூர்.

ஆதாரம் : உளப் புரட்சியால் உலகை ஆளுவோம் என்ற நூல் வெளியீடு. மக்கள் மறுமலர்ச்சி மன்றம், திருச்சிராப்பள்ளி. பதிவு எண் : 40/2010.

நியமம் : இரண்டாம் பெரும்பிடுகு முத்தரையன்

அன்றாடம் வணங்கிய சிவன்கோவில்

தஞ்சை திருக்காட்டுப்பள்ளி நியமம் ஆயிரத்தளி கோயிலின் தலைமைப் பாணம்

கிள்ளுக்கோட்டை : இரண்டாம் பெரும்பிடுகு முத்தரையன் சமாதி

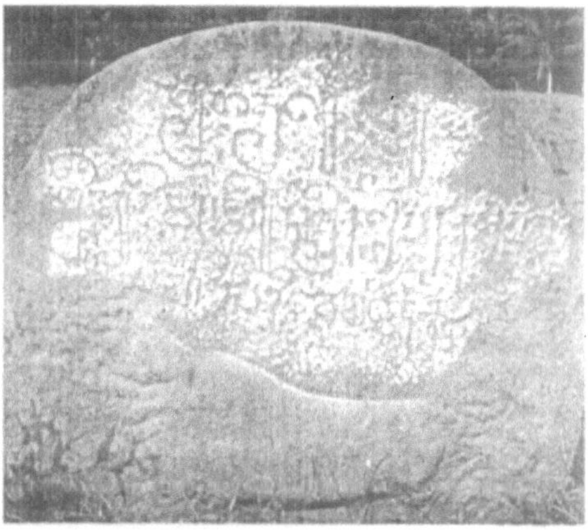

கிள்ளுக்கோட்டையில் சுவரன் மாறனுக்கு அமைக்கப்பட்ட நடுகல்.

புதுக்கோட்டை மாவட்டம் கீரனூரில் கோவிளங்கோ கட்டிய உத்தம தானீசுவரர் கோயில் காலம் கி.பி. 630 கி.பி. 660

நார்த்தாமலை சிற்பங்கள், சாத்தனீச்சுவரம்

நார்த்தாமலை சமணச் சிற்பம், சாத்தனீச்சுவரம்

நார்த்தாமலை சமணச் சிற்பம், சாத்தனீச்சுவரம்

சாத்தன் பூதியின் மகன் பூதிகளரி என்கிற அமரூன்றி முத்தரையன் கட்டிய குடைவரைக் கோயில், புதுக்கோட்டை மாவட்டம், பூவாளைக்குடி

இரண்டாம் பெரும்பிடுகு (முத்தரையனின் இரண்டு சிங்க உருவங்கள்)

சித்தன்ன வாசல் ஓவியம். மகேந்திரவர்மன் காலத்தது அல்ல என்பது திரு. கே.ஆர்.ஸ்ரீவாசன் அவர்கள் கருத்து. (ஆதாரம் : மயிலை சீனிவேங்கடசாமியின் மகேந்திரவர்மன்) (See PP 168-176, Procedings of the Indian History Congress Seventh Session Madras)

அப்படியானால் யார் காலத்து ஓவியம் - முத்தரையர் காலம். சாத்தன் முத்தரையனுடையது.

இந்த நூல் எழுத உதவிய அரிய நூல்கள்

1. களப்பிரர் ஆட்சியில் தமிழகம் -மயிலை சீனி வேங்கடசாமி
2. கல்வெட்டுக்களும், தமிழ்ச் சமூக வரலாறும் டாக்டர் மா. இராச மாணிக்கனார்.
3. கொங்கு நாட்டு வரலாறு - திரு. கோ.ம. இராமசந்திரன் செட்டியார்.
4. கொங்கு நாட்டு வரலாறு - மயிலை சீனி வேங்கட சாமி.
5. கொங்கு நாட்டு வரலாறு - ய. இலட்சுமி நாராயணன்.
6. கொங்கு தேச இராசாக்கள் சரித்திரம் - கோவைக்கிழார்.
7. சங்ககால தமிழக வரலாறு - மயிலை சீனி வேங்கடசாமி.
8. சுதேச சமுத்திரன் 1961 ஜுன் 4ந்தேதி Annual Report on South Indian Eigigraphy 1961-62.
9. சோழர் வரலாறு - டாக்டர் மா. இராசமாணிக்கனார்.
10. சோழர்காலச் செப்பேடுகள் - டாக்டர் மு. இரசேந்திரன் இ.ஆ.ப.
11. தமிழர் வரலாறு - பி.டி. சீனிவாச அய்யங்கார். தமிழாக்கம் பி. இராமநாதன். க.மு. ச.இ.
12. தமிழக வரலாற்றில் முத்தரையர் திரு. இரா திருமலை நம்பி ஆணையர் (ஓய்வு) திருமலைராயச் சமுத்திரம்.
13. தமிழ்ப் பேரரசுகளின் சரிவும் வீழ்ச்சியும் - டாக்டர் அ. இராமசாமி எம்.ஏ.பி.எச்.டி
14. தமிழ் நாடு முத்தரையர் சமூகச் சங்க100 ஆண்டு வரலாறு - கு.மா. சுப்பிரமணியன் M.A (Social) M.A.(G.T) M.Phil(G.T)
15. தலைக்காட்டு கங்கர் (Gangas of Talaikkadu)
16. தாய்நில வரலாறு: பேராசிரியர் கோ. தங்கவேலு
17. தென்னாட்டுப் போர்க்களங்கள்: டாக்டர். கா. அப்பாத்துரையார் பன்மொழிப் புலவர்.
18. தொல்காப்பியம்.
19. நரசிம்மவர்மன் மயிலை சீனி வேங்கடசாமி:

20. பல்லவர் வரலாறு - டாக்டர் மா. இராசமாணிக்கனார்.

21. பல்லவர் வரலாறு - டாக்டர் ந.க. மங்கள முருகேசன்.

22. பிற்காலச் சோழர் சரித்திரம் - ஆராய்ச்சிப் பேரறிஞர். T.V. சதாசிவ பண்டாரத்தார். (பகுதி I)

23. புறநானூறு - புலிகேசிகன் உரை.

24. மாமன்னர் சுவரன்மாறன் இரண்டாம் பெரும்பிடுகு முத்தரையர் -

திரு.பெ.இராமலிங்கம் எம்.ஏ. எம். எஸ்.ஸி எம். எட். எம்.ஃபில்.

25. முத்தரையச் சோழர் வரலாறு - சி. சுந்தரராஜன் சேர்வை.-

26. வரலாற்றில் முத்தரையர் பெயர்க் களஞ்சியம் - இரா. திருமலை நம்பி திருமலை ராய சமுத்திரம்.

27. விடியலை நோக்கி களப்பிரர் வரலாறு -

அ. சவரிமுத்து எம்.ஏ அன்னைபதிப்பகம், இடையாற்று மங்கலம்,வாளாடி வழி-621218 திருச்சி.

28. நாலடியார்

29. பழங்காலச் சோழர்களின் வரலாறு - அ. சவரிமுத்து எம்.ஏ.பி.எட், அன்னைப் பதிப்பகம், இடையாற்று மங்கலம், வாளாடி வழி- 621218. திருச்சி.

சீராளன் - முத்தரையர் வரலாறு - தஞ்சை

30. முத்தரையர் வரலாறு - திரு.க.செந்தமிழ்ச்செல்வன்

31. பாண்டியர்கள் - திரு.தி.வை.சதாசிவப் பண்டாரத்தார்.

32. ம.இராசசேகர தங்கமணி - பாண்டியர் வரலாறு (1978)

33. தமிழக வரலாற்றில் புதிய ஒளி பேராசிரியர் - திரு. ம. இராசசேகர தங்கமணி.

34. புலவர் க.மருதமுத்து, முத்தரையர் வரலாறு

35. பு.சி.தமிழரசன் - பெரும்பிடுகு முத்தரையனான சுவரன் மாறன், தமிழ்க்கோட்டம், புதுக்கோட்டை (2015)

36. பு.சி.தமிழரசன் புதுக்கோட்டை மாவட்ட முத்தரைய மன்னர்கள்

37. முத்தரைய மாறன் - முத்தரையர் வரலாறு ஒரு பார்வை (4-12-1988)

அ. சவரிமுத்து அவர்கள் எழுதிய நூல்கள்

அன்னை பதிப்பகம், இடையாற்றுமங்கலம் திருச்சி

1.	ஒலியன்கள் பற்றி ஓர் ஆய்வு	50/-
2.	இயற்கை மொழித் தமிழ்	40/-
3.	விடியலை நோக்கி களப்பிரர் வரலாறு	80/-
4.	விழித்தெழு தமிழா! தமிழா! விழித்தெழு!	18/-
5.	பழந்தமிழின் வேர்ச்சொற்களும் நரிக்குறவர்களின் தாய்மொழி ஆய்வும்	70/-
6.	பழங்காலச் சோழர்களின் வரலாறு	120/-
7.	தம்பிரான் வணக்கம் ஓர் விளக்கம்	40/-
8.	அமிழ்த மூலமொழி (நாம் தமிழர் பதிப்பகம் சென்னை)	40/-
9.	தமிழின் வேர்ச்சொற்கள் (முதல் பாகம்) (தமிழ்நாடு அரசு உதவி பெற்றது)	70/-
10.	தமிழின் வேர்ச்சொற்கள் (இரண்டாம் பாகம்) (தமிழ்நாடு அரசு உதவி பெற்றது)	80/-
11.	உறவுகள் கிடைத்தன, (சிறுகதை)	60/-
12.	கணக்கியலுக்குப் பயன்படும் எண்கள்	140/-
13.	கையெழுத்து நூல்கள்	

1. புனித தோமையார் (நாடகம்)
2. ஆசிரியர் அ. சவரிமுத்துவின் அரசியல் கட்டுரைகள்.

❖ ❖ ❖

www.ingramcontent.com/pod-product-compliance
Lightning Source LLC
LaVergne TN
LVHW060608051026
849519LV00002B/521
9789387655454